കുമാരനാശാന്റെ ഉൾപ്പൊരുൾ

Kumaranashante Ulpporul
Study

Dr. M M Basheer

CHINTHA PUBLISHERS
Thiruvananthapuram

First Edition
April 2025

Published
Chintha Publishers, Thiruvananthapuram

Typesetting
Star Communications, Thiruvananthapuram

Cover Design
Vinod Mangoes

ISBN : 978-93-48009-14-2

CO - 3615 / 7360

₹ 230

Email: chinthapublishers@gmail.com
Website: www.chinthapublishers.com

A version is available at National Libraries
Kolkata, Mumbai, Chennai and Delhi

Distribution
DESHABHIMANI BOOK HOUSE
H O Thiruvananthapuram 695035

Branches & Agencies
Head Office Kunnukuzhi • Statue Thiruvananthapuram
Saphalyam Complex Thiruvananthapuram
Machingal Lane Thrissur • IG Road Kozhikode
Mavoor Road Kozhikode • NGO Union Building Kannur
Central Bus Terminal Complex Thavakkara Kannur
Revenue Tower Ernakulam • Sulthanpetta Palakkad
Postoffice Road Kottaym • Hospital Road Nilamboor
Old Municipal Bus Stand Kalpatta

കുമാരനാശാന്റെ ഉൾപ്പൊരുൾ

ഡോ. എം എം ബഷീർ

ചിന്ത പബ്ലിഷേഴ്സ്
തിരുവനന്തപുരം-695 035
വില : ₹ 230

ഡോ. എം എം ബഷീർ

തിരുവനന്തപുരം പേട്ടയിൽ 1940 ൽ ജനനം.

പിതാവ്: എം മൈതീൻ ഖാൻ, മാതാവ്: ഹമീദുമ്മ

പേട്ട പ്രൈമറി സ്കൂൾ, എസ് എം വി സ്കൂൾ, ഇന്റർമീഡിയറ്റ് കോളേജ്, യൂണിവേഴ്സിറ്റി കോളേജ് എന്നിവിടങ്ങളിൽ വിദ്യാഭ്യാസം. 1964 ൽ എം എ മലയാളം പാസായി. 1979 ൽ കേരള യൂണിവേഴ്സിറ്റിയിൽ നിന്ന് 'കുമാരനാശാന്റെ രചനാശില്പം' എന്ന ഗവേഷണപ്രബന്ധത്തിനു പി എച്ച് ഡി. ലഭിച്ചു. നാഗർകോവിൽ ക്രിസ്ത്യൻ കോളേജ്, പെരിങ്ങമ്മല ഇഖ്ബാൽ കോളേജ്, കൊല്ലം തങ്ങൾ കുഞ്ഞു മുസല്യാർ കോളേജ്, കാലിക്കറ്റ് യൂണിവേഴ്സിറ്റി മലയാളവിഭാഗം എന്നിവിടങ്ങളിൽ അദ്ധ്യാപകനായിരുന്നു.

കർമ്മഭൂമി, ഗ്രന്ഥാലോകം, മലയാളവിമർശം, സാഹിത്യലോകം, സംസ്ക്കാരകേരളം- ഇവയുടെ പത്രാധിപസമിതി അംഗമായിരുന്നു. ഇപ്പോൾ *കേരളകവിത*യുടെ പത്രാധിപർ.

കേരളസാഹിത്യ അക്കാദമി, കേന്ദ്രസാഹിത്യ അക്കാദമി, കാലിക്കറ്റ് സെനറ്റ്-ഇവയിൽ അംഗമായിരുന്നു. എസ് പി സി എസ് ഡയറക്ടർ, കുമാരനാശാൻ സ്മാരകം ചെയർമാൻ, കാലിക്കറ്റ് യൂണിവേഴ്സിറ്റി ബോർഡ് ഓഫ് സ്റ്റഡീസ് ചെയർമാൻ എന്നീ നിലകളിൽ പ്രവർത്തി ച്ചിട്ടുണ്ട്. ഭാരതീയ ജ്ഞാനപീഠം, സരസ്വതി സമ്മാൻ അവാർഡു കമ്മിറ്റികളിൽ പല കാലങ്ങളിൽ മലയാളത്തിന്റെ കൺവീനർ സ്ഥാനം വഹിച്ചിട്ടുണ്ട്.

കവിതയിലെ ചില പ്രശ്നങ്ങൾ, ആശാൻ ഗ്രന്ഥസൂചി, ആശാൻ വള്ളത്തോൾ ഉള്ളൂർ, നമ്മുടെ മഹാകവികൾ, സമീക്ഷണം, ആശാന്റെ പണിപ്പുര, സാഹിത്യാലോചന, കുമാരനാശാന്റെ രചനാശില്പം, അന്തർധാര, എം ടി: കഥയും പൊരുളും, മലയാള ചെറുകഥാസാഹിത്യ ചരിത്രം, അക്ഷരാർത്ഥം, ആദ്യകാല സ്ത്രീകഥകൾ, കുമാരനാശാന്റെ നോട്ടുബുക്കുകൾ, ആത്മദുഃഖങ്ങൾ ഹർഷോന്മാദങ്ങൾ തുടങ്ങിയ നിരൂപ ണഗ്രന്ഥങ്ങൾ. തൗഫീഖുൽ ഹക്കിം, ഖലീൽ ജിബ്രാൻ എന്നിവരുടെ കൃതികൾ പരിഭാഷപ്പെടുത്തിയിട്ടുണ്ട്.

ഭാര്യ : എഴുത്തുകാരിയായ ബി എം സുഹറ

മക്കൾ : അജ്മൽ ബഷീർ, അനീസ് ബഷീർ

വിലാസം : മാളിയേക്കൽ
മലാപ്പറമ്പ് പി ഒ
കോഴിക്കോട് 673 009

ഉള്ളടക്കം

പ്രസാധകക്കുറിപ്പ്

കുമാരനാശാൻ എന്ന പ്രതിഭയെ ആഴത്തിൽ അടയാളപ്പെടുത്തുന്ന ഗ്രന്ഥം. ജാതിമത വർണ്ണ വൈരുദ്ധ്യങ്ങൾക്കെതിരെ നിരന്തരമായ പ്രതിഷേധങ്ങളുയർത്തിയ കവി. ആശാന്റെ രചനകൾ ഒരു കാലഘട്ടത്തിന്റെ ചരിത്രപരമായ രേഖപ്പെടുത്തലുകളാണ്. ആശാന്റെ കാവ്യലോകത്തെയും ജീവിത ദർശനങ്ങളെയും അതിവിപുലമായ നിലയിൽ അവതരിപ്പിക്കുന്ന ഗ്രന്ഥമാണ് *കുമാരനാശാന്റെ ഉൾപ്പൊരുൾ.* ഡോ. എം എം ബഷീർ രചിച്ച ഈ ഗ്രന്ഥം സാഹിത്യ ചരിത്രാന്വേഷകർക്കും ഗവേഷകർക്കും അദ്ധ്യാപകർക്കും ഏറെ ഉപകാരപ്രദമാകും.

ചിന്ത പബ്ലിഷേഴ്സ്

ആമുഖം

കുമാരനാശാനെക്കുറിച്ച്
കിട്ടാവുന്നത്ര വസ്തുതകൾ
ശേഖരിക്കാനും മനസ്സിലാക്കാനും
ഞാൻ ശ്രമിച്ചിട്ടുണ്ട്.
അധികം അറിയാത്ത
കാര്യങ്ങളെപ്പറ്റിയുള്ള
പഠനങ്ങളിൽ ചിലത്
ഇവിടെ സമാഹരിച്ചിരിക്കുന്നു.
പല കാലത്ത് എഴുതിയതിനാൽ,
ചില വിവരങ്ങൾ ആവർത്തിച്ചുവന്നിട്ടുണ്ട്.

ഡോ. എം എം ബഷീർ

കുമാരനാശാന്റെ സമകാലികം

കുമാരനാശാൻ എന്ന മനുഷ്യനും കവിയും ഇരുനിലകളിൽ വർത്തിക്കുന്ന പ്രതിഭാസങ്ങളല്ല. സാമൂഹിക പ്രതിബദ്ധതയോടെ ജനങ്ങൾക്കിടയിൽ പ്രവർത്തിക്കുമ്പോൾത്തന്നെ തന്റെ അനുഭവങ്ങൾക്കും ഭാവനയ്ക്കും സ്വതസിദ്ധമായ ആവിഷ്കാരം നല്കാൻ അദ്ദേഹം ശ്രമിച്ചുകൊണ്ടിരുന്നു. കവി എന്ന നിലയിൽ സാഹിത്യരംഗത്ത് നേരിടേണ്ടിവന്നതിനേക്കാൾ രൂക്ഷവും തീവ്രവുമായ ദുരിതങ്ങളായിരുന്നു സമൂഹത്തിൽനിന്ന് അദ്ദേഹത്തിന് അനുഭവിക്കേണ്ടിവന്നത്. സമുദായത്തിൽ പേരും പെരുമയും നേടിയിട്ടും ജാതിയുടെ പേരിൽ അസ്പൃശ്യനായി മാറിനില്ക്കേണ്ടിവന്ന സന്ദർഭങ്ങൾ ആശാന്റെ ജീവിതത്തിൽ ഉണ്ടായിട്ടുണ്ട്. തന്റെ സുഹൃത്തിന്റെ മകളുടെ വിവാഹത്തിൽ പങ്കെടുക്കാൻ കഴിയാതെ തിരിച്ചു പോരേണ്ടിവന്നത് സ്വസമുദായത്തിനകത്തുതന്നെയുള്ള അസ്വാതന്ത്ര്യത്തിന്റെ ആഴം അദ്ദേഹത്തെ ബോദ്ധ്യപ്പെടുത്തി. അദ്വൈതാശ്രമം സംസ്കൃതസ്കൂളിന്റെ മാനേജരും ആശ്രമത്തിന്റെ സെക്രട്ടറിയുമായ ആശാൻ ആലുവയിൽനിന്ന് ഭാര്യയും കുട്ടിയുമായി കൊല്ലത്ത് ബോട്ടിറങ്ങി സർക്കാർ റെയിൽവേ സത്രത്തിൽ ചെന്നപ്പോൾ ഉയർന്ന ജാതിക്കാരനായ വിചാരിപ്പുകാരൻ, ആശാന് സത്രത്തിൽ മുറി നിഷേധിച്ചു. അടക്കാനാവാത്ത അന്തഃക്ഷോഭത്തോടെ ദിവാൻ പേഷ്കാരായ ആർ കൃഷ്ണപിള്ളയെ കണ്ട്, തനിക്കും കുടുംബത്തിനും മുറി അനുവദിച്ചാൽ പോരെന്നും സമുദായത്തോടു കാട്ടുന്ന അനീതി മാറ്റിയേ തീരു എന്നും ആശാൻ വാദിച്ചു. അതോടൊപ്പം ഭാര്യയ്ക്ക് ഒരു നിർദ്ദേശവും നല്കി. മകൻ ഇത്തരം അനീതികൾക്കെതിരെ പൊതുപ്രവർത്തനത്തിന് ഇറങ്ങുകയാണെങ്കിൽ തടസ്സം നില്ക്കരുത്.[1]

1. 1920 ലെ ഡയറിയിൽ ഇക്കാര്യം വിശദമായി ആശാൻ രേഖപ്പെടുത്തിയിട്ടുണ്ട്. സംഭവം നടന്നത് 4-10-1920 ൽ ആണ്.

ഉയർന്ന നിലയിൽനിന്നു താഴേക്കിറങ്ങി സമുദായസേവനം നടത്തിയ ഒരാളായിരുന്നില്ല ആശാൻ. ജാതിയുടെയും മതത്തിന്റെയും തൊട്ടുകൂടായ്മയുടെയും തീണ്ടിക്കൂടായ്മയുടെയും ഇടയിൽ സമുദായം ഞെരിഞ്ഞമരുന്നതോർത്ത് തീപിടിച്ച മനസ്സുമായിട്ടായിരുന്നു ആശാൻ ജീവിച്ചത്. തന്റെ ജന്മസിദ്ധമായ കാവ്യപ്രതിഭയെ മനുഷ്യസ്വാതന്ത്ര്യത്തിനുവേണ്ടി ഉപയോഗിക്കാൻ സാധിക്കും എന്ന സത്യം ആശാൻ തിരിച്ചറിഞ്ഞു. അങ്ങനെയാണ് സമകാലിക പ്രശ്നങ്ങളെക്കുറിച്ച് നീറും മനസ്സോടെ അദ്ദേഹം പാടിയത്. എത്രയോ കവിതകളിൽ ആശാൻ നേരിട്ട് പ്രതിഷേധിക്കുകയും താക്കീതു നല്കുകയും ചെയ്യുന്നുണ്ട്.

ലഘുകാവ്യങ്ങൾ സമകാലികജീവിതത്തിന്റെ പ്രതിഫലനങ്ങളായിരിക്കുമ്പോൾ, ഖണ്ഡകാവ്യങ്ങൾ സമകാലികജീവിതവുമായി തെറ്റിപ്പിരിഞ്ഞു നില്ക്കുന്നതായി തോന്നാം. ആശാൻ സ്വന്തം കാലത്തിന്റെ അനുഭവശേഖരത്തിൽനിന്ന് സ്വീകരിച്ച ഒരേയൊരു കാവ്യവിഷയം ദുരവസ്ഥയുടേതു മാത്രമാണ്. സാമൂഹികജീവിതത്തിൽ നിരന്തരം ഇടപെടുകയും ഒരു മഹാസംഘടനയുടെ സെക്രട്ടറിയായി വളരെക്കാലം പ്രവർത്തിക്കുകയും പ്രജാസഭാമെമ്പറായിരിക്കുകയും ഒക്കെ ചെയ്ത ഒരു വ്യക്തിയുടെ കഥാകാവ്യങ്ങളിൽ അത്തരത്തിലുള്ള അനുഭവങ്ങളെ നിരാകരിക്കുകയോ നിഷേധിക്കുകയോ ചെയ്യുന്ന പ്രമേയങ്ങൾ എങ്ങനെ വന്നുകയറി എന്ന ചിന്ത കാവ്യാസ്വാദകരിൽ കൗതുകമുണർത്തുന്നതാണ്.

സ്നേഹത്തിനുവേണ്ടി അന്തസ്സും അഭിമാനവും വിട്ട് നായകന്മാരെ അന്വേഷിച്ചുപോകുന്ന നായികമാരുടെ ജീവിതമാണ് *നളിനി*യിലും *ലീല*യിലും *ചണ്ഡാലഭിക്ഷുകി*യിലും ആവിഷ്കരിച്ചിരിക്കുന്നത്. നമ്മുടെ സമൂഹത്തിൽ നടപ്പില്ലാത്ത ഒരു പ്രവൃത്തിയായതിനാൽ നായികമാരുടെ അന്വേഷണയാത്രകൾ എളുപ്പത്തിൽ അംഗീകരിക്കുവാൻ നമുക്കു പ്രയാസമാണ്. പക്ഷേ, എക്കാലത്തും എവിടെയും സ്നേഹത്തിനുവേണ്ടി യുവജനം അങ്ങനെചെയ്യാൻ തയ്യാറായിട്ടുണ്ട്. തയ്യാറാവുന്നുണ്ട്. പുരുഷന്മാരെക്കാളും സ്ത്രീകൾ തന്നെയാണ് അക്കാര്യത്തിൽ മുൻകൈയെടുത്തിട്ടുള്ളത്. ആപത്തിൽപ്പെട്ട് ചാത്തന്റെ കുടിലിൽ അഭയം തേടിയ സാവിത്രിപോലും അക്കാര്യത്തിൽ പിറകിലായിരുന്നില്ല. ഹെലൻ (ഇലിയഡ്), ലൈല (ലൈലാമജ്നു), മദാംബൊവാറി, അന്നാ കരിനീന, നടാഷ (നിന്ദിതരും പീഡിതരും), ശകുന്തള (ശാകുന്തളം) മീനാക്ഷിയമ്മ (ധർമ്മരാജാ, രാമരാജബഹദൂർ) ഉമ്മാച്ചു, കറുത്തമ്മ (ചെമ്മീൻ) തുടങ്ങിയ സ്ത്രീകൾ കുമാരനാശാന്റെ നായികമാർ ചെയ്തതിനേക്കാൾ അപരാധമൊന്നും ചെയ്തിട്ടില്ല. എങ്കിലും നമ്മൾ നളിനിയെയും ലീലയെയും മാതംഗിയെയും സാവിത്രിയെയും വാസവദത്തയെയും മാന്യമായ തലത്തിൽ പ്രതിഷ്ഠിക്കുകയും അവരുടെ ജീവിതത്തിനു പവിത്രത കല്പിച്ചു കൊടുക്കുകയും ചെയ്യുന്നു.

കുമാരനാശാൻ ആവിഷ്കരിച്ച ജീവിതാവസ്ഥകൾ വർത്തമാനകാലത്തും പ്രസക്തമാണ്. ഇന്നും നമ്മുടെ നാട്ടിൽ അത്തരം സംഭവങ്ങൾ

ധാരാളം നടക്കുന്നുണ്ട്. ഏതെങ്കിലും വീട്ടിൽനിന്ന് ഒരു യുവതി സ്നേഹിക്കുന്ന ഒത്ത പുരുഷനെത്തേടി ഇറങ്ങിപ്പുറപ്പെട്ടാൽ ബന്ധുക്കൾക്ക് സ്വീകാര്യമായി അനുഭവപ്പെടുകയില്ല. നമ്മുടേതുപോലുള്ള അടച്ചൊതുക്കിയ സമൂഹത്തിനു അത് സ്വീകരിക്കുവാൻ വിഷമമാണ്. ശകുന്തള ദുഷ്യന്തനെ ഗാന്ധർവ്വവിധിപ്രകാരം വിവാഹം കഴിച്ചെന്നറിഞ്ഞ് കണ്വനുപോലും വിഷമമുണ്ടായതായി വരികൾക്കിടയിൽ വായിക്കാവുന്നതാണ്. ഒരു യമിക്കുപോലും തന്റെ വളർത്തുമകൾ ഇത്തരത്തിൽ ഒരു പ്രവൃത്തി ചെയ്തതിൽ അസുഖം തോന്നിയെങ്കിൽ സാധാരണ ലൗകികന് എത്രമാത്രം വേദനയുണ്ടാകുമെന്ന് ഊഹിക്കാവുന്നതേയുള്ളൂ. അത്തരം സാഹചര്യങ്ങളെയാണ് കുമാരനാശാൻ അനൗചിത്യലേശമില്ലാതെയും അന്തസ്സോടെയും ആവിഷ്കരിച്ചത്. ആശാന്റെ നായികമാർ ഏതോ ദിവ്യമായ ലക്ഷ്യപ്രാപ്തിക്കുവേണ്ടി തുനിഞ്ഞിറങ്ങിയ ദേവതകളായി നമ്മുടെ മുന്നിൽ പ്രത്യക്ഷപ്പെടുന്നു.

കഥാപാത്രങ്ങൾ ചെയ്യുന്നത് സമൂഹത്തിനു നിരക്കാത്തതാണ് എന്നോ അതിക്രമമാണ് എന്നോ തോന്നാത്തവിധം കാവ്യവിഷയത്തെയും കാവ്യഭാവത്തെയും സമന്വയിപ്പിക്കാനും സംസ്കരിക്കുവാനും ഉദാത്തമായി ചിത്രീകരിക്കുവാനും ആശാനു സാധിച്ചു. നാം കാണുന്ന ബാഹ്യതലമല്ല ആശാൻ കാവ്യങ്ങളുടെ ലക്ഷ്യം. ജീവിതത്തിന്റെ താഴ്ചകളിൽനിന്ന് ദിവ്യമായ ഏതോ സോപാനങ്ങളിലേക്കു ഉയർത്തപ്പെട്ട ആകാശഭംഗികൾ ആശാന്റെ കഥാപാത്രങ്ങൾക്കെല്ലാമുണ്ട്. അദ്ദേഹത്തിന്റെ രചനയുടെ ദിവ്യമായ പ്രഭാവംകൊണ്ടും ജീവിതദർശനത്തിന്റെ നിലപാടുകൊണ്ടുമാണ് അത് കൈവന്നിട്ടുള്ളത്. സമകാലികജീവിതത്തെ വെല്ലുവിളിക്കുന്ന പ്രമേയങ്ങളാണെങ്കിലും സമകാലികജീവിതത്തിൽനിന്ന് അകന്നതോ സംഭവിക്കാത്തതോ അല്ല; നിരന്തരം സംഭവിച്ചുകൊണ്ടിരിക്കുന്നതും എന്നാൽ സമൂഹം അംഗീകരിക്കാത്തതുമായ ജീവിതസത്യങ്ങളാണ് കുമാരനാശാൻ കഥാകാവ്യങ്ങളിൽ അവതരിപ്പിച്ചിരിക്കുന്നത്. അങ്ങനെ നളിനിയും ലീലയും ചണ്ഡാലഭിക്ഷുകിയും സാവിത്രിയും സമകാലികജീവിതനിഷേധികളായ ധീരയുവതികളുടെ വിപ്ലവാത്മകജീവിതത്തിന്റെയും നിസ്തുലമായ കാവ്യഭാഷ്യങ്ങളായി മാറുന്നു.

പുരുഷമേധാവിത്വത്തിന്റെയും സ്ത്രീപീഡനത്തിന്റെയും സഹനത്തിന്റെയും എക്കാലത്തെയും ദുരന്തനായികയാണ് സീത. സ്ത്രീ അനുഭവിക്കുന്ന ദുരിതസങ്കടങ്ങൾ സ്നേഹത്തിനുവേണ്ടി മാത്രമാകുമ്പോൾ അതിന്റെ തീവ്രതയും ശക്തിയും വർദ്ധിക്കുന്നു. എക്കാലത്തും മനുഷ്യസമൂഹത്തിൽ സംഭവിച്ചുകൊണ്ടിരിക്കുന്ന പുരുഷാധിപത്യ സംസ്കാരത്തിന്റെ മാതൃകയായിട്ടുകൂടിയാണ് ആശാൻ *സീതാകാവ്യം* രചിച്ചത്. സ്നേഹത്തിനും ആത്മാർത്ഥയ്ക്കും ലഭിക്കുന്ന വ്യാകുലതകളും നിന്ദനവും പേറേണ്ടിവരുന്ന കറുത്ത സ്ത്രീജീവിത വിഷാദത്തിന്റെ പ്രതീകമാണ് സീത. അവൾ ആശാന്റെ വ്യക്തിദുഃഖങ്ങളും മനഃപീഡകളും കൂടി ഏറ്റുവാങ്ങിയിരിക്കുന്നു.

*ചിന്താവിഷ്ടയായ സീത*യിൽ കുമാരനാശാന്റെ വ്യക്തിജീവിതത്തിലെ സുപ്രധാനമായ ഒരനുഭവം ഒളിഞ്ഞുകിടക്കുന്നുണ്ട്. സീതയുടെ രചനാകാലവുമായും ആശാന്റെ ജീവിതാനുഭവങ്ങളുമായും ബന്ധപ്പെടുത്തിയാൽ സീത കുമാരനാശാന്റെയും ശ്രീരാമൻ നാരായണഗുരുവിന്റെയും സ്ഥാനങ്ങളിൽ ഇടയ്ക്കിടെ വന്നുമറയുന്നതായി തോന്നാം.

ആമുഖങ്ങളിൽ രേഖപ്പെടുത്തിയ കാലം കണക്കിലെടുത്താൽ കുമാരനാശാന്റെ കൃതികളിൽ എഴുതാൻ ഏറ്റവും കൂടുതൽ കാലം വേണ്ടിവന്നത് *ചിന്താവിഷ്ടയായ സീത*യ്ക്കാണ്. അദ്ദേഹം പറയുന്നു: 'ഈ കൃതി എഴുതാൻ ആരംഭിച്ചത് 1914 ആഗസ്ത് 10-ാം തീയതിയാണ്. ആദ്യത്തെ 80 പദ്യങ്ങൾ അന്നുമുതൽ പല അവസരങ്ങളിലായി എഴുതിയിട്ടുള്ളതും ശേഷം മുഴുവൻ ഈയിടെ ഏതാനും ദിവസങ്ങൾകൊണ്ട് എഴുതിയിട്ടുള്ളതുമാകുന്നു." എഴുതിത്തീർന്ന 8.12.1919 ൽ തന്നെ ആമുഖം എഴുതിയിരിക്കുന്നു.

ചിന്താവിഷ്ടയായ സീത എഴുതിയ നോട്ടു ബുക്കിൽ നിന്നു ലഭിക്കുന്ന ചില വസ്തുതകൾ ശ്രദ്ധേയമാണ്. 1 മുതൽ 74 വരെയുള്ള ശ്ലോകങ്ങൾ എഴുതാൻ 10.8.1914 മുതൽ 23.3.1919 വരെയുള്ള 1684 ദിവസം വേണ്ടിവന്നു. 75 മുതൽ 192 വരെയുള്ള 112 ശ്ലോകം എഴുതാൻ 23.3.1919 മുതൽ 8.12.1919 വരെയുള്ള 260 ദിവസമേ ആവശ്യമായി വന്നിട്ടുള്ളൂ. ആകെ 1944 ദിവസം (5 വർഷവും 219 ദിവസവും)

*ചിന്താവിഷ്ടയായ സീത*യുടെ രചനയിൽ കാലതാമസം ഉണ്ടായതെന്തുകൊണ്ട്? സംസ്കൃത സാഹിത്യത്തിൽ അഗാധപാണ്ഡിത്യമുണ്ടായിരുന്ന ആശാൻ പുരാണങ്ങളോടും ഇതിഹാസങ്ങളോടും വേണ്ടത്ര താല്പര്യം കാട്ടിയിട്ടില്ല. ഇതിവൃത്തങ്ങൾ തേടി ബുദ്ധകഥകളിലും മറ്റും പോയ ആശാനെ *രാമായണമഹാഭാരതാദികൾ* ആകർഷിച്ചില്ല എന്നതു ശരിതന്നെ. *രാമായണ*ത്തിലെ സീതയെക്കുറിച്ച് ഒരു കാവ്യം രചിക്കാൻ എന്തുകൊണ്ടു താല്പര്യമുണ്ടായി? *നളിനി*യുടെയും *ലീല*യുടെയും രചനയ്ക്കു ശേഷം ആശാൻ എന്ന ദാർശനികകവിയുടെ മുന്നിൽ മരണം അനിരോദ്ധ്യവശ്യതയോടെ വർത്തിച്ചിരിക്കാമെന്നും ജീവിതത്തിന്റെ ആത്യന്തികബിന്ദുവിൽ നിന്നുകൊണ്ട് ജീവിതത്തിലേക്ക് തിരിഞ്ഞുനോക്കാൻ ഭാവിക്കുന്ന സീതാദേവി ആ നിലയിൽ കുമാരനാശാന്റെ ബുദ്ധിയെ ആകർഷിക്കാവുന്ന ഒരു വിഷയം തന്നെയാണ് എന്നും പി കെ ബാലകൃഷ്ണൻ നിരീക്ഷിച്ചിട്ടുണ്ട്.[2] അദ്ദേഹത്തിന്റെ അഭിപ്രായം യുക്തിസഹമായി തോന്നാമെങ്കിലും അതുമാത്രമായിരുന്നില്ല സീതാകഥയിലേക്ക് തിരിയാൻ കുമാരനാശാനെ പ്രേരിപ്പിച്ചത്.

"കുമാരനാശാന്റെ ഭാര്യാസഹോദരൻ കെ സദാശിവൻ 1914 മുതൽ 1919 വരെ, അതായത് *ചിന്താവിഷ്ടയായ സീത* എഴുതിത്തുടങ്ങി അവസാനിപ്പിക്കുന്നതിനു തൊട്ടു മുൻപുവരെ ആശാനോടൊപ്പമാണ് താമ

2. *കാവ്യകല കുമാരനാശാനിലൂടെ* കോട്ടയം, എസ് പി സി എസ് 1978, പുറം 200-201.

സിച്ചിരുന്നത്. ആ കാലത്തെ സംഭവങ്ങൾ ചിലതെല്ലാം അദ്ദേഹം രേഖപ്പെടുത്തിയിട്ടുണ്ട്. കൈതമുക്കിൽ ആശാൻ താമസിക്കുന്ന കാലത്ത് സദാശിവൻ ഒരു വളന്റിയർ ക്ലർക്ക് എന്ന നിലയിൽ തന്റെ സേവനം എസ് എൻ ഡി പി യോഗത്തിനു സമർപ്പിച്ചിരുന്നു. സദാശിവൻ ആശാനോടൊത്ത് താമസം തുടങ്ങുമ്പോൾ *ചിന്താവിഷ്ടയായ സീത*യുടെ ഏതാനും ശ്ലോകങ്ങൾ മാത്രമേ എഴുതിയിരുന്നുള്ളൂ. എഴുതുന്നത് ആശാൻ സദാശിവനെ വായിച്ചുകേൾപ്പിക്കാറുണ്ടായിരുന്നു. കാവ്യത്തെക്കുറിച്ച് ആശാൻ നല്കിയ വിശദീകരണത്തെപ്പറ്റി സദാശിവൻ പറയുന്നുണ്ട്. പുരാണങ്ങളിലോ കാളിദാസൻ, ഭവഭൂതി തുടങ്ങിയവരുടെ കാവ്യങ്ങളിലോ സീതാദേവിയുടെ അന്തർദ്ധാനത്തെപ്പറ്റിയുള്ള പ്രതിപാദനം യുക്തിക്കു ചേരുന്നതല്ല. സീതയെ ഭൂമിയുടെ പുത്രിയായോ അവതാരമായോ കരുതേണ്ടതില്ല. ഭൂമി പിളർന്ന് അന്തർദ്ധാനം ചെയ്തു എന്ന കഥ യുക്തിക്കു ചേരുന്നില്ല. സീതയുടെ അവസാനം എങ്ങനെ? ക്ഷത്രിയരാജകുമാരി, ജനകപുത്രി, ശ്രീരാമന്റെ പത്നി, ഭർത്താവിനെ പിന്തുടർന്ന് വനവാസം വരിച്ച സതീരത്നം, രാക്ഷസരാജാവിന്റെ കൊട്ടാരത്തിൽ കുറേക്കാലം കഴിയേണ്ടി വന്ന്, അഗ്നിശുദ്ധിചെയ്ത് പാതിവ്രത്യം പൊതുജനമദ്ധ്യത്തിൽ തെളിയിച്ച മഹാമനസ്വിനി പൂർണ്ണഗർഭിണിയായിരിക്കുമ്പോൾ കൊടുംകാട്ടിൽ പരിത്യക്തയാവേണ്ടിവന്ന ഹതഭാഗ്യക്ക് ജീവിച്ചിരിക്കണമെന്ന ആഗ്രഹമേയില്ല. വാല്മീകിയെ കാണാനിടയായതിനാൽ ആശ്രമവാസിനിയായി. പ്രസവിച്ച കുട്ടികളെ വളർത്തി കുലം അറുതിവരാതെ കാത്തുരക്ഷിക്കണമെന്ന ആഗ്രഹം മാത്രമേ ഉണ്ടായിരുന്നുള്ളൂ. അശ്വമേധയാഗത്തിൽ പങ്കെടുക്കുവാൻ മഹാമുനി കുട്ടികളെയുംകൊണ്ട് അയോദ്ധ്യയിലേക്കു പോയിക്കഴിഞ്ഞിരിക്കുന്നു. കുട്ടികൾ ചൊല്ലുന്ന *രാമായണം* കേട്ട് ശ്രീരാമന് സത്യം മനസ്സിലായി. സീതാദേവിയെ കൊട്ടാരത്തിലേക്ക് ക്ഷണിക്കാം. ആത്മാഭിമാനിയായ സീതാദേവിക്ക് പോകാനാവുമോ? പോകാതിരുന്നാൽ അതും തെറ്റാവില്ലേ? രാമനെ എങ്ങനെ വിശ്വസിക്കും? അദ്ദേഹം ഒരിക്കൽ പരിത്യജിച്ചതിന്റെ മാനഹാനി എങ്ങനെ സഹിക്കും? ഈ ധർമ്മസങ്കടങ്ങളാണ് ആശാൻ ചിത്രീകരിക്കാൻ ശ്രമിച്ചത്.[3]

സീതയുടെ ചിന്തകൾക്ക് കുമാരനാശാൻ സങ്കല്പിച്ച മഹത്വം ലഭിക്കാതെ പോയതെന്തുകൊണ്ട്? ആശാന്റെ ജീനിയസ്സ് പുരാണേതിഹാസങ്ങളോടു പ്രകടിപ്പിച്ച വൈമുഖ്യമോ സ്വസിദ്ധിയുടെ സഹജമണ്ഡലങ്ങളിൽനിന്നു പരിചിതമല്ലാത്ത സാമൂഹ്യജീവിതത്തിലേക്ക് സീതയെ ഇറക്കിനിറുത്താൻ നടത്തിയ ശ്രമത്തിൽ കവിത്വസിദ്ധി ഗർവ്വിച്ചു മാറിനിന്നതോ അല്ല കാരണം. ആശാന്റെ ജീവിതത്തിലെ ഒരു ഖണ്ഡം *ചിന്താവിഷ്ടയായ സീത*യിൽ പെട്ടെന്നു കണ്ടെത്താനാവാത്തവിധം ഒളിഞ്ഞു കിടക്കുന്നു. അതുകൊണ്ടാണ് സീതയുടെ ചിന്തകൾ അതിരുകടന്നുപോ

---

3. കെ സദാശിവൻ, *കുമാരനാശാൻ– ചില സ്മരണകൾ:* തോന്നയ്ക്കൽ: ശാരദാ ബുക്ക് ഡിപ്പോ, 1972 പുറം 18-19.

യത്. ശുണ്ഠിയും സങ്കടവും വരുമ്പോൾ ഏതു സീതയും ഇങ്ങനെയൊക്കെ പറയുമായിരിക്കാം. സാധാരണസ്ത്രീകൾ എന്തുതന്നെ പറഞ്ഞുകൂടാ എന്ന ചിന്ത സ്വാഭാവികം. സീതയുടെ വിചാരത്തിലൂടെ കടന്നുപോകുന്ന പ്രതിരൂപങ്ങൾക്ക് മാന്യമല്ലാത്ത അർത്ഥം വന്നുപോകുന്നെങ്കിൽ അതിനു കാരണം കവി ആരംഭത്തിൽ സങ്കല്പിച്ച അന്തരീക്ഷസൃഷ്ടി പിന്നീട് പൂർണ്ണസൗഭാഗ്യത്തോടെ ലഭിച്ചിട്ടില്ല എന്നതുകൊണ്ടുതന്നെ. സങ്കല്പത്തിൽ തെളിഞ്ഞതും വാക്കിൽ പകർത്തിയതുമായ സീതാദേവിക്ക് ചേർന്ന മഹത്വമാർന്ന ഭാവം വാക്കുകളിൽ ആവിഷ്കരിക്കുവാൻ കഴിയാതെ പോയത് കവി, അസൂയാലുക്കളായ തന്റെ പ്രതിയോഗികൾക്കു മറുപടി പറയാൻ സീതയെ ഉപയോഗപ്പെടുത്തിയതുകൊണ്ടാണ്. ശ്രീരാമന്റെ സീതാപരിത്യാഗത്തിൽ സീതയുടെ ചിന്ത എത്തിനില്ക്കുന്നത് എൺപതാം ശ്ലോകം മുതലാണ്. ഖലജിഹ്വയുടെ നശീകരണശക്തിയെപ്പറ്റി പറയുന്ന അവിടം മുതലാണ് രാമന്റെ പ്രവൃത്തിയെ സീത വിമർശിച്ചുതുടങ്ങുന്നത്. അവിടെ കവി കഥാപാത്രത്തിൽനിന്നും പതുക്കെ തന്നിലേക്കു മാറുകയും തന്റെ രോഷം കഥാപാത്രത്തിലേക്ക് ആവാഹിക്കുകയും ചെയ്യുന്നു. വ്യക്തിദുഃഖത്തെ കഥാപാത്രത്തിലേക്കു പകർന്നപ്പോൾ സീതയുടെ മഹത്വം വിസ്മരിക്കുകയോ സീതയുടെയും തന്റെയും അനുഭവം സമാനമാണ് എന്നു കവി കരുതുകയോ ചെയ്തു.

എസ് എൻ ഡി പി യോഗത്തിനു സ്വന്തമായ ഒരു കെട്ടിടമോ ഒരാഫീസോ ഉണ്ടായിരുന്നില്ല. പണിതീരാത്ത ഒരു കെട്ടിടത്തോടുകൂടി കൈതമുക്കിൽ ഒരു സ്ഥലം സ്വന്തമായി വാങ്ങുവാൻ ആശാനു കഴിഞ്ഞു. ഈ കെട്ടിടത്തിന്റെയും അതിനോടു ചേർന്ന് ഒരു ഹാളിന്റെയും പണി നടക്കുകയായിരുന്നു. അതിന്റെ അടിത്തറയും മറ്റും നല്ല ബലത്തിലുണ്ടാക്കണമെന്നും കരിങ്കല്ലുകൊണ്ടുതന്നെ കെട്ടണമെന്നും നിശ്ചയിച്ചിരുന്നു. കെട്ടിടം പൊങ്ങിക്കഴിഞ്ഞപ്പോൾ പല ആരോപണങ്ങളും ഉണ്ടായി. അക്കാലത്ത് കരിങ്കല്ലിന് വില കൂടുതലായിരുന്നു. കോവളം, പാച്ചല്ലൂർ തുടങ്ങിയ സ്ഥലങ്ങളിൽനിന്ന് കൊണ്ടുവരണമായിരുന്നു. കാളവണ്ടിയിൽ തിരുവനന്തപുരത്തെത്തുമ്പോൾ വില നന്നേ ഉയരും. എന്നാൽ വില കുറഞ്ഞ ചുടുകല്ല്, കണ്ണമ്മൂല, പാറ്റൂർ എന്നീ സ്ഥലങ്ങളിൽനിന്നു കിട്ടും. അവിടങ്ങളിൽനിന്ന് കൈതമുക്കിൽ പണി നടക്കുന്നസ്ഥലത്തേക്കു കൊണ്ടുവരാൻ വലിയ ചെലവുമില്ല. ആശാൻ പണം അപഹരിച്ചു എന്നും കരിങ്കല്ലിനു പകരം ചുടുകല്ലുകൊണ്ടാണ് അടിത്തറ കെട്ടിയിരിക്കുന്നത് എന്നും ആശാന്റെ ശത്രുക്കൾ പറഞ്ഞുപരത്തി. ഈ സംഭവം ടി കെ മാധവൻ ഡയറിക്കുറിപ്പിൽ എഴുതിയിട്ടുള്ളതായി അദ്ദേഹത്തിന്റെ മകൻ ഡോ. ബാബു വിജയനാഥ് തെളിവുതരുന്നു. നാരായണഗുരുവിന്റെ അന്തേവാസിയായിരുന്ന പഴമ്പള്ളി അച്യുതൻ ഇക്കാര്യം സംശയമില്ലാത്തവിധം രേഖപ്പെടുത്തിയിട്ടുമുണ്ട്.

..... ശ്രീനാരായണഗുരുവിന്റെ ഷഷ്ടിപൂർത്തി സ്മാരകമായി കൈതമുക്കിലുള്ള ഇരുനിലക്കെട്ടിടത്തിന്റെ പണി, ആശാന്റെ മേൽനോട്ടത്തിൽ നടന്നുകൊണ്ടിരിക്കയാണ്. പ്രമാണികളിൽ ചിലർ ശ്രീനാരായണഗുരു സ്വാമിയെ സമീപിച്ച് പരാതി ബോധിപ്പിച്ചു. മന്ദിരത്തിന്റെ അടിത്തറ കരിങ്കല്ലാണെന്ന് കണക്കിൽ കാണുന്നുണ്ടെങ്കിലും പണിതിരിക്കുന്നത് ഇഷ്ടികകൊണ്ടാണെന്നും പണം അപഹരിച്ചുവെന്നും മറ്റും. അങ്ങനെ ചെയ്യുമോ? എന്ന് സ്വാമി സംശയം പ്രകടിപ്പിച്ചപ്പോൾ അങ്ങനെയാണ് ചെയ്തിരിക്കുന്നത്. തൃപ്പാദങ്ങൾ നേരിട്ട് കണ്ട് ബോദ്ധ്യം വരുത്തണം എന്നുകൂടി അവർ അപേക്ഷിച്ചു. സ്വാമി ഇതിനൊന്നും തയ്യാറാവുകയില്ലെന്നായിരുന്നു പ്രധാനികളുടെ പൂർണ്ണവിശ്വാസം. പക്ഷേ, സംഭവിച്ചത് മറിച്ചാണ്. സ്വാമി അവരോടുകൂടി പുറപ്പെട്ടു. ജോലിക്കാരെക്കൊണ്ട് പലഭാഗങ്ങളും കുഴിപ്പിച്ചു നോക്കി. ഇതിനകം പരാതിക്കാർ ഓരോരുത്തരായി സ്ഥലം വിട്ടുകഴിഞ്ഞിരുന്നു. അങ്ങനെ അടിസ്ഥാനത്തെക്കുറിച്ചുള്ള അപവാദത്തിന്റെ അടിസ്ഥാനമില്ലായ്മ തെളിഞ്ഞു. പരാജയങ്ങൾ അവരെ കൂടുതൽ ദുർബ്ബുദ്ധികളാക്കുകയാണ് ചെയ്തത്..[4]

ഈ സംഭവം കുമാരനാശാനെ മാനസികമായി നന്നേ ക്ഷീണിപ്പിച്ചു. കുമാരനാശാൻ സത്യസന്ധനും യോഗ്യനുമാണെന്നു തെളിയിക്കുമ്പോൾ നാരായണഗുരു ഇങ്ങനെ ചെയ്ത് പരദൂഷണക്കാരുടെ ഉദ്ദേശ്യം പൊളിച്ചു എന്നു കരുതാവുന്നതാണ്. എന്നാൽ മറ്റൊരർത്ഥവുമുണ്ടല്ലോ. വിശ്വാസമുണ്ടായിരുന്നെങ്കിൽ ഗുരു ഇങ്ങനെ ചെയ്യേണ്ടതില്ലല്ലോ. ഏതോ തരത്തിൽ ഒരവിശ്വാസം ഗുരുവിന്റെ മനസ്സിൽ കടന്നുകൂടിയതുകൊണ്ടു തന്നെയാവണം അദ്ദേഹം അടിത്തറ കുഴിച്ചുനോക്കാൻ ഒരുമ്പെട്ടത്. ഈ അർത്ഥത്തിലേ ആശാന് ആ സംഭവം കാണാൻ സാധിക്കുകയുള്ളൂ. ശ്രീരാമന് വിശ്വാസമുണ്ടായിരുന്നെങ്കിൽ നാട്ടുകാരുടെ മുന്നിൽവെച്ച് സീതയെ അഗ്നിപരീക്ഷയ്ക്ക് വിടുമായിരുന്നോ? നാട്ടുകാരെ ബോദ്ധ്യപ്പെടുത്താൻ എന്ന വ്യാജേന സ്വന്തം മനസ്സിലെ സംശയം തന്നെയല്ലേ അദ്ദേഹം വെളിവായി കഴുകിയത്? സീതയുടെ അഗ്നിപരീക്ഷ ആശാന്റെ ജീവിതത്തിൽ ആവർത്തിക്കുകയായിരുന്നു.

നാരായണഗുരു കൈതമുക്കിലുള്ള എസ് എൻ ഡി പി ഓഫീസ് രണ്ടു പ്രാവശ്യം സന്ദർശിച്ചിട്ടുണ്ട്. 1911 മാർച്ച് 4-ാം തീയതി അദ്ദേഹം കൈതമുക്കിലുള്ള ഓഫീസ് സന്ദർശിച്ചതായി കുമാരനാശാൻ ഡയറിയിൽ രേഖപ്പെടുത്തിയിട്ടുണ്ട്. “Swamy came to the office. His was a surprise visit, We were all delighted to see Him and took Him to the office room. He put several questions about office work and other

---

4. എം പി അപ്പൻ, *അത്ഭുതപ്രതിഭനായ കുമാരനാശാൻ,* തോന്നയ്ക്കൽ: കുമാരനാശാൻ സ്മാരകം പുറം. 31.

connected matters of business and we answered well, He was evidently pleased." രണ്ടാം പ്രാവശ്യം നാരായണഗുരു കൈതമുക്കിലെ ഓഫീസ് സന്ദർശിച്ചത് 1916 ൽ ആണ്. 1916 ൽ ആയിരുന്നു നാരായണ ഗുരു സ്വാമികളുടെ ഷഷ്ഠിപൂർത്തി. ഷഷ്ഠിപൂർത്തി ആഘോഷങ്ങളുടെ ഭാഗമായി കൈതമുക്കിൽ ഒരു പുതിയ കെട്ടിടം പണിയാൻ ആശാൻ സ്ഥലം വാങ്ങിയതായും അവിടെ കെട്ടിടം പണിയുന്നതിനുവേണ്ടി 16.5.1916 ൽ നാരായണപിള്ള എന്നൊരാരാളെ പോയി കണ്ടതായും ഡയറിയിൽ രേഖപ്പെടുത്തിയിട്ടുണ്ട്. ഈ കെട്ടിടത്തിന്റെ പണി വേഗം തീർക്കാനുള്ള ശ്രമത്തിലായിരുന്നു ആശാൻ. അപ്പോഴാണ് നാരായണഗുരു അഗ്നിപരീക്ഷണത്തിന് എത്തിയത്.

1916ൽ ആഗസ്ത് 14 വരെയുള്ള ഡയറിക്കുറിപ്പുകളേ എഴുതിയിട്ടുള്ളൂ. അതിനു ശേഷമുള്ള ആ വർഷത്തെ കുറിപ്പുകൾ കാണുന്നില്ല. ആശാൻ ആക്കാലത്ത് ഡയറി എഴുതിയില്ല എന്നുവേണം കരുതാൻ. അസുഖകരമായ അനുഭവങ്ങൾ ഡയറിയിൽ എഴുതേണ്ട എന്ന് ആശാൻ കരുതുകയും പറയേണ്ടതെല്ലാം സീതാകാവ്യത്തിലൂടെ പറയുകയും ചെയ്തു. കാവ്യസന്ദർഭത്തിൽ കഥാപാത്രത്തിലൂടെയാകുമ്പോൾ തിരിച്ചറിയുകയില്ലല്ലോ,

എതിർപ്പ് അസഹ്യമായപ്പോൾ സെക്രട്ടറി സ്ഥാനത്തുനിന്ന് ഒഴിയാൻ തന്നെ ആശാൻ തീരുമാനിച്ചു. ബന്ധപ്പെട്ട സമുദായനേതാക്കന്മാരെ അദ്ദേഹം വിവരം അറിയിച്ചു. 1919 മെയ് (1094 മേടം) മാസത്തിൽ കായംകുളത്തുവെച്ചു കൂടിയ എസ് എൻ ഡി പി യോഗത്തിന്റെ പതിനാറാമതു വാർഷികയോഗത്തിൽ സെക്രട്ടറി സ്ഥാനം ഒഴിയുന്നതിനുമുമ്പ് നാരായണഗുരുവിന് എഴുതിയ കത്തിൽ ആശാൻ പറയുന്നു.

> ബ്രഹ്മശ്രീ സ്വാമി തൃപ്പാദങ്ങളിൽ ഭക്തിപൂർവ്വം ഉണർത്തിച്ചുകൊള്ളുന്നത്.
>
> കഴിഞ്ഞ പതിനഞ്ചു കൊല്ലമായി (ഇടയ്ക്ക് ഒരു കൊല്ലം കഴിച്ച്; എസ് എൻ ഡി പി യോഗത്തിന്റെ സെക്രട്ടറിയുടെ നിലയിലുള്ള കൃത്യങ്ങളും ചുമതലകളും എന്റെ ശേഷിക്കും യോഗ്യതയ്ക്കും ഒത്തവണ്ണം ഏകചിന്തയോടുകൂടി സത്യത്തെയും ന്യായത്തെയും സമുദായ സ്നേഹത്തെയും മുൻനിർത്തി ഞാൻ നിർവ്വഹിച്ചു വരുന്നതാകുന്നു. എന്നാൽ ആദ്യം മുതൽക്കുതന്നെ ഭാഗ്യദോഷത്താൽ ചില എതിർശക്തികൾ എന്റെ ശ്രമങ്ങളെയെല്ലാം സ്പർദ്ധാപൂർവ്വം തടുക്കുകയും യോഗത്തിന്റെ അഭിവൃദ്ധി വിഷയത്തിൽ വിനിയോഗിക്കേണ്ട എന്റെ സമയത്തിന്റെയും ശക്തിയുടെയും അധികഭാഗവും അതുകളോട് പോരാടിനിന്ന് നഷ്ടപ്പെട്ടുപോകയും ചെയ്യുന്ന വിവരം ഞാൻ ബോധിപ്പിക്കാതെതന്നെ തൃപ്പാദങ്ങളിലേക്ക് അറിവുള്ളതാണല്ലോ.
>
> ആ ദുശ്ശക്തികൾ ഇപ്പോഴും നാനാരൂപമായി വർദ്ധിച്ചുകൊ

ണ്ടിരിക്കുന്നതിനാലും അവയോട് ഏകാകിയായി എതിർത്തുനിന്ന് ഇനിയും സമയം കളയുന്നത് ബുദ്ധിപൂർവ്വമായിരിക്കില്ലെന്ന് തോന്നുകയാലും, ടി. സെക്രട്ടറി സ്ഥാനത്തിനു യോഗ്യതയുള്ള പലയാളുകളും സമുദായത്തിൽ ഇപ്പോൾ ഉള്ളതിനാലും, ഞാൻ ആ ജോലിയിൽനിന്ന് ഉടനേ ഒഴിയാൻ വിചാരിക്കുന്ന വസ്തുത വിനയപൂർവ്വം ഇതിനാൽ ഉണർത്തിച്ചുകൊള്ളുന്നു.

എന്ന്,

തൃപ്പാദാശ്രിതൻ,

ജനറൽ സെക്രട്ടറി

(എൻ കുമാരനാശാൻ)

ദുശ്ശക്തികളുടെ പ്രവൃത്തികളാൽ വശംകെട്ട് അസഹ്യമായ മനഃക്ഷോഭത്തെ അടക്കാൻ വേണ്ടി ആശാൻ അന്യാപദേശരൂപത്തിലുള്ള *ഗ്രാമവൃക്ഷത്തിലെ കുയിൽ* എന്ന ഒരു കാവ്യം 9.10.1918 ൽ എഴുതി പ്രസിദ്ധപ്പെടുത്തിയിരുന്നു. പരദൂഷണത്തിനും പീഡനത്തിനും വിധേയനായ കുയിലിനെ ഒരു ദൈവദൂതൻ സാന്ത്വനിപ്പിക്കുന്നതാണ് കാവ്യത്തിന്റെ സത്ത. പക്ഷേ, ഇതുകൊണ്ടൊന്നും ആശാന്റെ മനസ്സിന് സാന്ത്വനം ലഭിച്ചില്ല. ഇക്കാലത്തെല്ലാം *ചിന്താവിഷ്ടയായ സീതയുടെ* രചന മുടങ്ങിയും തുടർന്നും നടന്നുകൊണ്ടിരിക്കുകയായിരുന്നു. സെക്രട്ടറി സ്ഥാനം രാജിവച്ച് ഏഴുമാസം കഴിഞ്ഞാണ് *ചിന്താവിഷ്ടയായ സീത* എഴുതിത്തീർത്തത്.

സീതയെക്കുറിച്ച് മഹത്തായ ഒരു കാവ്യം രചിക്കുവാൻ തുടങ്ങിയ കുമാരനാശാന് എഴുപത്തിനാലു വരെയുള്ള ശ്ലോകങ്ങൾ എഴുതാൻ നാലു വർഷവും ഇരുന്നൂറ്റി ഇരുപത്തി നാലു ദിവസവും വേണ്ടിവന്നത് മറ്റൊന്നുംകൊണ്ടല്ല. തന്നെ അഭിമുഖീകരിച്ച അഗ്നിപരീക്ഷയെ എങ്ങനെ മാനസികമായി അഭിമുഖീകരിക്കും എന്ന ചിന്തയിലായിരുന്നു. അതിൽനിന്ന് ഒരു രക്ഷപ്പെടലെന്ന നിലയിലാണ് *ചിന്താവിഷ്ടയായ സീത*യുടെ രചനയിൽ കുമാരനാശാൻ മുഴുകിയത്. *ചിന്താവിഷ്ടയായ സീത*യുടെ രചനയിൽ വന്നുപെട്ട ചുവടുമാറ്റം വ്യക്തിപരമായ ആത്മവേദനയുടെ വെളിപ്പെടലായിരുന്നു.

കൃതികളിൽ എഴുത്തുകാർ മറഞ്ഞോ തെളിഞ്ഞോ ഉണ്ടാവും. അന്തർമ്മുഖനും ചിന്താശീലനുമായ ആശാന്റെ കാവ്യങ്ങളിൽ ആശാൻ പലേടത്തും ഒളിഞ്ഞു നില്ക്കുന്നുണ്ട്. കഥാപാത്രങ്ങളിൽ; സംഭവങ്ങളിൽ, ചുറ്റുമുള്ളവരുടെയും തന്റെ തന്നെയും ജീവിതാനുഭവങ്ങൾ മറ്റാർക്കും ബോദ്ധ്യമാകാത്തവിധം സന്നിവേശിപ്പിക്കുകയാണ് ചെയ്തിട്ടുള്ളത്. പ്രത്യക്ഷമായി ഒരു ബന്ധവുമില്ല എന്നു തോന്നുന്ന കൃതികളിൽപ്പോലും ആശാന്റെ സാന്നിദ്ധ്യം അനുഭവപ്പെടുന്നുണ്ട്.

കവിയുടെ സ്വകാര്യദുഃഖങ്ങളും നീറ്റലുകളും വേദനകളും ഒക്കെ

കാവ്യങ്ങളിൽ ഒതുക്കിവെച്ചു എന്നു വരാം. കാവ്യാസ്വാദനത്തിനു അതൊന്നും തടസ്സമല്ല. കവികളുടെ ആത്മകഥയോ ജീവചരിത്രമോ അറിഞ്ഞാൽ അതൊക്കെ കൂട്ടിവായിക്കുകയും അങ്ങനെ ആസ്വാദനത്തിന്റെ മറ്റൊരു തലംകൂടി സ്വന്തമാക്കുകയും ചെയ്യാം. കവിയെക്കൂടി അറിഞ്ഞ് കാവ്യം ആസ്വദിക്കാൻ സാധിച്ചാൽ കവിയുടെ വ്യക്തിപരമായ ദുഃഖദുരിതങ്ങളിൽ സഹൃദയർക്കും പങ്കാളികളാവാം. അങ്ങനെ കാവ്യാസ്വാദനത്തിൽ കവിമനസ്സ് കണ്ടെത്താനും വിശകലം ചെയ്യാനും സാധിച്ചേക്കും.

കുമാരനാശാന്റെ കൃതികളിലെ പൊതുവായ പ്രമേയം ഇംഗ്ലീഷിൽ ലൗവ് എന്നു പറയുന്ന സ്നേഹം ആണ്. സ്നേഹമാണഖിലസാരം എന്നത് പ്രേമമാണഖിലസാരം എന്നു മാറ്റണം എന്ന് ഒരു പണ്ഡിതൻ അഭിപ്രായപ്പെട്ടപ്പോൾ ആശാൻ അതു സ്വീകരിച്ചില്ല.[5] ലൗ എന്നതിനുകരം ഉപയോഗിക്കുന്ന സ്നേഹത്തിൽ പ്രേമം, രാഗം, രതി, അനുരാഗം, അഭിനിവേശം, പ്രിയം... എല്ലാം ഒതുങ്ങിയിട്ടുള്ളതായി ആശാൻ കരുതിയിരുന്നു. സ്നേഹത്തിന്റെ അനശ്വരതയെയും അതിന്റെ സഹനത്തെയും നിന്ദനത്തെയും ആവിഷ്കരിക്കുവാനാണ് ആശാൻ എല്ലാ കൃതികളിലും ശ്രമിച്ചിട്ടുള്ളത്. സാർവ്വലൗകികവും സാർവ്വകാലികവുമായ സ്നേഹം മനുഷ്യഭാഗധേയങ്ങളിൽ സൃഷ്ടിക്കുന്ന ഹർഷോന്മാദങ്ങളും ദുരന്തങ്ങളും ആശാൻ കൃതികളെ എക്കാലത്തെയും ക്ലാസിക്കുകളായി പരിവർത്തിപ്പിച്ചിരിക്കുന്നു.

---

5. അത്ഭുതപ്രതിഭനായ കുമാരനാശാൻ, പുറം 39.

കുമാരനാശാന്റെ ശൃംഗാരശ്ലോകങ്ങൾ

കുമാരനാശാൻ ശൃംഗാരശ്ലോകങ്ങൾ എഴുതി നടന്ന കവിയായിരുന്നു എന്നും നാരായണഗുരുവിനെ കണ്ടപ്പോൾ ശൃംഗാരശ്ലോകങ്ങൾ എഴുതരുതെന്ന് പറഞ്ഞതിനുശേഷമാണ് ഉൽകൃഷ്ടകാവ്യങ്ങൾ എഴുതാൻ തുടങ്ങിയതെന്നും പൊതുവേ ഒരു വിശ്വാസമുണ്ട്. അടുത്തകാലത്ത് പ്രസിദ്ധപ്പെടുത്തിക്കണ്ട പല ലേഖനങ്ങളിലും ആ ധാരണ വ്യാപകമായി പ്രചരിക്കുന്നുണ്ട്. ശ്രദ്ധേയമായ പഠനങ്ങളിൽപ്പോലും ആ തെറ്റിദ്ധാരണ കടന്നുകയറുകയും ചെയ്യുന്നുണ്ട്. കുമാരനാശാൻ ശൃംഗാരശ്ലോകങ്ങൾ എഴുതിയിരുന്നുവോ? ആ വിചാരം പ്രചരിക്കാൻ ഇടയായത് എന്തുകൊണ്ട്?

1970 കളിൽ കുമാരനാശാന്റെ കൈയെഴുത്തു നോട്ടുബുക്കുകളെക്കുറിച്ച് ഗവേഷണം നടത്തിയ കാലത്ത്, കുമാരനാശാൻ എഴുതിയ ശൃംഗാരശ്ലോകങ്ങളെക്കുറിച്ച് ഞാൻ കേട്ടിരുന്നു. കുമാരനാശാന്റെ കാവ്യങ്ങളോട് അസാധാരണമായ സ്നേഹവും പ്രതിപത്തിയുമുണ്ടായിരുന്ന ഡോ. പി കെ നാരായണപിള്ളയായിരുന്നു എന്റെ ഗുരുനാഥൻ... അദ്ദേഹത്തോട് ആശാന്റെ ശൃംഗാരശ്ലോകങ്ങളെക്കുറിച്ച് ഞാൻ വിശദമായി സംസാരിക്കുകയുണ്ടായി. 'ആശാന്റെ ഹൃദയം' എന്ന പ്രൗഢമായ പഠനം എഴുതിയിട്ടുള്ള അദ്ദേഹം പറഞ്ഞു:

"ഞാനും വളരെക്കാലമായി ആശാന്റെ ശൃംഗാരശ്ലോകങ്ങളെക്കുറിച്ചു കേൾക്കുന്നു. പക്ഷേ, ഇതേവരെ ഒരു ശ്ലോകംപോലും എന്റെ അന്വേഷണത്തിൽ കണ്ടുകിട്ടിയിട്ടില്ല. ഈ ധാരണ എങ്ങനെയുണ്ടായി എന്ന് അന്വേഷിക്കേണ്ടിയിരിക്കുന്നു."

കുമാരു നാരായണഗുരുവിനെ കണ്ടുമുട്ടുന്നതിനുമുമ്പുതന്നെ കുഞ്ഞിക്കുട്ടൻതമ്പുരാന്റെ ആമുഖത്തോടെ *സുബ്രഹ്മണ്യശതകം* എന്ന സ്തോത്രകാവ്യം പ്രസിദ്ധപ്പെടുത്തിക്കഴിഞ്ഞിരുന്നു. കുമാരുവിന്റെ

മനസ്സിൽ, അച്ഛൻ സ്ഥിരമായി പറഞ്ഞുകേൾക്കാറുള്ള നാരായണഗുരുവിന്റെ സാക്ഷാൽ രൂപം വിളങ്ങിനിന്നിരുന്നു. *സുബ്രഹ്മണ്യശതക*ത്തിൽ നാരായണഗുരുവിനെ 'അണികരമേകിയണഞ്ഞിടുന്ന നാരാ/യണ ഗുരു നായകനെന്റെ ദൈവമല്ലോ' എന്നാണ് പ്രകീർത്തിക്കുന്നത്. കുമാരു പഠനം കഴിഞ്ഞ് വീട്ടിൽ പനിപിടിച്ചു കിടന്ന കാലത്ത് ഒരു ദിവസം അച്ഛൻ നാരായണൻ പെരുംകുടി, നാരായണഗുരുവിനെ വീട്ടിലേക്കു ക്ഷണിച്ചു കൊണ്ടുവരികയുണ്ടായി. അവിടെ വെച്ചാണ് ആദ്യമായി കുമാരു ഗുരുവിനെക്കണ്ടത്. ഗുരു ചില മരുന്നുകളൊക്കെ പറഞ്ഞുകൊടുത്തു. കുമാരുവിന്റെ വിശേഷങ്ങളൊക്കെ വിശദീകരിച്ചു കേട്ട ഗുരു കുമാരുവിനോട് "നിനക്ക് നമ്മുടെ കൂടെ വരാൻ സമ്മതമാണോ?" എന്നു ചോദിച്ചു.

"എനിക്കു സമ്മതംതന്നെ" എന്നു കുമാരു മറുപടി പറയുകയും ചെയ്തു. എന്നാൽ, പനിപിടിച്ചു കിടപ്പിലായിരുന്നതിനാൽ കുമാരുവിന് അന്ന് ഗുരുവിനോടൊത്ത് പോകാൻ കഴിഞ്ഞില്ല.

പനി മാറിയപ്പോൾ കുമാരു വീട്ടിനടുത്തുള്ള വേലായുധൻനടയിൽ ഉണ്ടായിരുന്ന ഓലപ്പുരയിൽ വെച്ച് കുട്ടികളെ സംസ്കൃതം പഠിപ്പിക്കാൻ തുടങ്ങി. അങ്ങനെയാണ് കുമാരു, കുമാരുആശാനും പിന്നീട് കുമാരനാശാനും ആയത്. കുമാരു ഇടയ്ക്കിടെ ചിന്താകുലനും ധ്യാനനിരതനും സ്വബോധം നഷ്ടപ്പെട്ടവനുമായി കാണാറുണ്ടായിരുന്നു. ആശാന് ജീവിതത്തോടുണ്ടായിരുന്ന വിരക്തി വർദ്ധിച്ചുകൊണ്ടേയിരുന്നു. ഒരു ദിവസം ആരോടും പറയാതെ ആശാൻ എല്ലാം ഉപേക്ഷിച്ച് തെങ്കാശി, കുറ്റാലം, പളനി - തുടങ്ങിയ സ്ഥലങ്ങളിലേക്ക് കാൽനടയായി യാത്രയായി. ഭക്ഷണമില്ലാതെ, വിശ്രമമില്ലാതെ ആശാൻ വല്ലാതെ അവശനാവുകയും മലമ്പനി പിടിപെട്ട് രോഗിയായി മാറുകയും ചെയ്തു. മുമ്പ് വീട്ടിലെത്തി തനിക്ക്, അസുഖത്തിന് മരുന്നു നല്കുകയും കൂടെ ക്ഷണിക്കുകയും ചെയ്ത നാരായണഗുരുവിന്റെ സ്നേഹവാത്സല്യം മനസ്സിലുണ്ടായിരുന്നു. രോഗിയായ ആശാൻ ഗുരുവിന്റെ ആശ്രമം സ്ഥിതിചെയ്യുന്ന നെയ്യാറ്റിൻകര അരുവിക്കര പഞ്ചായത്തിലെ അരുവിപ്പുറത്ത് എത്തിച്ചേരുകയാണുണ്ടായത്. അങ്ങനെയാണ് കുമാരനാശാൻ നാരായണഗുരുവിന്റെ ശിഷ്യഗണത്തിൽപ്പെട്ടത്. നാരായണഗുരുവിനെ തേടിയെത്തിയകാലത്ത് ആശാന് ഏകദേശം 18 വയസ്സു പ്രായം വരുമായിരുന്നു-കാലം 1891.

1893 ഏപ്രിൽ മാസത്തിൽ തിരുവനന്തപുരത്തുള്ള കുളത്തൂർ കോലത്തുകര ക്ഷേത്രത്തിൽ നാരായണഗുരു ശിവപ്രതിഷ്ഠ നടത്തുകയുണ്ടായി. അപ്പോൾ ഗുരു ഇങ്ങനെ ചൊല്ലി:

"കോലത്തുകരക്കുടികൊണ്ടരുളും
ബാലപ്പിറചൂടിയ വാരിധിയെ."

ചൊല്ലൽ നിറുത്തിയിട്ട്, ഗുരു അടുത്തുനിന്ന കുമാരനോടു പറഞ്ഞു:
"കുമാരാ ഉത്തരാർദ്ധം പൂരിപ്പിക്കൂ."
കുമാരൻ ഇങ്ങനെ കവിത പൂരിപ്പിച്ചു:

"കാലൻ കനിവറ്റു കുറിച്ചുവിടു-
ന്നോലപ്പടിയെന്നെയയക്കരുതേ."

ചെറുപ്പകാലം മുതൽതന്നെ കുമാരനാശാൻ, *സുജനാന്ദിനി*, *മലയാള വിനോദിനി* തുടങ്ങിയ ആനുകാലികങ്ങളിൽ കുമാരൻ, കെ എൻ കുമാരൻ, കായിക്കര കെ എൻ കുമാരൻ, കുമാരു തുടങ്ങിയ പേരുകളിൽ സ്തോത്ര കവിതകളും പ്രകൃതിവർണ്ണനകളും എഴുതാറുണ്ടായിരുന്നു. നാരായണ ഗുരുവിന്റെ ആശ്രമത്തിൽ, അരുവിപ്പുറത്ത് എത്തുന്നതിനു മുമ്പുതന്നെ കുമാരൻ *നിജാനന്ദവിലാസം, നിജാനന്ദാനുഭൂതി, ഭക്തവിലാപം, സുബ്രഹ്മണ്യശതകം, ശിവസ്തോത്രമാല, ശാങ്കശതകം, ശിവ സുരഭി, ആനന്ദലഹരി, ദേവ്യപരാധക്ഷമാപണസ്തോത്രം, അനുഗ്രഹപരമദശകം, കാമിനീഗർഹണം, വിഭൂതി, പരമപഞ്ചകം* തുടങ്ങിയ സ്തോത്രകൃതി കളിൽ ചിലതെല്ലാം എഴുതിക്കഴിഞ്ഞിരുന്നു. 1873 ഏപ്രിൽ മാസത്തിൽ ജനിച്ച കുമാരുവിന് അന്ന് 20 വയസ്സു പ്രായമുണ്ടായിരുന്നു. സ്ഥിരമായി സ്തോത്രകവിതകൾ എഴുതിത്തഴക്കം വന്ന കുമാരന് ഗുരുവിന്റെ സമസ്യ പൂരിപ്പിക്കാൻ അത്ഭുതസിദ്ധിയൊന്നും ആവശ്യമില്ലായിരുന്നു. നാരായണഗുരുവിനെ കണ്ടുമുട്ടിയില്ലായിരുന്നെങ്കിലും കുമാരനാശാൻ കവിയായി ഇവിടെയൊക്കെ ഉണ്ടാകുമായിരുന്നു. ഏതുതരത്തിൽപ്പെട്ട കവി? ഏതുതരത്തിൽപ്പെട്ട മനുഷ്യൻ? എന്നീ ചോദ്യങ്ങൾക്കുമാത്രമേ ഉത്തരം കണ്ടെത്തേണ്ടതുള്ളൂ.

കുമാരനാശാൻ പല്ലനയാറ്റിൽ ബോട്ടുമുങ്ങി മരണപ്പെട്ട് അധിക ദിവസം കഴിയുംമുമ്പ് കുമാരനാശാനെക്കുറിച്ച് ആദ്യമായി ഒരു ജീവചരി ത്രക്കുറിപ്പ് എഴുതിയത് കുമ്പളംചിറയിൽ സി വാസവപ്പണിക്കരാണ്. കുമാരനാശാന്റെ അനുജൻ എൻ ശേഖരൻ വാദ്ധ്യാരുടെ നിർബ്ബന്ധ പ്രകാരം, 12 വർഷത്തിനുശേഷം, 1936 ൽ ആ ജീവചരിത്രസംഗ്രഹം വിപുലപ്പെടുത്തി വാസവപ്പണിക്കർ *മഹാകവി കുമാരനാശാന്റെ ജീവച രിത്രം* എന്ന ഗ്രന്ഥം എഴുതി പ്രസിദ്ധപ്പെടുത്തുകയുണ്ടായി. ആ കൃതിയിൽ പറയുന്നു: "കവിതാനിർമ്മാണത്തിൽ വാസനയുണ്ടെന്നറി യുകയാൽ ശൃംഗാരശ്ലോകങ്ങൾ എഴുതരുതെന്ന് ആശാനെ സ്വാമികൾ ഉപദേശിച്ചു" (മഹാകവി കുമാരനാശാന്റെ ജീവചരിത്രം, പുറം 28). നാരായണഗുരു ഇങ്ങനെ ഏതു സന്ദർഭത്തിലാണു പറഞ്ഞതെന്നോ എവിടെ പറഞ്ഞു എന്നോ വാസവപ്പണിക്കർ പറയുന്നില്ല. സി ഒ കേശവൻ *മഹാകവി കുമാരനാശാൻ* എന്ന കൃതിയിൽ പറയുന്നു: "ശ്രീനാരായ ണഗുരു സ്വാമികൾ, തന്റെ വാത്സല്യഭാജനമായിത്തീർന്ന കുമാരനുമായി പലപ്പോഴും കണ്ടുമുട്ടാറുണ്ടായിരുന്നു. അങ്ങനെയാണ് ബാല്യകാല കവിതകൾ ശ്രവിക്കുന്നതിന് സ്വാമികൾക്ക് അവസരം ലഭിച്ചത്. കാവ്യ രചനയിൽ തന്റെ ബാലശിഷ്യന് അസാധാരണമായ വാസനയുണ്ടെന്ന് കണ്ട സ്വാമികൾ ആ വിഷയത്തിൽവേണ്ട പ്രോത്സാഹനം നൽകുകയും, ശൃംഗാരശ്ലോകങ്ങൾ എഴുതരുതെന്ന് പ്രത്യേകം ഉപദേശിക്കുകയും ചെയ്തിരുന്നു." (*മഹാകവി കുമാരനാശാൻ*, പുറം 44.) എവിടെ വെച്ച്,

എപ്പോഴാണ് സ്വാമികൾ അങ്ങനെ പറഞ്ഞതെന്ന് സി ഒ കേശവനും പറയുന്നില്ല. *മൃത്യുഞ്ജയം കാവ്യജീവിതം* രചിച്ച എം കെ സാനു പറയുന്നു: "എങ്കിലും അതോടൊപ്പം ലഘുവായ ഒരുപദേശംകൂടി സ്വാമികൾ നല്കി. ശൃംഗാരശ്ലോകങ്ങൾ എഴുതരുത്. പിൽക്കാലത്ത് വളരെ പ്രസിദ്ധമായിത്തീർന്ന വാക്കുകൾ. ഈ ഉപദേശത്തിന്റെ അർത്ഥം കുമാരൻ അക്കാലത്ത് ശൃംഗാരശ്ലോകങ്ങൾ എഴുതിയിരുന്നു എന്നാണോ? ആണെന്നു ചിലർ കരുതുന്നുണ്ട്. അതു സ്ഥാപിക്കുന്നതിനു വേണ്ടി അക്കൂട്ടർ ചില ശ്ലോകങ്ങൾ (തെറ്റായി) ഉദ്ധരിച്ചു കാണിക്കുകയും ചെയ്തിട്ടുണ്ട്. എന്നാൽ, കുമാരൻ ശൃംഗാരശ്ലോകങ്ങൾ രചിച്ചിരുന്നതിനു തെളിവൊന്നുമില്ല." (*മൃത്യുഞ്ജയം കാവ്യജീവിതം*, പുറം 16)

കുമാരനാശാൻ ശൃംഗാരശ്ലോകങ്ങൾ എഴുതിയിരുന്നു എന്ന ധാരണ പ്രചരിപ്പിക്കാൻ ഇടയായ സാഹചര്യം കുമാരനാശാനുമായി വളരെ അടുത്ത ബന്ധം പുലർത്തിയ വിളയത്തു കൃഷ്ണനാശാൻ വ്യക്തമാക്കിയിട്ടുണ്ട്. കൃഷ്ണനാശാൻ ഒരു വർഷക്കാലം അരുവിപ്പുറത്ത് സന്ന്യാസിമഠത്തിൽ സ്വാമികളെ സേവിച്ചു താമസിച്ചിട്ടുണ്ട്. അവിടെവെച്ച്, കുമാരനാശാനുമായിട്ടുണ്ടായിരുന്ന മുൻപരിചയം പുതുക്കി; സൗഹൃദം ആത്മബന്ധമായി വളരുകയും ചെയ്തു. അക്കാലത്ത് സ്വാമികളുടെയും ആശാന്റെയും കവിതകൾ പകർത്തിയെടുത്ത് കൃഷ്ണനാശാൻ സൂക്ഷിച്ചിരുന്നു. കൃഷ്ണനാശാൻ പറയുന്നു: "മഹാകവി ആദ്യമായി കവിത പാടിയത് ഭക്തിരസത്തിലാണ്. അദ്ദേഹത്തിന്റെ ഒരു പ്രധാന സ്തുതിപാഠകനായ എ ഡി ഹരിശർമ്മ അവർകൾ ഈ വിഷയം തെറ്റിദ്ധരിച്ചിരിക്കുകയാണ്. *ദീപം* എന്ന ഒരു മാസികയിൽ മി.ശർമ്മ മഹാകവിയുടെ ജീവചരിത്രത്തിന്റെ രത്നച്ചുരുക്കം പ്രസിദ്ധപ്പെടുത്തിയിരുന്നത് വായിച്ചപ്പോൾ വളരെ വ്യസനിക്കേണ്ടിവന്നു. ഈശ്വര ഭക്തന്മാർക്ക് സ്മരിക്കാൻ കൂടി കൊള്ളാത്ത ഒരു ശൃംഗാര പദ്യം *പ്രബോധചന്ദ്രോദയ*ത്തിലുണ്ട്.

അതിനെ ആ പുസ്തകം തർജ്ജുമ ചെയ്യേണ്ടി വന്നപ്പോൾ മഹാകവി തർജ്ജുമ ചെയ്തിട്ടുണ്ട്. അത് മഹാകവിയുടെ ആദ്യകാലത്തെ ഒരു ശൃംഗാരപദ്യമാണെന്ന് ആ ചരിത്രത്തിൽ പറഞ്ഞിട്ടുണ്ട്.

കൊങ്കക്കും ക്ഷതത്തിൽ സ്ഫുട
മിടകൾ നുറുങ്ങീടവേ ഗാഢമായെ-
ന്നങ്കത്തിങ്കൽക്കരേറിപ്പരിചൊടു പരി
രംഭിക്ക തുമ്പിക്കരോരു, തിങ്കൾ
    ഖണ്ഡാവതംസന്നുടയൊരു തുട
മേലത്തുഷാരാചലത്തി-ന്മങ്ക
    യ്ക്കേലുന്ന ലീലാലഹരി തുടരു
കെൻതങ്കമാൻകണ്ണിമൗലേ!

ഈ പദ്യം മഹാകവിയുടെ ബാല്യത്തിലെ ഒരു സ്വകൃതിയായ ശൃംഗാരപദ്യമാണെന്ന്(!) ഇത് *പ്രബോധചന്ദ്രോദയ*ത്തിൽ മഹാമോഹ മഹാരാജാവ് മിഥ്യ എന്ന ഭാര്യയോടു പറയുന്ന സംസ്കൃതപദ്യത്തിന്റെ

ഭാഷാന്തരമാണ്. ഇത് ആ നാടകം തർജ്ജുമചെയ്തപ്പോൾ അദ്ദേഹത്തിനു തർജ്ജുമ ചെയ്യേണ്ടതായി വന്നുപോയതാണ്." വിളയത്തു കൃഷ്ണനാശാന്റെ ദീർഘമായ വിശദീകരണം ഉദ്ധരിച്ചിട്ട് പ്രൊഫസർ എം കെ സാനു പറയുന്നു: "ഒരു വസ്തുത ഇവിടെ പ്രധാനമായി ഓർക്കണം. ആഭാസമായ ശൃംഗാരത്തിന്റ നേർക്ക് ആശാൻ എക്കാലത്തും വെറുപ്പാണ് പ്രകടമാക്കിയത്. കുസുമദേവന്റെ ദൃഷ്ടാന്തശതകത്തിലെ പ്രസിദ്ധമായ പ്രഥമപദ്യം പോലും അതിലെ അസഭ്യച്ചുവമൂലം അദ്ദേഹം ഇഷ്ടപ്പെട്ടിരുന്നില്ല..

കവിതാരസചാതുര്യം പണ്ഡി
തോവേത്തിനോ കവിസുതാ സു
രത ചാതുര്യം ജാമാതാവേ
ത്തിനോ പിതാ.

എന്ന ശ്ലോകം അദ്ദേഹം താഴെ കാണുംവിധം തിരുത്തി.

കവിതാരസചാതുര്യം പണ്ഡി
തോവേത്തിനോ കവി
വിപഞ്ച്യാഃ കാകളീ രസം
യഥാ ശ്രോതാനവൈണികഃ

ഈ തിരുത്തലിന് ആശാൻ ഒരു തർജ്ജുമയും നല്കി.

കവിതാരസധാടി പണ്ഡിതന്മാർ-
ക്കറിയാമക്കവികൾക്കറിഞ്ഞു
കൂടാ കളവല്ലകിതൻ ഗുണം
ശ്രവിപ്പോർ-ക്കറിയാം
വൈണികരെന്തറിഞ്ഞിടുന്നു?

കാവ്യാസ്വാദനസംബന്ധിയായ ഒരു വിവരണത്തിൽപ്പോലും പച്ചശൃംഗാരം കടന്നുവരുന്നത് പൊറുക്കാൻ കഴിയാത്ത പ്രകൃതമായിരുന്നു അദ്ദേഹത്തിന്റേത്."

(എം കെ സാനു, *മൃത്യുഞ്ജയം കാവ്യജീവിതം*, പുറം 65-67)

കുമാരനാശാൻ ശൃംഗാരശ്ലോകങ്ങൾ എഴുതിയിട്ടില്ല എന്ന സത്യം തെളിവോടെ, സംശയലേശമെന്യേ പറഞ്ഞിട്ടുള്ളത് പ്രൊഫസർ എം കെ സാനു മാത്രമാണ്. ആശാനെക്കുറിച്ച് എഴുതിയിട്ടുള്ള മറ്റു പലരും ആ ധാരണയെ അതേപടി സ്വീകരിച്ച് പരിപോഷിപ്പിച്ചിട്ടേയുള്ളൂ.

കുമാരനാശാന്റെ കൈയെഴുത്തു പ്രതികളെക്കുറിച്ച് അന്വേഷിച്ചു നടന്ന കാലത്ത് കൈയെഴുത്തുകളുടെ കൂട്ടത്തിൽ കുമാരനാശാന്റെ സ്വന്തം കൈപ്പടയിൽ ഇംഗ്ലീഷിൽ എഴുതിയ ഒരു കുറിപ്പ് കാണാനിടയായി. 1922 ജനുവരി 13 ന് മദ്രാസ് യൂണിവേഴ്സിറ്റി സെനറ്റുഹാളിൽവെച്ച് വെയിൽസ് രാജകുമാരൻ കുമാരനാശാന് പട്ടുംവളയും സമ്മാനിക്കുകയുണ്ടായി. ആ ചടങ്ങിന്റെ സംഘാടകർ കുമാരനാശാനോട് ബയോഡാറ്റ ചോദിച്ചപ്പോൾ ആശാൻ എഴുതി അയച്ചുകൊടുത്തതിന്റെ നക്കലായി

രുന്നു ഇംഗ്ലീഷിലുള്ള ആ ജീവചരിത്രക്കുറിപ്പ്. അതിൽ ആശാൻ പറയുന്നു:

"Wrote his early poetical works some of which was published with certificates of Kunjukuttan Tampuran. He began to read religious books in Sanskrit & Tamil more patiently than ever. Swami met him would ask him to go with him to Aruvipuram etc. Advised him not to write love poems. Already being struck with the (excellence) beauties of devotional poems written by him."

Biographical Notes by Kumaranasan
(ഡോ. എം എം ബഷീർ,
കുമാരനാശാന്റെ രചനാശില്പം,
കോട്ടയം: എസ് പി സി എസ്, 1988, പുറം 719–722.)

"ശൃംഗാരശ്ലോകങ്ങൾ എഴുതരു
തെന്ന് ഗുരു അയാളെ ഉപദേശിച്ചു.
മുമ്പേതന്നെ, അയാൾ എഴുതിയ
സ്തോത്രകൃതികളുടെ അസാധാര
ണമായ ഭംഗികളിൽ ആകൃഷ്ടനായ
തിനാൽ."

- എന്നാണ് കുമാരനാശാൻ പറയുന്നത്. ചെറുപ്പക്കാർ ശൃംഗാരശ്ലോകങ്ങൾ എഴുതിനടക്കുന്ന കാലത്ത് ഒരു യുവാവിനെ അത്തരം കവിതകൾ എഴുതരുതെന്ന് ഉപദേശിക്കുക തികച്ചും സ്വാഭാവികമാണ്. അയാൾ ശൃംഗാരകവിതകൾ എഴുതിയതുകൊണ്ടല്ല. ഒരു മുൻകരുതൽ എന്ന നിലയിലാണ് ഗുരു അങ്ങനെ പറഞ്ഞത് എന്ന് ആശാന്റെ വാക്കുകളിൽ വ്യക്തമാണ്.

കുമാരനാശാന്റെ കൈയെഴുത്തു നോട്ടുബുക്കുകളെക്കുറിച്ച് ഗവേഷണം നടത്തിയ കാലത്ത് ഞാൻ കുമാരനാശാന്റെ ഭാര്യ ഭാനുമതിയമ്മ, മകൻ കെ പ്രഭാകരൻ, കുമരനാശാന്റെ വില്ലുവണ്ടിക്കാരനും വിശ്വസ്തനുമായിരുന്ന വേലു തുടങ്ങിയവരുമായും അന്നു ജീവിച്ചിരുന്ന മുതിർന്ന ആശാൻ സ്നേഹികളുമായും സംസാരിച്ച് കിട്ടാവുന്ന വിവരങ്ങൾ ശേഖരിച്ചിരുന്നു. കുമാരനാശാന്റെ ശൃംഗാരശ്ലോകങ്ങളെക്കുറിച്ച് പറഞ്ഞറിഞ്ഞ കാര്യങ്ങൾ മാത്രം ഇവിടെ സംഗ്രഹിക്കാം:

1912 ൽ കൊല്ലത്തുള്ള ഒരു പ്രസാധകൻ *സരസാമോദം - കുമാരനാശാന്റെ ശൃംഗാരശ്ലോകങ്ങൾ* എന്ന പേരിൽ ഒരു പുസ്തകം തയ്യാറാക്കി വില്പനനടത്തിയിരുന്നു. കുമാരനാശാൻ പരിഭാഷപ്പെടുത്തിയ നാടകകൃതികളിൽനിന്നും മറ്റും ശേഖരിച്ച ശ്ലോകങ്ങളായിരുന്നു ആ കൃതിയിൽ സമാഹരിച്ചിരുന്നത്. മനസ്സിൽ വൈരാഗ്യം ജനിപ്പിക്കുന്നതിനുവേണ്ടി കവികൾ ശൃംഗാരത്തെയും ലൈംഗികതയെയും പച്ചയ്ക്ക് വർണ്ണിക്കുകയും വായനക്കാരിൽ ജുഗുപ്സ ജനിപ്പിക്കുകയും ചെയ്യാ

റുണ്ട്. മഹാക്ഷേത്രങ്ങളുടെ കവാടങ്ങളിൽ ലൈംഗികവൃത്തികൾ നഗ്നമായി കൊത്തിവെച്ചിട്ടുള്ളതുപോലെ കവികൾ ലൈംഗികവർണ്ണന യുടെ പാരമ്യത്തിലൂടെ അറപ്പും വെറുപ്പും സൃഷ്ടിക്കാറുണ്ട്. മനസ്സിലെ അഴുക്കുകളും വൃത്തികേടുകളുമെല്ലാം കഴുകിക്കളഞ്ഞിട്ട് ഇങ്ങോട്ടു കയറിയാൽ മതിയെന്നാണ് അതിന്റെ സാരം. അല്ലാതെ അതിനെ പ്രോത്സാഹിപ്പിക്കുകയല്ല ലക്ഷ്യം. ഇത്തരം ഒരവസ്ഥയാണ് ലൈംഗികത യെക്കുറിച്ചുള്ള വർണ്ണനകളിലൂടെ കവികൾ ലക്ഷ്യമാക്കുന്നത്. *വിചിത്ര വിജയം, പ്രബോധചന്ദ്രോദയം* എന്നീ നാടകങ്ങളിൽനിന്ന് വൈരാഗ്യം ജനിപ്പിക്കുന്നതിനുവേണ്ടി മൂലകവികൾ എഴുതിച്ചേർത്തിട്ടുള്ള കാവ്യ ഭാഗങ്ങളുടെ ആശാന്റെ പരിഭാഷകളാണ് *സരസാമോദ*ത്തിൽ സമാഹരി ച്ചിരുന്നത്. കുമാരനാശാൻ *സരസാമോദ*ത്തിന്റെ സമാഹർത്താവിനെ തിരെ കൊല്ലം ഡിസ്ട്രിക്ട് കോടതിയിൽ മാനനഷ്ടത്തിനു കേസു കൊടുത്തു. താൻ ശൃംഗാരശ്ലോകങ്ങൾ എഴുതിയിട്ടില്ലെന്നും താൻ പരിഭാഷപ്പെടുത്തിയ പ്രശസ്തനാടകങ്ങളിൽനിന്ന് പെറുക്കിയെടുത്ത്, താൻ എഴുതിയ ശൃംഗാരശ്ലോകങ്ങളെന്ന വ്യാജേന പ്രസിദ്ധപ്പെടുത്തിയതാ ണെന്നും തന്നെ അപമാനിക്കുവാനും സമൂഹത്തിൽ തനിക്കുള്ള സൽപ്പേരു കളങ്കപ്പെടുത്താനും വേണ്ടി കരുതിക്കൂട്ടിച്ചെയ്തതാണ് എന്നും ആശാൻ കോടതിയിൽ വാദിച്ചു. കേസ് ആശാന് അനുകൂലമായി വിധിക്കുകയും *സരസാമോദ*ത്തിന്റെ എല്ലാ കോപ്പികളും പിടിച്ചെടുത്ത് തീയിട്ടു നശിപ്പി ക്കാൻ ഉത്തരവിടുകയും ചെയ്തു. അതനുസരിച്ച് പ്രസാധകന്റെ കൈയി ലുണ്ടായിരുന്ന കോപ്പികൾ കണ്ടുകെട്ടുകയും കൊല്ലം ഡിസ്ട്രിക് കോട തിയുടെ വളപ്പിൽ കൂട്ടിയിട്ട് തീയിട്ടു നശിപ്പിക്കുകയും ചെയ്തു. പുസ്ത കത്തിന്റെ കോപ്പി കാണാൻ എനിക്കു സാധിച്ചിട്ടില്ല. വ്യക്തികളുടെ കൈയിൽ ഉണ്ടായിരുന്ന കോപ്പികൾപോലും പിടിച്ചെടുത്ത് നശിപ്പി ക്കുകയുണ്ടായി എന്നാണ് അറിയാൻ കഴിഞ്ഞത്. കുമാരനാശാന്റെ ശൃംഗാരശ്ലോകങ്ങളായി പ്രചരിച്ച ചില കാവ്യഭാഗങ്ങൾ പറഞ്ഞുകേട്ടത് ഇവിടെ എടുത്തുകാട്ടുന്നു;

1) അങ്കത്തീന്നുമണച്ചിടും
   സ്തനതടത്തീന്നും വിടുർത്തോ
   മന-ത്തങ്കത്തണ്ടിയലുന്ന വീണ
   യെയെടുത്തൻപാർന്നണ
   ത്തിന്നലെ എൻകൈയിൽ
   തരളാക്ഷി തന്നളവെനിക്കു
   ണ്ടായി പുത്രഭ്രമം;
   സങ്കോചം പരമുണ്ട
   തോർപ്പതിനുമിന്നെന്നാലു
   മോർക്കുന്നു ഞാൻ.

(*വിചിത്രവിജയം*, മൂന്നാം അങ്കം, ശ്ലോകം 15)

2) ഉത്തുംഗസ്തനമങ്ങുരസ്സുക

വിയെച്ചേർത്തുഢരാഗം പിടി-
ച്ചതൃർത്ഥംബഹുവാരവാർകുഴ
ലിമാർ പൂമെയ് പുണർന്നേനഹം
അത്യുച്ചസ്തനിയാം കപാലിനി
തരുന്നാലിംഗനത്തിൽ സുഖം
സിദ്ധിച്ചില്ലൊരിടത്തുമെന്റെ
സുഗതന്മാരാണെ നേരാണിത്

(*പ്രബോധചന്ദ്രോദയം*, മൂന്നാം അങ്കം, ശ്ലോകം 19)

3) മാടൊത്ത മാംസളഘനസ്ത
നഭാരലോലേ!
പേടിച്ച പേടമറിമാൻമിഴിമാരിൽ
മൗലേ ഗാഢ
രം പ്രിയ കപാലിനി നീ രമിപ്പി-
ച്ചീടുമ്പോഴിക്ഷപണകാവലി
യെന്തു ചെയ്യും!

(*പ്രബോധചന്ദ്രോദയം*, രണ്ടാം അങ്കം, ശ്ലോകം 35)

കുമാരനാശാന്റെയും നാരായണഗുരുവിന്റെയും കൃതികളും അവരെക്കുറിച്ചു വന്നിട്ടുള്ള മറ്റു രചനകളും കിട്ടാവുന്നിടത്തോളം കണ്ടെടുത്ത് വായിക്കാൻ ഞാൻ ശ്രമിച്ചിട്ടുണ്ട്. ശൃംഗാരശ്ലോകങ്ങൾ എഴുതരുതെന്ന് ഗുരു പറഞ്ഞതായി കുമാരനാശാൻ ഇംഗ്ലീഷിൽ എഴുതിയ കുറിപ്പിലല്ലാതെ മറ്റൊരിടത്തും കാണാൻ എനിക്കു സാധിച്ചിട്ടില്ല. സത്യത്തിൽ, ഈ തെറ്റിദ്ധാരണയ്ക്ക് കുമാരനാശാൻ തന്നെയാണ് കാരണക്കാരൻ എന്നു തോന്നുന്നു. ഈ തെറ്റിദ്ധാരണ മാറ്റിയെടുക്കാൻ എങ്ങനെയാണ് കഴിയുക എന്നറിയില്ല! ചെയ്യാത്ത കുറ്റത്തിനു നിരപരാധിയായ ഒരു കവിയെ ശിക്ഷിച്ചുകൊണ്ടേയിരിക്കുന്ന ചരിത്രപരമായ അനീതിയെ പ്രതിരോധിക്കേണ്ടത് കാവ്യാസ്വാദകരുടെ കടമയാണ്.

റഫറൻസ് ഗ്രന്ഥങ്ങൾ:

1. കുമ്പളംചിറയിൽ സി വാസവപ്പണിക്കർ, *മഹാകവി കുമാരനാശാന്റെ ജീവചരിത്രം*, പ്രകാശകൻ: കെ എസ് കേശവൻ 1936.
2. സി ഒ കേശവൻ, *മഹാകവി കുമാരനാശാൻ* തിരുവനന്തപുരം ചന്ദ്ര മോഹൻ പ്രസ് 1958.
3. എം കെ സാനു, *മൃത്യുഞ്ജയം കാവ്യജീവിതം*. കോട്ടയം എൻ ബി എസ് 1996.
4. ഡോ. എം എം ബഷീർ, *കുമാരനാശാന്റെ രചനാശില്പം*, തിരൂർ തുഞ്ചത്തെഴുത്തച്ഛൻ മലയാള സർവ്വകലാശാല, 2017.

കുമാരനാശാന്റെ കാവ്യകല

മലയാളസാഹിത്യത്തിലെ നവോത്ഥാനകാലം, കേരളവർമ്മ വലിയ കോയിത്തമ്പുരാന്റെയും എ ആർ രാജരാജവർമ്മത്തമ്പുരാന്റെയും സാഹിത്യപ്രവർത്തനങ്ങളുമായി ബന്ധപ്പെട്ടുകിടക്കുന്നു. പാശ്ചാത്യ സാഹിത്യത്തിൽനിന്നും സംസ്കൃതസാഹിത്യത്തിൽനിന്നും മലയാളം നേടിയ നേട്ടങ്ങളിൽ പലതിനും അവർ ഉത്തരവാദികളാണ്. ഉദാരമായ സാഹിത്യപ്രോത്സാഹനം, പാഠപുസ്തകനിർമ്മാണം, ഭാഷാസാഹിത്യ ങ്ങളിലെ അടിസ്ഥാനഗ്രന്ഥങ്ങളുടെ നിർമ്മിതി, സംസ്കൃതസാഹിത്യ ത്തിലെ അമൂല്യഗ്രന്ഥങ്ങളുടെ ഭാഷാന്തരം, സ്വതന്ത്രകാവ്യരചന, നൂതന കാവ്യതത്ത്വങ്ങളനുസരിച്ചുള്ള കാവ്യനിരൂപണം, പ്രാചീന ഗ്രന്ഥങ്ങളുടെ പുനഃപ്രകാശനം — ഇവയിലൂടെ അവർ രണ്ടുപേരും സ്വന്തം കാവ്യദർ ശനങ്ങളിൽ ഉറച്ചുനിന്നുകൊണ്ടുതന്നെ സാഹിത്യത്തിന്റെ സമഗ്രപുരോ ഗതിക്കും കവിതയിലെ രൂപഭാവങ്ങളെക്കുറിച്ചുള്ള പുതിയ ചിന്താഗതി കൾക്കും പശ്ചാത്തലമൊരുക്കുകയും മാർഗ്ഗനിർദ്ദേശം നൽകുകയും ചെയ്തു.

കേരളവർമ്മ, മണിപ്രവാളഭാഷയോടും സാഹിത്യത്തോടും അമിത മായ ആഭിമുഖ്യം പ്രകടിപ്പിച്ചപ്പോൾ, കൊടുങ്ങല്ലൂർ കോവിലകം കേന്ദ്ര മാക്കി കുറേ കവികൾ മലയാളകവിതയിൽ ഭാഷാപരമായ ഒരു മാറ്റത്തിനു വേണ്ടി ശ്രമിക്കുകയായിരുന്നു. അവർ, സംസ്കൃതപദങ്ങളുടെ അതിപ്ര സരം ഉപേക്ഷിച്ച്, നാടോടിപ്പദങ്ങൾക്കു കൂടുതൽ പ്രാധാന്യം നൽകി, ശ്രവണസുഖമുണ്ടാക്കുന്ന പ്രയോഗങ്ങളിലൂടെ പ്രതിപാദനം അത്യന്തം ലളിതമാക്കി. എന്നാൽ, ശുദ്ധമലയാളത്തിന്റെ ലാവണ്യം ഉൾക്കൊള്ളാൻ കഴിഞ്ഞ വെണ്മണി പ്രസ്ഥാനത്തിൽ പയറ്റിത്തെളിഞ്ഞ കവികൾ പ്രമേയ സ്വീകരണത്തിൽ താണ അഭിരുചികളാണ് പ്രദർശിപ്പിച്ചത്.

രസിക്കുക, രസിപ്പിക്കുക എന്നതായിരുന്നു അവരുടെ ലക്ഷ്യം; അതിനു വേണ്ടി അവർ സ്വീകരിച്ചത് ശൃംഗാരം എന്ന ഒരേയൊരു കാവ്യവിഷയവും. ആഭാസമായി മാറിപ്പോയ ആ കൃതികൾ സഹൃദയനെ നിരാസത്തിലേക്കാണ് നയിക്കുക. വെണ്മണിക്കവികളെ കലവറയില്ലാതെ ശ്ലാഘിച്ചിട്ടുള്ളവർകൂടി ആ കവികളുടെ കവിഞ്ഞ ശൃംഗാരപരതയെ ആക്ഷേപിച്ചിട്ടുണ്ട്. വാരനാരീലമ്പടത്വം, അനാവശ്യസംബോധനകൾ, പാദപൂരണത്തിനു വേണ്ടിയുള്ള പദപ്രയോഗങ്ങൾ, അസ്ഥാനത്തുള്ള ഫലിതപ്രയോഗം ഇവ വെണ്മണിപ്രസ്ഥാനക്കാരായ കവികളുടെ കാവ്യങ്ങളെ ഗൗരവബുദ്ധികളായ സഹൃദയരിൽനിന്ന് അകറ്റുന്ന വസ്തുതകളാണ്.

കാവ്യപ്രമേയത്തിൽ, മണിപ്രവാളകവികളെ പിൻതുടർന്ന വെണ്മണിക്കവികൾ രൂപശില്പത്തിൽ താല്പര്യം കാട്ടുകയും കാവ്യത്തിന്നാധാരമായ മറ്റു ഘടകങ്ങളെ നിസ്സാരമാക്കി തള്ളുകയും ചെയ്തു. മലയാളകവിതയിൽ ദൃശ്യമായ ഈ പ്രവണതയെ നിരുത്സാഹപ്പെടുത്തേണ്ടതാണെന്ന് എ ആർ രാജരാജവർമ്മ അറിഞ്ഞിരുന്നു. അർത്ഥത്തെയും ആശയത്തെയും നിഹനിക്കുന്ന കൃത്രിമത്വങ്ങൾ കവിതയിൽനിന്ന് ഒഴിവാക്കേണ്ടതിനെപ്പറ്റി അദ്ദേഹം ആവർത്തിച്ചു പ്രഖ്യാപിച്ചിട്ടണ്ട്.

'ദ്വിതീയാക്ഷരപ്രാസവാദം' കവിതയിലെ രൂപശില്പവും ഭാവശില്പവും അടിസ്ഥാനമാക്കി രണ്ടു കാവ്യദർശനങ്ങൾക്കു രൂപം നൽകി. ദ്വിതീയാക്ഷരപ്രാസവാദത്തിലേർപ്പെട്ട കവികൾ ചർച്ചയുടെ ലക്ഷ്യം ഹനിക്കുംവിധം 'ദ്വിതീയാക്ഷര'ത്തിൽ മാത്രം തല്പരരായതോടെ ദ്വിതീയാക്ഷരപ്രാസവാദത്തിന്റെ യഥാർത്ഥസത്ത തെറ്റിദ്ധരിക്കപ്പെട്ടു. ദ്വിതീയാക്ഷരസാമ്യത്തിനുവേണ്ടി വാദിച്ച വലിയ കോയിത്തമ്പുരാന് അക്കാര്യത്തിൽ വ്യക്തമായ കാഴ്ചപ്പാടുണ്ടായിരുന്നു. അർത്ഥത്തെയും ആശയത്തെയും ഉപേക്ഷിച്ചു ദ്വിതീയാക്ഷരപ്രാസം നിരീക്ഷിക്കണമെന്ന് അദ്ദേഹം അർത്ഥമാക്കിയിരുന്നില്ല. പാരമ്പര്യമായിക്കിട്ടിയ ദ്വിതീയാക്ഷരപ്രാസത്തെ ഉപേക്ഷിക്കാതിരിക്കുന്നത് മലയാളകവിതയുടെ ആഭിജാത്യത്തിനു സഹായകമാകുമെന്നേ അദ്ദേഹം അഭിപ്രായപ്പെട്ടുള്ളൂ. അക്കാര്യം 1083 ൽ തിരുവനന്തപുരം മഹാരാജാസ് കോളേജിലെ മലയാളസമാജത്തിന്റെ അദ്ധ്യക്ഷപ്രസംഗത്തിൽ അദ്ദേഹം വ്യക്തമാക്കിയിട്ടുണ്ട്.

> ദ്വിതീയാക്ഷരപ്രാസത്തെ തീരെ അനാദരിച്ച് ഒരു ഭാഷാകവിതാരീതിക്ക് ഇപ്പോൾ ഒരു മാർഗ്ഗദർശകനായിത്തീരാൻ ഉദ്യോഗിച്ചിരിക്കുന്നത്, എന്റെ പ്രിയഭാഗിനേയനും ശിഷ്യാഗ്രഗണ്യനുമായ എ ആർ രാജരാജവർമ്മ എം എ, എം ആർ എ എസ് കോയിത്തമ്പുരാനാണ്. ഞാനിപ്പോൾ പ്രാസപ്രയോഗനിയമത്തെ ഒഴിച്ച് ഒരു നവ്യമായകാവ്യം എന്റെ പ്രിയശിഷ്യന്റെ താൽപര്യമനുസരിച്ചു തന്നെയാണ് എഴുതിത്തുടങ്ങിയിരിക്കുന്നത്. ഈ പണ്ഡിതവര്യന്റെ അഭിപ്രായത്തിൽ, പ്രാസനിർബന്ധം വെച്ചുകൊണ്ടിരിക്കുന്നത് അർത്ഥന്യൂനതയ്ക്ക് ഹേതുവാകും എന്നാണ്. സാഹിത്യത്തിൽ

> അർത്ഥപുഷ്ടിക്കായിട്ടാണ് അധികം ശ്രദ്ധിക്കേണ്ടത് എന്നുള്ളത് നിർവിവാദം തന്നെ. എന്നാൽ, അർത്ഥപുഷ്ടി വരുത്തുന്നതോടുകൂടി ശബ്ദഭംഗിയേയും മഹാകവികൾ എല്ലാവരും വിവക്ഷിച്ചു കാണുന്നുണ്ട്. ഭാഷാകവിതയിൽ പ്രാചീനാചാര്യന്മാർ കാണിച്ചുതന്നിട്ടുള്ള രീതിയെ കേവലം ഗളഹസ്മിതയാക്കി ചെയ്യുന്നതു യുക്തമായിരിക്കുമോ എന്നു നല്ലവണ്ണം ആലോചിക്കേണ്ടതാണ്.[1]

കേരളവർമ്മ, ദ്വിതീയാക്ഷരപ്രാസം ഉപേക്ഷിച്ച് *ദൈവയോഗം* എന്ന കാവ്യം രചിക്കുകയും ദ്വിതീയാക്ഷരംപോലുള്ള രൂപഭംഗികരം ഉപേക്ഷിക്കാതെയുള്ള ഭാവഭദ്രതയാണ് താൻ അഭിലഷിക്കുന്നതെന്നു പ്രഖ്യാപിക്കുകയും ചെയ്തപ്പോൾ ദ്വിതീയാക്ഷരപ്രാസവാദത്തെ അദ്ദേഹം സമരസപ്പെടുത്താൻ ശ്രമിക്കുകയായിരുന്നു. പ്രാസവാദികളുടെ ഭാവനിരാസത്തെ കടിഞ്ഞാണിടണമെന്ന ഉദ്ദേശ്യത്തോടെ, കവിതയുടെ ബാഹ്യമോടികളെ ഉപേക്ഷിക്കണമെന്നും കാവ്യത്തിന്റെ ആന്തരസൗന്ദര്യത്തിലും ഭാവസൗഷ്ഠവത്തിലും ഊന്നണമെന്നും 'രാജരാജവർമ്മപ്രസ്ഥാനം' സിദ്ധാന്തിച്ചു. അവഗണിക്കപ്പെട്ടിരുന്ന ഭാവത്തിനു പ്രാധാന്യം ലഭിക്കുകയും കവിത ഭാവത്തിൽനിന്ന് രൂപത്തിലേക്ക് എന്ന കാവ്യസിദ്ധാന്തം സാർവ്വത്രികമാവുകയും ചെയ്തു. ദ്വിതീയാക്ഷരപ്രാസവാദം കൊണ്ട് ഭാഷയ്ക്കുണ്ടായ നേട്ടവും അതുതന്നെ. ഈ പശ്ചാത്തലത്തിൽ പാശ്ചാത്യസാഹിത്യത്തിലെ കാല്പനികസ്വഭാവങ്ങൾ സ്വാംശീകരിച്ച ഒട്ടേറെ ഭാവഗീതികൾ ഉണ്ടായി. കുമാരനാശാന്റെയും വള്ളത്തോളിന്റെയും കൃതികൾ പുതിയ അഭിരുചികൾ ഉണർത്താൻ പര്യാപ്തവുമായി.

ദ്വിതീയാക്ഷരപ്രാസംപോലുള്ള രൂപഭംഗികളെ ഉപേക്ഷിക്കാതെതന്നെ കാവ്യത്തിൽ ഭാവഭദ്രത ദീക്ഷിക്കാൻ സാദ്ധ്യമാവുമെന്ന് കുമാരനാശാൻ സ്വകൃതികളിൽ തെളിയിച്ചു. ശബ്ദാർത്ഥങ്ങളെ സമന്വയിപ്പിക്കുക, കാവ്യത്തെ ധ്വന്യാത്മകമാക്കുക – ഈ ലക്ഷ്യങ്ങളോടുകൂടിയാണ് അദ്ദേഹം കാവ്യരചനയിൽ ഏർപ്പെട്ടത്. അതു സാക്ഷാൽക്കരിക്കുവാൻ വേണ്ടിവന്ന നിരന്തരമായ അന്വേഷണവും കഠിനമായ അദ്ധ്വാനവും ആശാന്റെ കൈയെഴുത്തുപ്രതികളിലെ വെട്ടിത്തിരുത്തുകൾ വ്യക്തമാക്കുന്നു. അദ്ദേഹം ശബ്ദാർത്ഥങ്ങളിൽ ഒരുപോലെ നിഷ്കർഷ കാട്ടിയതുകൊണ്ടാണ് എ ആർ രാജരാജവർമ്മ *നളിനി*യുടെ അവതാരികയിൽ ഇങ്ങനെ എഴുതിയത്.

"എന്നാൽ അർത്ഥകല്പനയിൽ ഇത്രത്തോളം നിഷ്കർഷ ചെയ്തിട്ടുള്ളതുപോലെ ശബ്ദബന്ധത്തെ സംബന്ധിച്ച നിർബന്ധങ്ങളിൽ ചിലത് ഒഴിവാക്കുകയും കൂടി ചെയ്തിരുന്നു എങ്കിൽ ഈ കാവ്യത്തിനു ഭംഗി ഒരു മാറ്റു കൂടുകയില്ലായിരുന്നോ എന്നൊരു ചോദ്യത്തിനു വക കാണന്നുണ്ട്."

---

1) കേരളവർമ്മ, *പ്രസംഗസംഗ്രഹം*, തിരുവനന്തപുരം: കമലാലയ ബുക്ക് ഡിപ്പോ, 1953, പുറം 48–50.

എ ആർ ചൂണ്ടിക്കാട്ടുന്ന ഈ പോരായ്മ ആശാൻ *നളിനി*യുടെ മുഖവുരയിൽ അംഗീകരിക്കുന്നു:

> ശബ്ദസംബന്ധമായ നിർബന്ധങ്ങളിൽ ചിലത് ഒഴിവാക്കിയിരുന്നെങ്കിൽ മാറ്റു കൂടുമായിരുന്നില്ലേ എന്ന് അവതാരികയിൽ ശങ്കിക്കുന്നു. അതുകൊണ്ട് ഈ കവിതയിൽ സർവ്വത്ര കാണുന്ന ദ്വിതീയാക്ഷരപ്രാസ നിർബന്ധത്തിന്റെയോ മറ്റോ സന്താനമായി വല്ല അസ്വാരസ്യമോ അർത്ഥവിളംബമോ ഒക്കെ വല്ല ദിക്കിലും വന്നിട്ടുള്ളതായി തിരുമനസ്സിലേക്കു തോന്നിയിരിക്കണം, ആ ന്യൂനതയെ ഞാൻ സമ്മതിക്കുന്നു.

ആ ന്യൂനത പാടുള്ളത്ര കുറയ്ക്കാൻ ശ്രമിച്ചിട്ടുണ്ടെങ്കിലും പൂർണ്ണമായി സാധിച്ചിട്ടില്ലെന്നും ചിരപരിചയംകൊണ്ടു ഉറച്ചുപോയ ശൈലി മാറ്റുന്നത് ക്ഷിപ്രസാദ്ധ്യമല്ലെന്നും ഇനിയും ശ്രമിച്ചു തിരുമനസ്സിലെ പൂർണ്ണപ്രസാദത്തിനു പാത്രമാവാൻ നോക്കുന്നതാണെന്നും *ലീല*യുടെ മുഖവുരയിൽ ആശാൻ ആവർത്തിച്ചു പ്രഖ്യാപിച്ചിട്ടുണ്ട്. എന്നാൽ എ ആർ രാജരാജവർമ്മയുടെ ചരമത്തിൽ അനുശോചിച്ചുകൊണ്ടെഴുതിയ *പ്രരോദനം* ഉൾപ്പെടെയുള്ള എല്ലാ കാവ്യങ്ങളിലും ആശാൻ ശബ്ദസംബന്ധമായ നിർബന്ധങ്ങൾ തുടരുകതന്നെ ചെയ്തു.

ആശാൻ ആദ്യകാലത്തെഴുതിയ സ്തോത്രകാവ്യങ്ങളിൽ ശബ്ദസംബന്ധമായ രൂപപ്പൊലിമകളെല്ലാം പരീക്ഷിക്കപ്പെട്ടിരുന്നു. പ്രൗഢകാവ്യങ്ങളിലേക്ക് കടന്നപ്പോൾ, ശബ്ദസംബന്ധമായ ശീലങ്ങളിൽ അകൃത്രിമമായ ചില ഭംഗികൾ കൈമോശം വരാതെ നിലനിറുത്തി. *വീണപൂവ്* മുതലുള്ള ആശാൻകൃതികളിലെ ഭാവഗാംഭീര്യത്തിനു അദ്ദേഹത്തിന്റെ ജീവിതാനുഭവങ്ങൾതന്നെയാണു കാരണമായിത്തീർന്നത്.

നാരായണഗുരുവുമായി അടുത്തു ബന്ധപ്പെടുന്നതിനു മുമ്പുതന്നെ 'കായിക്കര എൻ കുമാരു' കവി എന്ന നിലയിൽ പരക്കെ അറിയപ്പെട്ടു കഴിഞ്ഞിരുന്നു. 1891 ൽ ആശാൻ നാരായണഗുരുവുമായി അടുത്തു പരിചയപ്പെടുന്നു. നാരായണഗുരു ആശാനെ അന്ന് അരുവിപ്പുറത്തേക്കു ക്ഷണിക്കുകയും ആശാൻ ആ ക്ഷണം സ്വീകരിക്കുകയും ചെയ്തെങ്കിലും അപ്പോൾ ഗുരുവിനോടൊപ്പം പോവുകയുണ്ടായില്ല.. ആശാൻ എഴുതിയ സ്തോത്രകാവ്യങ്ങളിൽ ആകൃഷ്ടനായ ഗുരു, ശൃംഗാര കവിതകൾ എഴുതരുതെന്ന് അന്ന് ആശാനെ ഉപദേശിക്കുകയുണ്ടായി.

രണ്ടു വർഷത്തിനുശേഷം കുറ്റാലം തുടങ്ങിയ പ്രദേശങ്ങളിൽ ഏകനായി ചുറ്റിയലഞ്ഞ് രോഗിയായി തിരിച്ചെത്തിയതോടെ ആശാൻ അരുവിപ്പുറത്തെത്തി, നാരായണഗുരുവിന്റെ അന്തേവാസിയായി കൂടുന്നു. ഗുരുവിന്റെ സന്തതസഹചാരിയും 'ചിന്നസ്വാമി'യുമായി അറിയപ്പെട്ട ആശാനെ നാരായണഗുരുസ്വാമി ഡോ. പല്പുവിനെ ഏല്പിച്ചു പഠിക്കാനേർപ്പാടാക്കി. ആശാന്റെ വ്യക്തിജീവിതത്തിലും കാവ്യജീവിതത്തിലും

അതു പരിവർത്തനങ്ങളുണ്ടാക്കി. മൈസൂറിലും മദ്രാസിലും കൽക്കട്ടയിലും താമസിച്ച് പുതിയ ജീവിതസാഹചര്യങ്ങളുമായും പുതിയ സാഹിത്യപ്രസ്ഥാനങ്ങളുമായും ബന്ധപ്പെട്ട ആശാൻ, കേരളത്തിൽ തിരിച്ചെത്തിയത് ഒരു പുതിയ വ്യക്തിത്വവുമായിട്ടാണ്. ലൗകികജീവിതാനുഭൂതികൾ അക്കാലത്ത് ആശാന് അനുഭവപ്പെട്ടിട്ടുണ്ടാവാം. ആശാൻ എഴുതിയ ഓർമ്മക്കുറിപ്പുകൾ അതിനു തെളിവായി ചൂണ്ടിക്കാട്ടാം:

> .....ദിവസംപ്രതി മദാമ്മയ്ക്കു എന്നെ കാണാതെയോ എനിക്കു മദാമ്മയെ കാണാതെയോ ഇരിക്കുന്ന കാര്യം ബുദ്ധിമുട്ടുതന്നെ എന്നുള്ളതു കാര്യക്ലേശങ്ങളിൽക്കൂടിയും ഞങ്ങൾ ഒരു പ്രധാന കൃത്യങ്ങളായി കരുതി പ്രവർത്തിക്കുന്നതുകൊണ്ടും സാധാരണ ഒരു യുവതിയും ഒരു യുവാവും കൂടിയുള്ള ഒരു പരിചയം തത്സമന്മാരായ സാധാരണ മനുഷ്യരുടെ മനസ്സിൽ ഏതോ ചില ആശങ്കകൾ അങ്കുരിപ്പിച്ചു. അതുതന്നെ അവരുടെ മനസിനെ പുണ്ണാക്കി തദവ്യത്തപരിഹാരാർത്ഥം നാരദവേഷം കെട്ടി നാനാദിഗന്തങ്ങളിൽ ചെന്നു കൊട്ടി മുഴക്കുന്നതിനു സാധിച്ചില്ലെങ്കിൽ അവർക്കുണ്ടാകുന്ന തലവീക്കം പറയണമെന്നില്ലല്ലോ. ഈ തലവീക്കവും അതിനു അനുകൂലമായ മറ്റു ചില സംഗതികളുംകൂടി മദാമ്മയുടെ അമ്മയെ അധികം കുഴക്കി. ലോകഗതിയും വിശ്വാസവും മര്യാദയും കാര്യാകാര്യവിവേചനബുദ്ധിയും ഇല്ലാത്തതായ ആ പടുവങ്ക - ലോകശ്രുതിയെ അടിസ്ഥാനപ്പെടുത്തി സാധുവായ മദാമ്മയെ കൊല്ലുന്നതിനായ് ആയുധസമേതം വിപിനചാരിണിയായ താടകയുടെ മട്ടിൽ ചെന്നെത്തി. താൻ നിരപരാധിയാണെന്ന് കാണിച്ചു പറഞ്ഞു. സത്യവാക്കുകൾ വ്യർത്ഥമായി ഭവിച്ചതല്ലാതെ ആ മൂർഖയുടെ അപ്പോഴത്തെ ഭാവം മാറ്റുന്നതിനോ ആ നൃശംസകൃത്യത്തിൽനിന്നും വിരമിപ്പിക്കുന്നതിനോ സാധിച്ചില്ല. ഒടുവിൽ പുത്രീസ്നേഹമോ ദേഷ്യം ശമിച്ചതുകൊണ്ടോ മുതലും പലിശയും കൂടി ഇവളുടെ ഇഷ്ടപുരുഷങ്കൽ നിന്നു തീർക്കാമെന്നും വിചാരിച്ചിട്ടോ ആയുധം താഴേയിട്ടു. ഒടുവിൽ ഈ തള്ളയും അമ്മനൊരുകുമ്മനെന്നപോലെ മനുഷ്യപിശാശിന്റെ മാതിരിയിലുള്ള ഒരു മകളും കൂടി എന്നെ അടിക്കാനായി ചിലരോടു ശട്ടംകെട്ടുകയും ചെയ്തു...

*വീണപൂവി*ന്റെ ജനനം ഒരാകസ്മികസംഭവമല്ല. *വീണപൂവ്* എഴുതുന്നതിന് നാല് വർഷം മുമ്പുതന്നെ *നളിനി*യുടെ രചന ആരംഭിച്ചു കഴിഞ്ഞിരുന്നു. 1900 ൽ കൽക്കത്തയിൽനിന്നു തിരിച്ചെത്തിയതു മുതൽ എസ് എൻ ഡി പി യോഗം സ്ഥാപിച്ച 7-1-1903 വരെ കുമാരനാശാൻ നാരായണഗുരുവിനോടൊത്തു അരുവിപ്പുറത്തു കഴിച്ചുകൂട്ടി. കൽക്കത്ത

യിൽനിന്നു തിരിച്ചെത്തിയതുമുതൽ, 'ചിന്നസ്വാമി'യായി നാരായണ ഗുരുവിനോടൊത്തു കഴിയണമോ ലൗകികജീവിതത്തിലേക്ക് തിരിയണമോ എന്ന ചിന്ത കുമാരനാശാനെ വല്ലാതെ അലട്ടിയിട്ടുണ്ട്. എസ് എൻ ഡി പി സെക്രട്ടറി ആയതോടെ തിരുവനന്തപുരത്തു താമസമാക്കുകയും സമൂഹവുമായി നിരന്തരമായ ബന്ധത്തിലേർപ്പെടുകയും ചെയ്തത് ആശാന്റെ ജീവിതകാമനയ്ക്ക് ഉണർന്നു പ്രവർത്തിക്കുവാൻ സാഹചര്യം നൽകി. സന്ന്യാസിയാകണമെന്ന ജീവിതാഭിലാഷവും അതിനെ നിരന്തരം പരാജയപ്പെടുത്തി ശക്തി പ്രാപിച്ചുകൊണ്ടിരുന്ന ജീവിതരതിയും തമ്മിലുള്ള സംഘട്ടനം ആശാന്റെ മനസ്സിൽ സങ്കീർണ്ണമായ പ്രശ്നങ്ങൾ സൃഷ്ടിച്ചിട്ടുണ്ട്. ആ മാനസികപ്രശ്നങ്ങൾക്ക് കാവ്യതലത്തിൽ ഒരുത്തരം കണ്ടെത്താനുള്ള കവിമനസ്സിന്റെ തീവ്രാഭിലാഷത്തിന്റെ ആദ്യപ്രകാശനമാണ് *നളിനി.* ബംഗാളിൽ വെച്ചു പരിചയപ്പെട്ട ടാഗോറിന്റെ *നളിനി* എന്ന കാവ്യം സ്വന്തം മാനസികപ്രശ്നങ്ങൾക്ക് ഉത്തരം കണ്ടെത്താനുള്ള വ്യഗ്രതയിൽ കുമാരനാശാനെ വളരെയധികം സഹായിച്ചിട്ടുണ്ടാവണം. 1904 ൽ *നളിനി*യുടെ രചന ആരംഭിക്കുകയും 25-4-1910 ഓടുകൂടി ആദ്യപകർപ്പ് എഴുതിത്തീർക്കുകയും 20-1-1911 ഓടുകൂടി രണ്ടാം പകർപ്പ് പൂർത്തിയാക്കുകയും ചെയ്തു. 29-10-1911 ൽ ഒരു മുഖവുരയോടുകൂടി ആദ്യപതിപ്പ് പ്രസിദ്ധപ്പെടുത്തി. മുഖവുരയിൽ കുമാരനാശാൻ എഴുതുന്നു.

> ...പിന്നെ പല അസൗകര്യങ്ങളാലും പൂർത്തിയാകാതെ കിടക്കുന്ന ഏതാനും ഖണ്ഡകൃതികൾ അടങ്ങിയ എന്റെ നോട്ടുപുസ്തകവനത്തിൽ വളരെക്കാലം തപസ്സു ചെയ്തശേഷം ഈ കൃതിയിൽ പ്രത്യേകമുള്ള എന്റെ ഒരു സ്നേഹം കൊണ്ടും ബി വി ബുക്കു ഡിപ്പോക്കാരുടെ ഉത്സാഹം കൊണ്ടുമാണ് കഴിഞ്ഞ ഇംഗ്ലീഷു വർഷാവസാനത്തോടുകൂടിയെങ്കിലും *നളിനി*ക്കു ദിവാകരസ്പർശമുണ്ടാവാൻ ഇടയായത്.

'പൂർത്തിയാകാതെ കിടക്കുന്ന നോട്ടുപുസ്തകവനം' എന്നു വിശേഷിപ്പിച്ചിരിക്കുന്നത് *നളിനി*യുടെ ആദ്യപകർപ്പെഴുതിയ ഡയറി വലിപ്പത്തിലുള്ള ആദ്യ നോട്ടുബുക്കിനെയാണ്. 29-10-1911 ൽ കഴിഞ്ഞ ഇംഗ്ലീഷ് വർഷാവസാനത്തോടുകൂടി *നളിനി*ക്കു ദിവാകരസ്പർശമുണ്ടായതായി സൂചിപ്പിക്കുന്നതു 20-1-1911 ൽ നളിനീകാവ്യം ഡയറി നോട്ടുബുക്കിൽനിന്ന് നോട്ടുബുക്കിന്റെ വലിപ്പത്തിലുമുള്ള ബുക്കിലേക്കു പൂർണ്ണമായ തിരുത്തുകളോടെ പകർത്തിയ സംഭവത്തെയാണ്. 1904 മുതൽ 1910 വരെ ഡയറിനോട്ടുബുക്കിൽ *നളിനി*യുടെ രചനയിൽ നിരന്തരവും

2) *ഭാഷാമേഘസന്ദേശം നോട്ടുബുക്കിലെ കുറിപ്പുകൾ* ഡോ. എം എം ബഷീർ, *കുമാരനാശാന്റെ രചനാശില്പം*, കോട്ടയം: എസ് പി സി എസ്, 1988, പുറം 723.

3) മറവൂർ ഭാസ്കരൻനായർ, *ആശാനുമൊന്നിച്ച് തോന്നയ്ക്കൽ ഒരു ദിവസം*, ധർമ്മകുമാരൻ, 1101 കർക്കിടകം — 1102 ചിങ്ങം (1926 ജൂലൈ-ഓഗസ്റ്റ്.)

കഠിനവുമായി അദ്ധ്വാനിച്ചതിനെയാണ് 'വളരെക്കാലം തപസ്സു ചെയ്ത'തായി വിശേഷിപ്പിക്കുന്നത്. മറവൂർ ഭാസ്കരൻനായർ എഴുതിയ ഒരു ലേഖനത്തിൽ "നളിനി ഏഴുവർഷത്തോളം എന്റെ പോക്കറ്റിൽ കിടന്ന ഒരു കാവ്യമാണ്" എന്ന് ആശാൻ പറഞ്ഞതായി രേഖപ്പെടുത്തിയിരിക്കുന്നു.[3] 1904 ൽ രചന ആരംഭിച്ചാൽ മാത്രമേ *നളിനി* ഏഴു വർഷത്തോളം ആശാന്റെ പോക്കറ്റിൽ കൊണ്ടുനടക്കാൻ സമയം കിട്ടുകയുള്ളൂ. *നളിനി*യുടെ നോട്ടുബുക്കുകൾ രണ്ടും ആശാന്റെ ആ പ്രസ്താവത്തെ സാധൂകരിക്കുന്നു.

നളിനി 1904 മുതൽ എഴുതാനാരംഭിച്ചെങ്കിലും രചന ഇടയ്ക്കിടെ മുടങ്ങിയും തുടർന്നും ഇഴഞ്ഞാണ് നീങ്ങിയത്. എഴുതി പൂർത്തിയാക്കാൻ സാധിക്കുമോ എന്ന് കവിക്ക് സംശയംപോലും തോന്നിയിട്ടുണ്ടാവണം. 1907 നവംബർ ആയപ്പോഴേക്കും പാലക്കാട്ടുവെച്ച് *വീണപൂവ്* എഴുതുകയും 1083 ധനു (1907 ഡിസംബർ) ലക്കം *മിതവാദി*യിൽ ആദ്യം പ്രസിദ്ധപ്പെടുത്തുകയും തുടർന്ന് 1084 തുലാം വൃശ്ചികം (1908 ഡിസംബർ) ലക്കം *ഭാഷാപോഷിണി*യിൽ പുനഃപ്രസാധനം ചെയ്യുകയും ചെയ്തു. കുമാരനാശാന്റെ കാവ്യജീവിതത്തിലെ സമസ്തശ്രേയസിനും കാരണമായിത്തീർന്ന *വീണപൂവി*നോടുള്ള 'ഒരു പ്രത്യേകസ്നേഹം' കൊണ്ടാണ് *നളിനി*യുടെ രചനാകാലത്തെ അതുമായി ബന്ധപ്പെടുത്തിയത്![4]

നാരായണഗുരു പാലക്കാട്ട് ഒരു നഴ്സിങ് ഹോമിൽ അസുഖം ബാധിച്ചുകിടന്ന അവസരത്തിൽ അദ്ദേഹത്തെ ശുശ്രൂഷിച്ചുകൊണ്ടിരുന്ന കുമാരനാശാന്റെ മനസ്സിൽ ആകസ്മികമായി തോന്നിയ ഒരാശയമല്ല *വീണപൂവി*ന്റെ രചനയ്ക്ക് ബീജാവാപം ചെയ്തത്. അതിനുമുമ്പ് അതേ ആശയം സ്വീകരിച്ചു കുമാരനാശാൻ ചില അപൂർണ്ണ രചനകൾ നടത്തിയിട്ടുണ്ട്. *വീണപൂവ്* കുറതീർന്നു കിട്ടാൻ ആ അപൂർണ്ണ രചനകൾ ആവശ്യമായി വന്നു എന്നത് ആശാന്റെ കവിമനസ്സിന്റെ വിചിത്ര പ്രവർത്തനത്തിലേക്ക് വെളിച്ചം നൽകുന്നു. വളരെക്കാലമായി മനസ്സിനെ നിരന്തരം കുത്തിനോവിച്ചുകൊണ്ടിരുന്ന ഒരാശയം ഉചിതശില്പം കണ്ടെത്താനാവാതെ ഞെരിഞ്ഞു പിടയുന്നത് ആ അപൂർണ്ണ രചനകൾ വ്യക്തമാക്കുന്നു. പൂർണ്ണതയ്ക്കുവേണ്ടി കഠിനമായി അദ്ധ്വാനിക്കുന്ന കവി, ആവർത്തിച്ചാവർത്തിച്ചു പരിശ്രമിക്കുകയും ഒടുവിൽ *വീണപൂവിൽ* തനതായ, ഉചിതമായ ഒരു രൂപഘടനയിൽ എത്തുകയും ചെയ്യുന്നു.

*വീണപൂവി*നു മുമ്പെഴുതിയ 'കളകണ്ഠഗീതം,' 'ലോകം' എന്നീ കവിതകൾക്ക് *വീണപൂവു*മായി ആത്മബന്ധമുണ്ട്. 'കളകണ്ഠഗീതം' എൻ കുമാരനാശാൻ അവർകളുടെ പഴയ കൃതികളിൽനിന്ന് എന്ന തലക്കെട്ടിലാണ് *വിവേകോദയ*ത്തിൽ ആദ്യം പ്രകാശിപ്പിച്ചത്.[5] ബാംഗ്ലൂ

4) *നളിനി*യുടെ ആമുഖം

5) കളകണ്ഠഗീതം, വനമാല.
"എൻ കുമാരനാശാൻ അവർകളുടെ- പഴയകൃതിയിൽനിന്ന്" *വിവേകോദയം*, പുസ്തകം 3 ലക്കം 1 (1080 ചിങ്ങം 34/1904 സെപ്റ്റംബർ 15)

രിൽ താമസിക്കുന്ന കാലത്ത് അവിടെയുള്ള കാഴ്ചബംഗ്ലാവ് സന്ദർശിച്ചതിനെത്തുടർന്നു രചിച്ച കൃതിയാണ് 'കളകണ്ഠഗീതം', അത് സ്തോത്രകൃതികളുടെ പിൻതുടർച്ചയാണെങ്കിലും സ്തോത്രങ്ങളിൽ നിന്നുള്ള വ്യക്തമായ വ്യതിയാനവും പ്രദർശിപ്പിക്കുന്നു. ചൂതമരക്കൊമ്പിൽ കുടിയാർന്ന കുയിലിനെ സംബോധന ചെയ്ത് ജീവിതത്തിന്റെ അർത്ഥശൂന്യത ചിത്രീകരിക്കുവാനാണ് കവിയുടെ ശ്രമം. ഈ ലോകത്തുള്ളതെല്ലാം കല്ലോലമടങ്ങുന്നതുപോലെ അടങ്ങുമെന്ന തത്വം അറിഞ്ഞുപാടുകയാണെങ്കിൽ ഗീതത്തിനു മാധുരി കൂടുമെന്നു കവി കുയിലിനെ ഓർമ്മപ്പെടുത്തുന്നു. 'കളകണ്ഠഗീത'ത്തിലെ രണ്ടാമത്തെ ശ്ലോകം രണ്ടു വർഷം മുമ്പു *വിവേകോദയ*ത്തിൽത്തന്നെ മംഗളശ്ലോകമായി പ്രസിദ്ധപ്പെടുത്തിയിരുന്നതാണ്.[6]

വാടുന്നിത, വീണഴിയുന്നു മണം
തേടുമ്മലരിമ്മലർ വാടികളിൽ,
വാടാതവയില്ല ശിവൻ കഴലാ–
മേടാമലരെന്നിയിളം കുയിലേ.

സ്തോത്രകൃതികളുടെ സത്തയും ആത്മാന്വേഷണത്തിന്റെ ഊർജ്ജവും പേറുന്ന 'കളകണ്ഠഗീതം' *വീണപൂവി*ന്റെ ബീജരൂപം ആണ്. മണം തേടുന്ന മലർ, വാടി വീഴുന്നതും വീണഴിയുന്നതും സ്തോത്രോത്തരകാവ്യങ്ങളുടെ രചന ആരംഭിച്ച കാലം മുതൽ ആശാനെ ആകർഷിച്ച ഒരാശയമാണ്. ഇതേ ആശയവും കാവ്യകല്പനയും *ലോകം* എന്ന കവിതയിൽ വളർന്നു വികസിക്കുന്നതായി കാണാം.[7]

ആകെ 22 പുറം മാത്രമുള്ള *ലോകം*. എഴുതിയ നോട്ടുബുക്കിൽ ഉൾനാട്ടിലെ 'ഓണം' എന്ന കവിത കൂടിയുണ്ട്. 12 ശ്ലോകം മാത്രമുള്ള അപൂർണ്ണമായ *ലോക*ത്തിലെ ശ്ലോകങ്ങൾ ഒട്ടേറെ വെട്ടിത്തിരുത്തുകൾക്ക് വിധേയമായിട്ടുണ്ട്; പ്രത്യേകിച്ച് 6-ാം ശ്ലോകം. വളരെ മുമ്പേ, കവിയെ അസ്വസ്ഥമാക്കിക്കൊണ്ടിരുന്ന ആശയം വിടാതെ പിന്തുടർന്നു വേട്ടയാടുന്നതും എവിടെയൊക്കെയോ കയറിപ്പിടിക്കാൻ വെമ്പുന്നതും പിടി ഉറയ്ക്കാതെ പോകുന്നതും ആ ശ്ലോകത്തിന്റെ കൈയെഴുത്തിലെ തിരുത്തുകൾ വ്യക്തമാക്കുന്നു. തിരുത്തുകളുടെ സ്വഭാവമനുസരിച്ച് പാഠപരിവർത്തനം താഴെക്കാണുംപോലെ രേഖപ്പെടുത്താം:

മുരളുമളിയിൽ മോഹം വച്ചകം നൽകി ധൂർത്തൻ
പരകുസുമരസത്വം പൂണ്ടതും കണ്ടു വാടി

---

6) *മംഗളം, വിവേകോദയം*, പുസ്തകം 1 ലക്കം 3 (1080 ചിങ്ങം 31 / 1904 സെപ്റ്റംബർ 15)

7) *ലോകം, വിവേകോദയം*, പുസ്തകം 4 ലക്കം 6 (1983 കന്നി/1907 സെപ്റ്റംബർ - ഒക്ടോബർ)

4 ശ്ലോകം മാത്രം / 'തുടരും' എന്നുണ്ടെങ്കിലും അടുത്ത ലക്കത്തിൽ തുടർന്നിട്ടില്ല. വനമാലയിൽ 12 ശ്ലോകം കാണുന്നു.

നറുമലരുകൾ വീഴുന്നിന്നഹോ! നാളെ വണ്ടും
വിരവിലിഹ ലയിക്കും വീണു ഞാവൽപ്പഴംപോൽ.

(പാഠം 1)

മുരളുമളിയിൽ മോഹം വച്ചകം നൽകി ധൂർത്തൻ
പരസുമരസികത്വം പൂണ്ടതും കണ്ടു വാടി
നറുമലരുകൾ വിടുന്നാജീവിതം നാളെ വണ്ടും
പാരമിവിടെ ലയിക്കും വീണു ഹാ മിഥ്യയെല്ലാം.

(പാഠം 2)

മുരളുമളിയിൽ മോഹം വച്ചകം നൽകി ധൂർത്തൻ
പരസുമമണയുമ്പോൾ വാടിവീഴുന്ന പൂക്കൾ
നറുമലരുകൾ വീഴുന്നിന്നഹോ! നാളെ വണ്ടും
പാരമിവിടെ ലയിക്കും വീണു ഹാ മിഥ്യയെല്ലാം.

(പാഠം 3)

മുരളുമളിയിൽ മോഹം വച്ചകം നൽകി ധൂർത്തൻ
പരസുമമണയുമ്പോൾ വാടി വീഴുന്ന പൂവേ
കരുതുക കരുവണ്ടു നാളെ ഞാവ-ന-കനിക്കൊത്ത
പാരമിവിടെ ലയിക്കും വീണു ഹാ മിഥ്യയെല്ലാം.

(പാഠം 4)

മുരളുമളിയിൽ മോഹം വച്ചകം നൽകി ധൂർത്തൻ
പരസുമമണയുമ്പോൾ വാടി വീഴുന്ന പൂവേ
കരുതുക കരുവണ്ടു വീണു ഞാവൽ കനിക്കൊത്ത്
പാരമിവിടെ ലയിക്കും നാളെ ഹാ മിഥ്യയെല്ലാം.

(പാഠം 5)

നോട്ടുബുക്കിന്റെ അവസാനപുറത്ത് തിരുത്തൊന്നുമില്ലാത്ത ഒരു പാഠം എഴുതിയിരിക്കുന്നു. അതാണ് 'വനമാല'യിൽ അച്ചടിപ്പാഠമായി സ്വീകരിച്ചിട്ടുള്ളത്;

മുരളുവതിൽ മയങ്ങീട്ടുള്ള തന്നുള്ള പൂ,നിൻ
പരസുമരതി കണ്ടാൽ, വാടി വീഴുന്നു വണ്ടേ!
വിരവിലുഴറി നീയും നാളെ ഞാവൽ പഴംപോൽ
വിരസമിഹ ലയിക്കും വീണു ഹാ മിഥ്യയെല്ലാം.

ലോകം എഴുതിയപ്പോൾ ആശാന്റെ മനസ്സ് അസ്വാസ്ഥതകൾക്കു വിധേയമായിരുന്നു എന്ന് വെട്ടിത്തിരുത്തുകളിൽ നിന്നറിയാം. ലോകത്തിന്റെ നൈമിഷികതയെ എണ്ണിപ്പറയുകയും ദുരഭിമാനഗ്രസ്ത ബുദ്ധിയായ നരന്റെ നിസ്സാരതയെ ഓർമ്മിപ്പിക്കുകയും ചെയ്യുന്ന *ലോക*ത്തിൽ പൂവിൻകല്പന 'കളകണ്ഠഗീത'ത്തിലേതിനെക്കാൾ മൂർത്തമായ ഒരു കാവ്യബിംബമായി പരിവർത്തനപ്പെട്ടിരിക്കുന്നു. ലൗകികജീവിതത്തിന്റെ നീറ്റലനുഭവിക്കുന്ന ഒരു വ്യക്തിയുടെ ആത്മസംഘർഷവും ആ

അനുഭവത്തെ കാവ്യമാക്കാൻ പിടയുന്ന പ്രതിഭയുടെ വിചിത്രമായ വഴികളും തിരുത്തുകളിൽ അഭിവ്യക്തമാകുന്നു.

'കളകണ്ഠഗീത'ത്തിലെ 'വാടുന്നിത വീണഴിയുന്നു' എന്ന ശ്ലോകത്തിൽ ബീജരൂപത്തിൽ വീണ, 'പുഷ്പജീവിത'ത്തെ ആധാരമാക്കി ജീവിതത്തിന്റെ നൈമിഷികതയെ ചിത്രീകരിക്കണമെന്ന ആഗ്രഹം വീണ്ടും ഉണർന്നതോടെ *ലോകം* എഴുതിത്തുടങ്ങി. പൂർത്തിയായ നാലു ശ്ലോകം 1088 കന്നി ലക്കം *വിവേകോദയ*ത്തിൽ പ്രകാശിപ്പിച്ചു. തുടർന്നെഴുതി 12 ശ്ലോകമായപ്പോഴേക്കും *വീണപൂവ്* പ്രാഭവത്തോടെ തെളിമയായി മനസ്സിൽ കടന്നുവന്നിട്ടുണ്ടാവണം. *ലോക*ത്തെ അപൂർണ്ണമായി ത്തള്ളി, കവിമനസ്സ് *വീണപൂവി*ലേക്കു തിരിയുന്നു. 'തുടരും' എന്നു 1088 കന്നി ലക്കം *വിവേകോദയ*ത്തിൽ *ലോകം* എന്ന കവിതയ്ക്കു അടിക്കുറിപ്പു നൽകിയിരുന്നിട്ടും അടുത്ത ലക്കത്തിലൊന്നും ആ കവിത തുടരാതിരുന്നതും *വീണപൂവ് വിവേകോദയ*ത്തിൽ പ്രകാശിപ്പിക്കാതെ മലബാറിൽ നിന്നിറങ്ങുന്ന *മിതവാദി*ക്കു നല്കിയതും രണ്ടു കവിതയും ഒരേ ആശയത്തിൽ രചിക്കപ്പെട്ടതാണ് എന്നതുകൊണ്ടുതന്നെയാവണം. *ഭാഷാപോഷിണി*യിൽ സമുചിതവും സംക്ഷിപ്തവുമായ ഒരാമുഖത്തോടെ സി എസ് സുബ്രഹ്മണ്യൻ പോറ്റി പുനഃപ്രകാശിപ്പിച്ചപ്പോഴാണ് *വീണപൂവ്* പരക്കെ അറിയപ്പെട്ടത്. *വീണപൂവി*ന്റെ മൂല്യസാദ്ധ്യതകളെക്കുറിച്ച് ആശാൻ വേണ്ടത്ര ബോധവാനായിരുന്നില്ലെന്ന്, സുബ്രഹ്മണ്യൻ പോറ്റിയുടെ ആമുഖക്കുറിപ്പിൽ ഉദ്ധരിക്കുന്ന ആശാന്റെ വാക്കുകളിൽനിന്ന് അനുമാനിക്കാം:

"ഈ പദ്യങ്ങൾ ഒരിക്കൽ *മിതവാദി*യിൽ പ്രസിദ്ധം ചെയ്തിട്ടുള്ളതുകൊണ്ട് പഴകിപ്പോയ ഇവയെ *ഭാഷാപോഷിണി* സ്വീകരിക്കുമോ എന്നായിരുന്നു ഈ വിശിഷ്ടകാവ്യം *ഭാഷാപോഷിണി*യിൽ ചേർക്കാൻ അനുവാദം തരുമോ എന്നു എഴുതിച്ചോദിച്ചപ്പോൾ ഇതിന്റെ കർത്താവായ എന്റെ സ്നേഹിതൻ എനിക്കയച്ചുതന്ന മറുപടി."

'കളകണ്ഠഗീതം', *ലോകം* എന്നീ കവിതകൾ ആശാൻ ജീവിച്ചിരുന്നപ്പോൾ കാവ്യസമാഹാരങ്ങളിലൊന്നും ഉൾപ്പെടുത്തിയിട്ടില്ല. ആശാന്റെ അപ്രകാശിതകവിതകൾ, പിൽക്കാലത്തു ശേഖരിച്ചു. പ്രകാശിപ്പിച്ച ശ്രീമതി ഭാനുമതി അമ്മ 'മണിമാല'യുടെ പ്രസ്താവനയിൽ പറയുന്നു:

"ഇവയിൽ അപൂർണ്ണമായവയെ പൂർത്തിയാക്കണമെന്നും പുസ്തകരൂപത്തിൽ പ്രസിദ്ധം ചെയ്യുന്നതിനുമുമ്പ് എല്ലാംതന്നെ ഒന്നു തേച്ചുമിനുക്കണമെന്നും കവിക്ക് ഉദ്ദേശ്യമുണ്ടായിരുന്നു... കവിയുടെ പ്രതിഭാവിലാസം, കാവ്യനിർമ്മാണചാതുരി ഇവയുടെ ക്രമപ്രവൃദ്ധമായ വളർച്ചയെ സൂക്ഷിച്ചു മനസ്സിലാക്കുന്നതിന് ഈ പ്രസിദ്ധീകരണം ഉപകരിക്കും. അപൂർണ്ണമായവ പൂർത്തിയാക്കണമെന്നും പുസ്തകരൂപത്തിൽ പ്രസിദ്ധം ചെയ്യുന്നതിനുമുമ്പ് അവ തേച്ചുമിനുക്കണമെന്നും ആശാൻ ഉദ്ദേശിച്ചിരുന്നിരിക്കാമെങ്കിലും അവയിൽ പലതും— പ്രത്യേകിച്ച് *ലോകം* അദ്ദേഹം പ്രസിദ്ധപ്പെടുത്താതെ ഉപേക്ഷിക്കുമായിരുന്നു.

'മുരളുവതിൽ മയങ്ങീട്ടുള്ളുതന്നുള്ള പൂ' എന്ന ശ്ലോകത്തിന്റെ ആശയമാണ് 41 ശ്ളോകങ്ങളിലായി *വീണപൂവിൽ* ഒരു മുഴുത്ത ജീവിതവ്യാഖ്യാനമായി വികസിപ്പിച്ചിരിക്കുന്നത്. സ്തോത്രകാവ്യങ്ങളിൽ അർച്ചനാസ്വഭാവം പ്രകടമാകുന്ന ആശാന്റെ രചന, അതിൽനിന്നു ഭിന്നമായി വ്യക്തമായ ആശയപ്രകാശനമായും കഥാപ്രതിപാദകമായും ജീവിതചിത്രീകരണമായും വ്യക്തിത്വത്തിന്റെ സമഗ്രാവിഷ്കരണമായും ഇവിടെ പരിവർത്തനപ്പെട്ടിരിക്കുന്നു. പദസമുച്ചയത്തിലും ശൈലിയിലും കാവ്യബിംബങ്ങളിലും പുലർത്തുന്ന നവീനത *വീണപൂവി*നെ തനതു മൂലസത്തയുള്ളതാക്കിത്തീർക്കുന്നു.

ഒരു സാധാരണ ജീവിതത്തിന്റെ ഋജുവായ ചിത്രീകരണം മാത്രമായിരുന്ന *വീണപൂവിൽ* പൂവും വണ്ടും തമ്മിലുള്ള ബന്ധത്തിൽക്കൂടി സങ്കീർണ്ണമായ ഒരു ഭാവതലം സൃഷ്ടിക്കാൻ കവി ശ്രമിക്കുന്നു. ജീവിതത്തിന്റെ പ്രതിസന്ധിയിൽ ചെന്നുപെട്ട് ഏകപക്ഷീയമായി രക്ഷപ്പെട്ടുപോന്ന മനസ്സിന്റെ പശ്ചാത്താപമാണ് വണ്ടിന്റെ തേങ്ങൽ. കാവ്യത്തിന്റെ ഭാവാത്മകതലത്തെയാകെ സ്പർശിക്കുകയും 'ലിറിക്' സ്വഭാവത്തിനു പോറലുണ്ടാക്കുകയും ചെയ്യുംവിധം വണ്ടിൻചരിതം പ്രാധാന്യം നേടിയിരിക്കുന്നു. കവിമനസ്സിലടിഞ്ഞ പാപബോധത്തിന്റെ പ്രതീകമായി വണ്ട് രൂപം മാറി അവതരിച്ചിരിക്കുന്നു. തന്റെ ഉള്ളിലെ പാപബോധത്തെ അമർത്താനാണു കവി, തത്വചിന്തയെ ശരണം പ്രാപിക്കുന്നത്. എന്നാൽ, *വീണപൂവി*ലെ തത്വചിന്തകൾ കാവ്യബാഹ്യവസ്തുവായി മാറിപ്പോയി. തത്വചിന്തകൾ പ്രമേയത്തിനു താങ്ങാനാവാത്തവയാകയാൽ, കാവ്യത്തിന്റെ ഭാവതലത്തിലെ വൈകാരികാംശവുമായി പൊരുത്തപ്പെടുന്നില്ല.

ഭൗതികനാശവും ആത്മീയോന്നതിയുമാണ് *വീണപൂവി*ലെ ഇതിവൃത്തം. രക്ഷപ്പെടാനാവാത്തതിനാൽ മരണത്തെ കവി സ്വീകരിക്കുന്നു. കീഴടക്കുവാൻ അസാദ്ധ്യമായതിനാൽ അതിനെ ചോദ്യം ചെയ്യാൻ തുനിയുന്നില്ല. ഭൗതികശരീരത്തിന്റെ നാശത്തോടെ ആത്മശുദ്ധിയും സംതൃപ്തിയും കൈവരുന്നു; മോക്ഷമാർഗ്ഗത്തിൽ എത്തുന്നു. ആത്മീയോൽക്കർഷം പ്രാപിക്കാനുള്ള യത്നത്തിൽ തത്വചിന്തയെ ആശ്രയിക്കുന്നു – ഇതാണ് കുമാരനാശാന്റെ കാവ്യങ്ങളുടെ പൊതുസ്വഭാവം.

'കളകണ്ഠഗീത'ത്തിലും *ലോക*ത്തിലും പ്രദർശിപ്പിച്ച സർഗ്ഗരീതി, *വീണപൂവിൽ* വിജയകരമായി പരീക്ഷിച്ചു. *നളിനി* മുതൽ *കരുണ* വരെയുള്ള പ്രധാനകാവ്യങ്ങളിലെല്ലാം *വീണപൂവി*ലെ സർഗ്ഗപ്രകിയ ആവർത്തിച്ചു പരീക്ഷിച്ച് വിജയിക്കുകയും ചെയ്തു. ഒരു മഹാപ്രതിഭയിൽ ജന്മംകൊണ്ട ഒരേയൊരു കാവ്യബീജം വൈവിദ്ധ്യവൈചിത്ര്യങ്ങൾ നിറഞ്ഞ ഭിന്നകാവ്യതരുക്കളായി രൂപംപൂണ്ട് വളർന്ന്, പെട്ടെന്ന് തിരിച്ചറിയാനാവാത്തവിധം ഒറ്റയ്ക്കൊറ്റയ്ക്ക് സ്വത്വം നേടിയിരിക്കുന്നു.

കുമാരനാശാന്റെ പണിപ്പുര

സർഗ്ഗപ്രകിയയുടെ അസാധാരണമായ മാനസിക സംഘർഷങ്ങൾക്ക് വിധേയനായ ഒരു രാജശില്പിയാണ് കുമാരനാശാൻ. അസുലഭമായ ശില്പത്തിന്റെയും കലയുടെയും ഏകീഭൂതമായ സമന്വയത്തിനുവേണ്ടി കാവ്യരചനയുടെ എല്ലാ ഘട്ടങ്ങളിലും അദ്ദേഹത്തിന്റെ മനസ്സും ഹൃദയവും ഏകാഗ്രമായി സഞ്ചരിച്ചിട്ടുണ്ട്.

കവിതയുടെ ഉറവ നൈസർഗ്ഗികവും സ്വയമേവാഗതവുമാണെങ്കിലും അതിന്റെ വികാസത്തിന് കഠിനാദ്ധ്വാനം ആവശ്യമാണ്. പഠനവും അദ്ധ്വാനവും ഏറ്റവും നല്ല കവിതയെ സൃഷ്ടിക്കുന്നു എന്ന് ഷെല്ലി പറയുന്നത്[1] ആശാൻകവിതയെ സംബന്ധിച്ച് തികച്ചും സത്യമാണ്. ആശാന്റെ കൈയെഴുത്തുപ്രതികൾ പരിശോധിച്ചാൽ ആ നൈസർഗ്ഗികതയും സ്വയമേവാഗതത്വവും കഠിനമായ അദ്ധ്വാനവും എന്തെന്നു ബോദ്ധ്യമാവും. പ്രചോദനനിമിഷങ്ങൾക്കു മുമ്പുള്ള ഏകാഗ്രത മുതൽ അവസാന തീരുത്തലുകൾവരെ ആശാന്റെ മനസ്സിൽ നടക്കുന്ന സർഗ്ഗപ്രക്രിയയുടെ തീവ്രപരീക്ഷണങ്ങളും യാതനകളും കൈയെഴുത്തു പ്രതികളിലുണ്ട്. സ്വന്തം കാവ്യത്തെ അനൗചിത്യത്തിൽനിന്നും അസൗന്ദര്യത്തിൽനിന്നും മുക്തമാക്കാൻവേണ്ടി, അദ്ധ്വാനത്തിലൂടെയുള്ള അനുദ്ധ്യാനം ആശാന്റെ ശില്പ കലാവൈഭവത്തെ അപൂർവ്വമാക്കിത്തീർത്തിരിക്കുന്നു.

കവികൾ പലതരത്തിലാണ് കാവ്യരചന നിർവ്വഹിക്കുന്നത്, വ്യക്തി സ്വഭാവം, പരിതഃസ്ഥിതികളുടെ സമ്മർദ്ദം, ജീവിതാവബോധം, ദർശനം തുടങ്ങിയ പലതും കവിയെ സ്വാധീനിക്കുന്നു. ചില പ്രത്യേക സ്വഭാവ

---

1 .... the finest passage of poetry are produced by labour and Study. Shelley, A Defence of Poetry, The Selected Poetry and Prose of Percy Bysshe Shelley, Newyork: The Modern Library, 1951, p.517.

സവിശേഷതകൾ രചനാസന്ദർഭങ്ങളിൽ കവികൾക്കാവശ്യമാണ്. വൈകാരികോർജ്ജം, പ്രതിമാനങ്ങളിൽക്കൂടിയുള്ള തീക്ഷ്ണചിന്ത, ശ്രവ്യദൃശ്യകല്പനാനുസ്മരണം, ഭാഷ അപൂർണ്ണമെങ്കിലും ഭാഷാപ്രയോഗത്തിലുള്ള പ്രാഗത്ഭ്യം. നൈസർഗ്ഗികമായ പ്രതിഭയും അമന്ദമായ അഭിയോഗവും അഭ്യാസവും കൈമുതലുള്ള ഒരു കവിയുടെ രചനാപ്രക്രിയയെ ശാസ്ത്രീയമായി വിശകലനം ചെയ്ത് കവിതയ്ക്കു നിദാനമായ ഘടകങ്ങളെ കണ്ടെത്താം. വ്യാഖ്യാനങ്ങൾക്കും വിശകലനങ്ങൾക്കും അതീതമായി വർത്തിക്കുന്ന ചില ഭാവങ്ങൾ എല്ലാ സൃഷ്ടികളിലുമുണ്ട്. ഒരു കവിത എങ്ങനെ ജനിച്ചു എന്ന് പ്രഗത്ഭനായ ഒരു കവിക്കുപോലും വിശകലനം ചെയ്യാനോ വ്യാഖ്യാനിക്കാനോ പൂർണ്ണമായും സാദ്ധ്യമല്ല. കവിയും നിരൂപകനുമായ സ്റ്റീഫൻ സ്പെൻഡർ കവിതയുടെ പിറവിയെ ശാസ്ത്രീയമായി വിശകലനംചെയ്യാൻ ശ്രമിച്ചിട്ടുണ്ട്.[2] എല്ലാ കവികളും ഒരേ സിദ്ധാന്തത്തിനു വിധേയരായിട്ടല്ല കാവ്യരചനയിലേർപ്പെടുന്നത്. അതു സാദ്ധ്യവുമല്ല. ഓരോ കവിയും അയാളുടെ മാത്രമായ വഴിയിലൂടെയാണു സഞ്ചരിക്കുന്നത്. അസംസ്കൃതവസ്തുക്കൾ (Raw Materials), ഏകാഗ്രത (Concentration), പ്രചോദനം (Inspiration), ഓർമ്മ (Memory), വിശ്വാസം (Faith), ഗീതം (Song) എന്നീ ഘടകങ്ങളെല്ലാം ഒരു കവിതയുടെ പിറവിയിൽ പ്രവർത്തിക്കുന്നുണ്ടാവും. ഈ ഘടകങ്ങളെ ശാസ്ത്രീയമായി അപഗ്രഥിക്കുകയും ചെയ്യാം. എങ്കിലും ഇതെല്ലാം കൂടിച്ചേർന്ന് സൃഷ്ടിയാവുന്ന ആ അത്ഭുതനിമിഷം എല്ലാ വാചാടോപങ്ങൾക്കും അതീതമാണ്. ചിപ്പിക്കുള്ളിൽവീണ തരി മുത്തായി മാറുന്ന പ്രതിഭാസത്തിനു വ്യാഖ്യാനം ആ മുത്തുതന്നെ, ഒരു കവിയുടെ മനസ്സിൽ ഉരുവാകുന്ന കാവ്യപുഷ്പത്തെ ഇതളിതളായി, നിമിഷം നിമിഷമായി കടലാസിലേക്കു പകർത്തുന്നതുകൊണ്ട് കവിയുടെ മനസ്സിൽക്കൂടി പാഞ്ഞുപോയ സൃഷ്ടിയുടെ മിന്നലകൾ വിദൂരതയിൽ നിന്നുകൊണ്ടെങ്കിലും ദർശിക്കാൻ അവസരമുണ്ടാകുന്നു.

കവിതയുടെ ഉറവിടം ജീവിതം തന്നെ; ഏതോ പരിണാമങ്ങൾക്കു വിധേയമായ ജീവിതാനുഭവം. കവിതയും ജീവിതവും ഭിന്നമാണ്. കൽക്കരിയും വജ്രവും പോലെ രണ്ടിനും ആധാരവസ്തു ഒന്നാണെങ്കിലും. ഏതു ജീവിതാനുഭവവും കാവ്യവിഷയമായിത്തീരാവുന്ന അസംസ്കൃവസ്തുവാണ്. അതു കവിയുടെ മനസ്സിലെ സംസ്കരണപ്രക്രിയയിൽക്കൂടി കടന്നാൽ കവിതയായി പരിണമിക്കാവുന്നതാണ്. തന്റെ കാവ്യങ്ങൾക്കു വിഷയമായിത്തീർന്നിട്ടുള്ള അസംസ്കൃത വസ്തുക്കൾ സ്വീകരിച്ചിട്ടുള്ളത് എവിടെ നിന്നാണെന്നും എങ്ങനെയാണെന്നും കുമാരനാശാൻ മിക്ക കൃതികളുടെയും മുഖവുരകളിൽ പ്രസ്താവിച്ചിട്ടുണ്ട്. ഭുവനപ്രസിദ്ധമായ ഇതിവൃത്തങ്ങൾ സ്വീകരിച്ചുകൊണ്ട് ആശാൻ എഴുതിയിട്ടുള്ള *ലീല, ചണ്ഡാലഭിക്ഷുകി, കരുണ* എന്നീ കൃതികൾ

2. Stephen Spender, *The Making of a Poem*, London: Hamish Hamilton, 1955.

പരിശോധിച്ചാൽ കൽക്കരി വജ്രമായി പരിവർത്തനപ്പെടുന്നത് വ്യാഖ്യാനം കൂടാതെ വ്യക്തമാവും.

കവിയുടെ സർഗ്ഗസപര്യയ്ക്ക്, സാധാരണ ഏകാഗ്രതയിൽനിന്ന് വ്യത്യസ്തമായ ബഹുമുഖമായ ഏകാഗ്രത ആവശ്യമാണ്; ഇലകളിലൂടെ ചൂടും വെളിച്ചവും വേരുകളിലൂടെ വെള്ളവും വളവും സ്വീകരിച്ചു നില്ക്കുന്ന ഒരു ചെടിയുടെ ഏകാഗ്രത... കവികൾ അതു നേടുന്നതു പലതരത്തിലാണ്. നിമിഷം കൊണ്ട് അനുഭവത്തിന്റെ ആഴത്തിലിറങ്ങി അനുഭൂതിയുടെ മുത്തുകൾ എളുപ്പം കൈക്കലാക്കുക; അനുഭവത്തിന്റെ ബോധമണ്ഡലത്തിലേക്കു പടിപടിയായി ഇറങ്ങി, സ്വീകരിക്കേണ്ട തോരോന്നും അവധാനപൂർവ്വം കൈക്കലാക്കി സാവധാനം രചനയിലേർപ്പെടുക. രണ്ടാമതു പറഞ്ഞ തരത്തിലുള്ള ഏകാഗ്രതയാണ് ആശാൻ, കാവ്യരചനയിൽ അനുഷ്ഠിച്ചിരുന്നത്. കാവ്യശില്പത്തെ സമഗ്രമായി സങ്കല്പിക്കുക; തേനീച്ചകൾ തേൻ സംഭരിക്കുന്നതുപോലെ ക്ഷമാപൂർവ്വമായി ഓരോ അംശത്തിലും തേൻ നിറച്ച് മനസ്സിൽത്തന്നെ സ്വരൂപിക്കുക; പ്രചോദനത്തിന്റെ സുമുഹൂർത്തത്തിൽ എല്ലാം സമന്വയിച്ചു രചന നടത്തുക. ആദ്യത്തെ കൈയെഴുത്തു കഴിയുന്നതോടെ, ആശാന്റെ മനസ്സിൽ സൃഷ്ടിയുടെ അപൂർണ്ണതയെക്കുറിച്ചുള്ള ബോധം വളരുകയും ഔചിത്യത്തിലൂടെയും സൗന്ദര്യത്തിലൂടെയും പൂർണ്ണതയിലേക്കെത്തുവാൻ വേണ്ടി നിർദ്ദാക്ഷിണ്യം വെട്ടിത്തിരുത്തലുകൾക്കു തയ്യാറാവുകയും ചെയ്യുന്നു. അവിടെ തിരുത്തലുകൾ സൃഷ്ടിയുടെ ഒരു ഘടകമായി മാറുന്നു.

കാവ്യരചനാസന്ദർഭങ്ങളിലെല്ലാം ആശാൻ തികച്ചും അസംതൃപ്തനാണ്. പൂർണ്ണതയ്ക്കു വേണ്ടിയുള്ള ആത്മത്വരയും അന്വേഷണവും അദ്ദേഹത്തെ അസ്വസ്ഥനാക്കുന്നു. എഴുതാൻ പോകുന്നതോ, എഴുതിക്കഴിഞ്ഞതോ ആയ കാവ്യത്തിലെ വരികൾ ആശാൻ ചൊല്ലി നടക്കാറുണ്ടായിരുന്നു എന്ന് അടുത്തു പരിചയമുണ്ടായിരുന്നവർ രേഖപ്പെടുത്തിയിട്ടുണ്ട്. ആശാന്റെ മനസ്സിൽ കാവ്യരചന നിരന്തരം നടന്നുകൊണ്ടേയിരിക്കും. വാക്കുകളിൽനിന്ന് വരിയിലേക്ക്, വരികളിൽനിന്ന് ശ്ലോകത്തിലേക്ക് സാവധാനം ഒരു ശില്പം രൂപംകൊള്ളുന്നു. ഒരു ശ്ലോകം പൂർണ്ണമായി മനസ്സിൽ രൂപംകൊണ്ടു കഴിഞ്ഞാൽ എഴുതുകയായി. അടുത്ത ശ്ലോകം മനസ്സിൽ ഉരുവാകുന്നതിനുമുമ്പായിരിക്കും ആദ്യം എഴുതിയതിന്റെ അപൂർണ്ണത പരിഹരിക്കാൻ വെട്ടിത്തിരുത്തുന്നത്. അങ്ങനെ ക്ഷമാപൂർവ്വം കാവ്യം പൂർണ്ണമാക്കുന്നു. കാവ്യം രചിച്ചു തുടങ്ങുന്ന തീയതിയും അവസാനിപ്പിക്കുന്ന തീയതിയും തമ്മിൽ വലിയ അകലം കാണാറുണ്ട്. ആശാൻ, കവി മാത്രമായിരുന്നില്ല എന്നതുകൊണ്ടു, രചന ആരംഭിച്ചാൽ ഇടയ്ക്കു പലപ്പോഴും മുടങ്ങുക സാധാരണമായിരുന്നു. സഞ്ചരിക്കുമ്പോഴൊക്കെ നോട്ടുബുക്ക് കൈയിൽ കൊണ്ടു നടക്കുകയും എഴുതിയ ഭാഗങ്ങൾ തിരുത്തുകയും പുതിയ ഭാഗങ്ങൾ എഴുതിച്ചേർക്കുകയും ചെയ്യുമായിരുന്നു. പല്ലനയാറ്റിൽ മുങ്ങിമരിക്കു

മ്പോഴും ആശാനോടൊപ്പം അന്ത്യകൃതിയായ *കരുണ*യുടെ കൈയെഴുത്തുപ്രതി ഉണ്ടായിരുന്നു.

*കരുണ*യുടെ കൈയെഴുത്തു പ്രതി, ശേഷിച്ച മറ്റു കൈയെഴുത്തു പ്രതികളോടൊപ്പം തോന്നയ്ക്കൽ ആശാൻ സ്മാരക മന്ദിരത്തിൽ സുക്ഷിച്ചിരിക്കുന്നു. 68 പുറങ്ങളുള്ള *കരുണ* നോട്ടുബുക്കിൽ 'ബുദ്ധ ചരിതം' അഞ്ചാം കാണ്ഡത്തിലെ, 'പണ്ടൊരുകാലത്തൊരു ഭൂസുരനായ് ജനിച്ചു' എന്നുതുടങ്ങി 'ലുത്താനപാദജന്യജ്യോതിസ്സ് പോലെ വാണു' എന്നുവരെയുള്ള 186 വരികൾ, Scholars Remarks on Buddhism എന്ന തലക്കെട്ടിൽ സോഹൻ ഹാസർ, പ്രൊഫസർ ഹക്സിലി എന്നിവരുടെ അഭിപ്രായങ്ങൾ, കരുണ, 'ലോകാനന്ദദനായ് ജഡ പ്രകൃതിയെ...' (4 വരി, വനമാല) 'ഹാ! മൂലദിവാകരനാവിർഭൂതനായൊരാ.... (6 വരി, വനമാല) -ഇത്രയും ഉൾക്കൊള്ളുന്നു. നനഞ്ഞതുകൊണ്ടു പലപുറങ്ങളിലും മഷിപടന്നിരിക്കുന്നു:

അനേകം. ഭാവഗീതികളും ഖണ്ഡകാവ്യങ്ങളും വിവർത്തനങ്ങളും നിരൂപണങ്ങളും രചിച്ച് കൈത്തഴക്കം വന്ന ആശാൻ തന്റെ അന്ത്യകൃതിയായ.. *കരുണ*യിലും പൂർണ്ണതയ്ക്കുവേണ്ടി അവിരാമം, അന്ത്യശ്വാസം വരെ പ്രവർത്തിച്ചിരുന്നു. ആശാൻ ഉറങ്ങാൻ പോകുന്നതിനു മുമ്പു 'റെഡീമർ' ബോട്ടിലുണ്ടായിരുന്ന സഹയാത്രികരെ *കരുണ* വായിച്ചു കേൾപ്പിച്ചു.[3] മരിക്കുന്നതിനു മുമ്പുതന്നെ പ്രസിദ്ധപ്പെടുത്തിക്കഴിഞ്ഞ *കരുണ*യുടെ കൈയെഴുത്തുപ്രതി ആശാൻ കൂടെ കൊണ്ടുനടന്നത് തിരുത്തൽ വരുത്തുന്നതിനു വേണ്ടിത്തന്നെയായിരുന്നു; അപൂർണ്ണമായ ബുദ്ധചരിതത്തിന്റെ ചില ഭാഗങ്ങൾ ആ നോട്ടുബുക്കിൽ ഉണ്ടായിരുന്നു എന്നതുകൊണ്ടുമാത്രമല്ല. ആശാൻ ജീവിച്ചിരുന്ന കാലത്തു പുറത്തിറക്കിയ അദ്ദേഹത്തിന്റെ കൃതികളുടെ പുതിയ പതിപ്പുകളിലെല്ലാം പല തിരുത്തലുകളും വരുത്തിയിട്ടുണ്ട്. ജീവിച്ചിരുന്നപ്പോൾ ആദ്യപതിപ്പു മാത്രമേ പ്രസിദ്ധപ്പെടുത്താൻ കഴിഞ്ഞുള്ളൂ എന്നതിനാൽ *കരുണ*യുടെ പില്ക്കാല പതിപ്പുകളിൽ അച്ചടിപ്പിശകുകളല്ലാതെ ക്രിയാത്മകമായ മറ്റു മാറ്റങ്ങളൊന്നും വരാൻ ഇടയായില്ല.

കരുണ ആശാന്റെ ശില്പകലാമാതൃകയ്ക്ക് ഉത്തമോദാഹരണമാണ്. *കരുണ*യുടെ കൈയെഴുത്തുപ്രതി - ആ രാജശില്പിയുടെ മാനസികമായ സങ്കീർണ്ണതകളെയും രചനാസമ്പ്രദായങ്ങളെയും അനാവരണം ചെയ്യുന്നു.

ആലുവയിൽ വെച്ച് 16-12-1098 (1-7-1923) ലാണ് *കരുണ* എഴുതാൻ ആരംഭിച്ചത്. 10-4-1099 (25-12-1923)ൽ എഴുതി അവസാനിപ്പിച്ചിരിക്കുന്നു.[4] തോന്നയ്ക്കൽനിന്ന് 14-4-1099 ൽ ഒരു ചെറിയ മുഖവുരയോടു കൂടി

3. സി ഒ കേശവൻ, *മഹാകവി കുമാരനാശാൻ*, തിരുവനന്തപുരം: ചന്ദ്രമോഹൻ പ്രസ്; 1958, പുറം 664.

4. 'Began 16.12.98' എന്ന് ആരംഭത്തിലും 'nka 10.4.99' എന്ന് അവസാനവും *കരുണ*യുടെ കൈയെഴുത്തു പ്രതിയിൽ കുറിച്ചിട്ടുണ്ട്.

പ്രസിദ്ധപ്പെടുത്തി. തോന്നയ്ക്കൽ വെച്ചാണ് *കരുണ* എഴുതി പൂർത്തിയാക്കിയത്. 'പല അസൗകര്യങ്ങളാൽ ഇപ്പോൾ മാത്രമേ പൂർത്തിയാക്കാൻ സാധിച്ചുള്ളൂ' എന്നു മുഖവുരയിൽ പറയുന്നുണ്ട്. ആദ്യം എഴുതുന്ന കൈയെഴുത്തുപ്രതിയിൽനിന്ന് ശരിപ്പകർപ്പെടുത്ത് പ്രസ്സിൽ അച്ചടിക്കാൻ കൊടുക്കുകയാണ് പതിവ്, പ്രൂഫിൽ വീണ്ടും മാറ്റങ്ങൾ വരുത്തിക്കൊണ്ടിരിക്കും. *കരുണ* എഴുതിത്തീർന്ന്, മൂന്നോ നാലോ ദിവസത്തിനകം ശരിപ്പകർപ്പെഴുതി ഒരു മുഖവുരയോടെ പ്രസ്സിൽ അച്ചടിക്കാൻ കൊടുത്തു. മുഖവുര എഴുതിയ തീയതിയാണ് കൃതി പ്രസിദ്ധപ്പെടുത്തിയ കാലമായി ഇന്ന് കരുതുന്നത്. കാരണം, ആശാന്റെ എല്ലാ കൃതികളിലും പ്രസിദ്ധീകരണ വർഷം മാത്രമേ കാണിച്ചിട്ടുള്ളൂ. മാസം, തീയതി ഇല്ല. ആശാൻ മരിക്കുന്നതിനു മുമ്പുതന്നെ *കരുണ* പുറത്തിറങ്ങി.[5] ആശാന്റെ ചരമക്കുറിപ്പുകൾ പ്രസിദ്ധപ്പെടുത്തിയ *കേരള കൗമുദി*യുടെ ലക്കത്തിൽ കുമാരനാശാന്റെ കൃതികളെക്കുറിച്ചു ചേർത്തിരുന്ന പരസ്യത്തിൽ *കരുണ*യും ഉൾപ്പെട്ടിരുന്നു.

കാവ്യത്തിന് 'ഉപഗുപ്തന്റെ അനുകമ്പ' എന്നാണ് ആദ്യം നല്കിയ തലപ്പേര്. പിന്നീട് അതുവെട്ടി *കരുണ* എന്നെഴുതിയിരിക്കുന്നു. പേരുമാറ്റം ആശാന്റെ മിക്ക കൃതികൾക്കും കാണാം. ആദ്യം എഴുതുന്ന വാച്യമായ തലക്കെട്ടുകൾ വെട്ടിമാറ്റി, ഏറെ ഉചിതമായ, കാവ്യത്തിന്റെ സമഗ്രഭാവവും ഉൾക്കൊള്ളുന്ന പേരുകൾ സ്വീകരിക്കുക സാധാരണ സ്വഭാവമായിരുന്നു. 'ഉപഗുപ്തന്റെ അനുകമ്പ' *കരുണ*യായി മാറിയപ്പോൾ കാവ്യത്തിന് ആകമാനം സംഭവിച്ച പരിവർത്തനവും ശോഭയും ശ്രദ്ധേയമാണ്.

എഴുതിയത് ആവർത്തിച്ചാവർത്തിച്ച് വായിച്ചു നോക്കാനും വെട്ടിത്തിരുത്താനും സന്നദ്ധനാവുക എന്നതു ഒരു കവിയെ സംബന്ധിച്ചിടത്തോളം നിസ്സാരമല്ല. കാവ്യകലാവിഷയകമായി ആജന്മപ്രതിഭ കൊണ്ടും അഭ്യാസംകൊണ്ടും പരിണിതപ്രജ്ഞനായ ആശാൻ ഒരു നിരൂപകനായി മാറിനിന്ന് സ്വന്തം കൃതികളിൽ നിഷ്കൃഷ്ടമായി, നിർദ്ദയമായി തിരുത്തുകൾ വരുത്തുന്നതു കാണുമ്പോൾ, കാവ്യകലയെ എത്ര ഉദാരമായും ഗൗരവമായുമാണ് അദ്ദേഹം വീക്ഷിച്ചിരുന്നത് എന്നു ബോദ്ധ്യമാവും. കാവ്യകലയോട് ആശാൻ അനുഷ്ഠിച്ചിരുന്ന സത്യസന്ധതയും ആത്മാർപ്പണവും അദ്ദേഹത്തെ നിർഭയനും അധൃഷ്യനുമാക്കിത്തീർത്തിട്ടുണ്ട്. അങ്ങനെ അല്ലാത്ത ഒരു കവിക്ക് ഇങ്ങനെ പറയുവാൻ സാദ്ധ്യമല്ല: "ഞാൻ വളരെ കവിതകൾ എഴുതാറില്ലെങ്കിലും എഴുതുന്നിടത്തോളം വളരെ സൂക്ഷിച്ച് എഴുതാറാണ് പതിവ്. ഒരു ഉത്കൃഷ്ട കലയുടെ എല്ലാ അംശങ്ങളേയും പറ്റി ഗാഢമായും നിർദ്ദയമായും ചിന്തിച്ചു ത്യാജ്യങ്ങളെ പാടുള്ളത്ര ത്യജിച്ചും ഗ്രാഹ്യങ്ങളെ കഴിയുന്നത്ര ഗ്രഹിച്ചും അല്ലാതെ ഞാൻ ഒരു 'മുക്തകം' പോലും രചിക്കാറില്ലെന്നുള്ളത് എനിക്കു നല്ല നിശ്ചയമുള്ള സംഗതിയാണ്."[6]

5. കുമാരനാശാന്റെ മരണം; 3.6.'99
6 *എൻ കുമാരനാശാൻ*, നിരൂപണങ്ങൾ, തോന്നയ്ക്കൽ : ശാരദ ബുക്ക് ഡിപ്പോ, 1963, പുറം 59–73.

ഒരു നല്ല കവി, സ്വന്തം കാവ്യത്തിലെ പല ഭാഗങ്ങളും വെട്ടിക്കളയാൻ തയ്യാറാവുന്നു. ചിലപ്പോൾ, കാവ്യപരമായി ഉയർന്ന നിലവാരം പുലർത്തുന്ന വരികളും ശ്ലോകങ്ങളും കാവ്യത്തിന്റെ സമഗ്രഭാവത്തിനു അനുചിതമെന്നു കണ്ടാൽ തള്ളിക്കളയാൻ മടിക്കാറില്ല. ആശാൻ, വാക്കുകളും വരികളും ശ്ലോകങ്ങളും വെട്ടിക്കളഞ്ഞ് ഉചിതമായത് എഴുതിച്ചേർക്കുന്നു; കുറേ വരികൾ എഴുതി ചിലതുമാത്രം സ്വീകരിക്കുന്നു; മറ്റു ചിലപ്പോൾ നിശ്ശേഷം ഉപേക്ഷിക്കുന്നു. കാവ്യത്തെ ധ്വന്യാത്മകവും രസപര്യവസായിയും ഔചിത്യപൂർണ്ണവുമാക്കിത്തീർക്കാൻ വേണ്ടിയാണ് കുമാരനാശാൻ ആദ്യന്തം മാറ്റങ്ങൾ വരുത്തിയിട്ടുള്ളത്.

ഒരു പദം മാറുമ്പോൾ ഒരു വികാരം മാറുന്നു. ഒരു വരി മാറുമ്പോൾ ഒരു ചിന്ത മാറുന്നു. ഒരു ശ്ലോകം മാറുമ്പോൾ ആശയവും ഭാവരൂപങ്ങളും മാറുന്നു. നാടകീയമുഹൂർത്തങ്ങൾ ചിത്രീകരിക്കുമ്പോഴാണ് ആശാന്റെ മനസ്സ് കൂടുതൽ അസ്വസ്ഥമാകുന്നത്. അപ്പോഴാണ് വെട്ടുംതിരുത്തും ഏറുന്നതും, താൻ ഉദ്ദേശിക്കുന്നതു വ്യക്തമാക്കുവാൻ വേണ്ടതിലേറെ വരികളെഴുതി മനസ്സിനിണങ്ങിയതും സന്ദർഭത്തിനനുയോജ്യമായതും മാത്രം തെരഞ്ഞെടുക്കേണ്ടി വരുന്നതും. തത്വചിന്താപരമായ കാര്യങ്ങളും ലോകോക്തികളും പ്രസ്താവനകളും എഴുതുമ്പോൾ വെട്ടും തിരുത്തും അധികം കാണുന്നില്ല. അറിവായ നാൾ മുതൽ സ്വന്തം സഞ്ചിയിൽ കൊണ്ടുനടന്ന് ആവശ്യം വന്നപ്പോൾ പെറുക്കി നിരത്തുന്ന ലാഘവത്തോടെയാണ് ആശാൻ അമ്മാതിരി ഭാഗങ്ങൾ കൈകാര്യ ചെയ്തിട്ടുള്ളത്.

ഡോ. പോൾ കാറസിന്റെ *The Gospel of Budda* എന്ന ഗ്രന്ഥത്തിൽ കാണുന്ന കഥയെ ആധാരമാക്കിയുള്ള *കരുണ* ഇതിവൃത്തപരമായി പുതുമയുള്ളതല്ലെങ്കിലും ക്രിയാത്മകമായ ത്വരയുള്ള ഒരു മനസ്സിന്റെ ആത്മദർശനം അഭിവ്യക്തമാക്കുന്നു. കഥയോ കഥാപാത്രങ്ങളോ സംഭവങ്ങളോ എവിടെനിന്നു സ്വീകരിച്ചു എന്നതല്ല, സ്വന്തം ജീവിതദർശനത്തിനനുസരിച്ച് അതൊക്കെ വ്യാഖ്യാനിക്കുവാനും തന്റേതായ ആത്മഭാവം കൂട്ടിച്ചേർക്കാനും എഴുത്തുകാരനു സാധിച്ചിട്ടുണ്ടോ എന്നതാണ് പ്രശ്നം. ആ നിലയിൽ, *കരുണ* ആശാന്റേതു മാത്രമായി പരിവർത്തനം ചെയ്തിരിക്കുന്നു. *കരുണ*യുടെ കൈയെഴുത്തിൽ കാണുന്ന തിരുത്തുകൾ ആ പരിവർത്തനത്തിന്റെ സ്വഭാവം പ്രകടിപ്പിക്കുന്നു.

വാസവദത്തയ്ക്ക്, ഉപഗുപ്തനോടു തോന്നിയ അസാധാരണമായ സ്നേഹത്തെ അവൾതന്നെ ന്യായീകരിക്കുന്നു:

വിശപ്പിന്നു വിഭവങ്ങൾ,
    വെറുപ്പോളമശിച്ചാലും
വിശിഷ്ടഭോജ്യങ്ങൾ
    കാണ്കിൽ കൊതിയാമാർക്കും.

ആദ്യവരിയിലുള്ള വെട്ടിത്തിരുത്തുകളിൽനിന്ന് മറ്റു രണ്ടു പാഠങ്ങൾകൂടി കിട്ടുന്നു;

വിശപ്പിലെങ്കിലും* വേണ്ടവിഭവങ്ങൾ കഴിച്ചാലും
വിശപ്പു(റി)പോയാലും വേണ്ട വിഭവങ്ങൾഭുശിച്ചാലും
വിശപ്പിനു വിഭവങ്ങൾ വെറുപ്പോളമശിച്ചാലും.

മൂന്നാമത്തെ പാഠം അച്ചടിപ്പാഠത്തിൽ സ്വീകരിച്ചിരിക്കുന്നു. അർത്ഥം, ആശയം, കാവ്യസൗന്ദര്യം എന്നീ ഘടകങ്ങളെ ലക്ഷ്യമാക്കിയുള്ള മാറ്റങ്ങളാണ് ഇവിടെ. തുടർന്നുള്ള പല മാറ്റങ്ങളിലും ലക്ഷ്യം അതു തന്നെ:

ഉപഗുപ്തന്റെ അവഗണന സഹിയാത്ത വാസവദത്ത പറയുന്നു:
അർത്ഥഭാണ്ഡങ്ങൾതൻ കനം കുറഞ്ഞുപോകുന്നു, തോഴീ-
യിത്തനു കാന്തിതൻ വിലയിടിഞ്ഞിടുന്നു.

ഈ ഭാഗത്തിന്റെ പാഠമാറ്റം:

അർത്ഥാഭാണ്ഡങ്ങൾതൻ കനംകുറഞ്ഞുപോകുന്നു സ്വയം
മത്തനു(രസ) ലാവണ്യത്തിന്റെ വില താഴുന്നു.

അർത്ഥഭാണ്ഡങ്ങൾതൻ കനം കുറഞ്ഞുപോകുന്നു തോഴീ
യിത്തനുകാന്തിതൻ വിലയിടിഞ്ഞിടുന്നു.

കരചരണശ്രവണനാസികകൾ മുറിച്ചു ഭൂനരകമായ ചുടുകാട്ടിന്റെ നടുവിൽ തള്ളിയിരിക്കുന്ന വാസവദത്തപെടുന്ന പാടുകണ്ട് കവി പറയുന്നു:

നാമവും രൂപവുമറ്റ നിർദ്ദയമാം നിയമമേ
ഭീമമയ്യോ! നിന്റെ ദണ്ഡപരിപാടികൾ.

'നിന്റെ കാര്യപരിപാടികൾ' 'നിന്റെ ദണ്ഡപരിപാടികൾ' എന്നു മാറുകയാണുണ്ടായത്. രണ്ടാം ഖണ്ഡം അവസാനിക്കുന്ന ഈ വരികൾക്കുശേഷം, കൈയെഴുത്തുപ്രതിയിൽ വാസവദത്തയുടെ തോഴിയെയും. ഉപഗുപ്തനെയും പരാമർശിക്കുന്ന നാലുവരികൂടിയുണ്ട്. വെട്ടിത്തിരുത്തുകളിൽനിന്ന് താഴെക്കാണിക്കുന്നതുപോലെ മുറയ്ക്ക് മൂന്നു പാഠം കിട്ടുന്നു

വിലപിച്ചില്ലെറെയാരും വിപത്തിലിവളെച്ചൊല്ലി
യലിവേറുമടുത്തൊരീയാളി യല്ലാതെ.
അനുഗമിച്ചുമില്ലാരുമനുതാപമോതാനീങ്ങി
യനുകമ്പാതുരൻ യുവഭിക്ഷുവല്ലാതെ

(ആദ്യപാഠം)

---

* ഈ പ്രബന്ധത്തിലെ അടിവരകളെല്ലാം കുമാരനാശാൻ കൈയെഴുത്തു പ്രതിയിൽ വെട്ടിക്കളഞ്ഞതിനെ സൂചിപ്പിക്കുന്നു.

വിലപിച്ചെത്തിയില്ലാരും
 വിപത്തിലിവളെച്ചൊല്ലി
യലിവാർന്നടുത്തെഴുമീയാളിയല്ലാതേ
അനുഗമിച്ചുമില്ലാരുമനുതാപമോതാനിങ്ങീ
യനുകമ്പാനിധിയുവഭിക്ഷുവല്ലാതേ

(രണ്ടാം പാഠം)

വിലപിച്ചെത്തിയില്ലാരും
 വിപത്തിലിവളെച്ചൊല്ലി
യലിവാർന്നടുത്തെഴുമീയാളിയല്ലാതേ
അനുഗമിച്ചുമില്ലാരുമനുതാപമോതാനിങ്ങീ
യനുകമ്പാനിധി യുവഭിക്ഷുവല്ലാതേ

(മൂന്നാം പാഠം)

ഈ വരികൾ അച്ചടിപ്പാഠത്തിൽ സ്വീകരിച്ചിട്ടില്ല. കൈയെഴുത്തിൽ വെട്ടിക്കളഞ്ഞിട്ടുണ്ട്. ഈ ആശയം വ്യംഗ്യമായി, കാവ്യത്തിലുള്ളതു കൊണ്ടാണ് വാച്യമായ വരികൾ ഉപേക്ഷിക്കാൻ ആശാൻ തയ്യാറായത്.

വസ്തുകഥനം, വർണ്ണനം തുടങ്ങിയ സന്ദർഭങ്ങളിൽ ആശാന്റെ മനസ്സ് താരതമ്യേന സ്വസ്ഥമാണ്. അവിടെയൊക്കെ പദങ്ങളിലാണ് മാറ്റം. നാടകീയമുഹൂർത്തങ്ങളോ മാനസികസങ്കീർണ്ണതകളോ അവതരിപ്പിക്കുമ്പോൾ ആശാന്റെ മനസ്സ് ഇളകി മറിയുന്നു. 'ദക്ഷതയും ത്വരയും ദാക്ഷിണ്യവും കണ്ടാൽ' എന്നുവരെയുള്ള ഭാഗങ്ങളിൽ വെട്ടിത്തിരുത്തുകൾ പദങ്ങളിലാണ് ഏറെ തുടർന്നു വരുന്നത്.

ശരി ശരി! പരദുഃഖശമനമോർത്തല്ലോ മുറ്റും
ശരണത്രയീധനന്മാർ ഭിക്ഷതെണ്ടുന്നു
തിരിഞ്ഞു രക്ഷ നല്കുന്ന ദേവതകളല്ലോ സാക്ഷാൽ
ധരണിയിൽ നടക്കുമിദ്ധർമ്മദൂതന്മാർ

എന്നീ നാലുവരികൾ പിന്നീട് എഴുതിച്ചേർത്തതാണ്. ആ ഭാഗം നോട്ടുബുക്കിന്റെ മാർജ്ജിനിൽ എഴുതിയിരിക്കുന്നു. ഉപഗുപ്തൻ വാസവദത്തയെ സമീപിക്കുന്ന സന്ദർഭം വർണ്ണിക്കുമ്പോൾ, ഉപഗുപ്തന്റെ മനസ്സുപോലെ ആശാന്റെ മനസ്സും ആ രംഗം കണ്ടു പകച്ചുപോയിട്ടുണ്ടാവണം:

അടുക്കുന്നിതവൻ, പറന്നകലുന്നുടൻ കാക്കകൾ
ഞടുങ്ങിയാ രംഗം കണ്ടു പകച്ചു ധന്യൻ:
മടുത്തു നില്ക്കുന്നു, പിന്നമ്മഹിള മാഴ്കിവാണീടു
മിടത്തെത്തുന്നു, കണ്ടവൾ സംഭ്രമിക്കുന്നു.

ഈ ഭാഗം കൈയെഴുത്തിൽ ഒട്ടേറെ തിരുത്തലുകൾക്കു വിധേയമായിരിക്കുന്നു:

പറന്നകലുന്നിതക്കാക്കകൾ
പറന്നകലുന്നുടൻ കാക്കകൾ

ഞടുങ്ങിപ്പകച്ചങ്ങേലും കാഴ്ചകണ്ടവൻ
ഞടുങ്ങുന്നു കാഴ്ചകണ്ടു പകച്ചദ്ധന്യൻ
ഞടുങ്ങിയാ രംഗം കണ്ടു പകച്ചു ധന്യൻ

മടുത്തു തെല്ലു നില്ക്കുന്നു
മടുത്തു നില്ക്കുന്നു വീണ്ടും മാഴ്കിയത്തമ്പി വാണീടും
മടുത്തു തെല്ലുനില്ക്കുന്നു വീണ്ടും മാഴ്കിയത്തമ്പിയാൾ
മടുത്തു നില്ക്കുന്നു വീണ്ടും മാഴ്കി വാണീടും
മടുത്തു നില്ക്കുന്നു തെല്ലമ്മഹിള മാഴ്കി വാണീടു
മടുത്തു നില്ക്കുന്നു, പിന്നമ്മഹിള മാഴ്കി വാണീടു

വെട്ടിത്തിരുത്തുകളുടെ ആധിക്യം പാഠപരിവർത്തനം ക്രമമായി രേഖപ്പെടുത്താൻ പ്രയാസമുണ്ടാക്കുന്നു. എല്ലാം വെട്ടി, വീണ്ടും മാർജ്ജിനിൽ 'മടുത്തു നില്ക്കുന്നു തെല്ലമ്മഹിള മാഴ്കിവാണീടു' എന്നെഴുതി. 'തെല്ല' വെട്ടി 'പിന്ന' എന്നാക്കി എഴുതിയിട്ടുണ്ട്.

ഉടനപ്പിണ്ഡമനങ്ങാനൊരുങ്ങുന്നിതഹോ! പുറ-
പ്പെടുന്നു ഞരുങ്ങി ശബ്ദം ദീനദീനമായ്

എന്ന ഭാഗം വരികൾക്കിടയിൽ കുത്തിത്തിരുകി എഴുതിയിരിക്കുന്നു. ആ വരികളുടെ പ്രാഗ്രൂപം തൊട്ടുമുകളിൽത്തന്നെയുണ്ട്. പടിപടിയായുള്ള രാസപരിവർത്തനങ്ങളിൽപ്പെട്ട് അച്ചടിപ്പാഠത്തിന്റെ അവസ്ഥയിലെത്താൻ ഒട്ടേറെ മാറ്റങ്ങൾക്ക് വിധേയമായിട്ടുണ്ട്:

ത്വരിതമപ്പിണ്ഡമുള്ളിൽ തുടങ്ങുന്നു ചേഷ്ട ദീന
സ്വരമസ്പഷ്ട ദുസ്സഹം പുറപ്പെടുന്നു.

ഉടനപ്പിണ്ഡമിതാ ചലിക്കുന്നിതഹോ ദീന
സ്വരമസ്പഷ്ടമായതിൽ നിന്നു പൊങ്ങുന്നു.

ഉടനപ്പിണ്ഡമൊന്നിതാ ചലിക്കുന്നതഹോദീന
സ്വരമസ്പഷ്ടമായതിൽ നിന്നു കേൾക്കുന്നു.

ഉടനപ്പിണ്ഡമനങ്ങാനൊരുങ്ങുന്നിതഹോ! പുറ
പ്പെടുന്നു ഞരുങ്ങും സ്വരം ദീനദീനമായ്.

വാസവദത്തയുടെ ഉള്ളിലുണ്ടായ പറയാനരുതാത്ത ചേഷ്ടകളെയും അസ്പഷ്ടമായും ദുസ്സഹമായും പുറപ്പെടുന്ന സ്വരത്തെയും വാച്യമായി ആദ്യം പറഞ്ഞെങ്കിലും, പിന്നീട് അതുവെട്ടി കൂടുതൽ ധ്വന്യാത്മകമായി പരിവർത്തനപ്പെടുത്തിയിരിക്കുന്നു. അച്ചടിപ്പാഠത്തിൽ തുടർന്നു വരുന്ന,

മൃതസഞ്ജീവിനിയോയീ വാക്സുധ,യിവന്റെ നാമ
ചതുരക്ഷരിതാനിത്ര ശക്തിയാർന്നതോ!

എന്ന വരികൾ കൈയെഴുത്തു പാഠത്തിൽ:

അഹഹ മൃത്യുവിന്നിരുട്ടാഴിയിൽ മുങ്ങിയ സത്ത്വം
മുഹുരിന്ദ്രിയവാതിലിൽ മുട്ടുകല്ലല്ലി!

എന്ന വരികൾ കഴിഞ്ഞിട്ടാണു വരുന്നത്. ഇവിടത്തെ മാറ്റവും ശ്രദ്ധേയമാണ്:

അഹഹ മൃത്യുവിന്നിരുട്ടറയിലെത്തിയ സത്വം
മുഹുരുത്ഥാനം ചെയ്യുമീമട്ടു കണ്ടില്ലേ

അഹഹ മൃതിയാ(വാ)മിരുട്ടാഴിയിൽ മുങ്ങിയ സത്വം
മുഹുരിന്ദ്രിയ വാതിലിൽ മുട്ടുകല്ലല്ലീ.

അഹഹ! മൃത്യുവിന്നിരുട്ടാഴിയിൽ മുങ്ങിയ സത്വം
മുഹുരിന്ദ്രിയ വാതിലിൽ മുട്ടുകല്ലല്ലീ!

ഒട്ടേറെ വരികളെഴുതിയിട്ട്, അതിനെ സംഗ്രഹിച്ച് ആറ്റിക്കുറുക്കുന്ന രചനാപ്രക്രിയ ആശാൻ അനുഷ്ഠിക്കാറുണ്ട്. *കരുണ*യുടെ അന്ത്യത്തിലുള്ള ഒരു ഭാഗം:

കരുതാം മറ്റൊന്നല്ലതു 'കരുണ'തൻ കയത്തിലെ-
പ്പരിണതോജ്ജ്വല മുക്താഫലമല്ലാതെ
ഉടനെയന്നു താൻ ചെയ്ത ശുഭകർമ്മത്തിൻ മഹത്ത്വം
കടുകോളം മതിയാതെ ഗളിതഗർവ്വൻ
ചുടുകാടുവിട്ടു പിന്നശ്ശുചിവ്രതൻ വന്നവഴി
മടങ്ങിപ്പോകുന്നു ചിന്താമന്ദവേഗനായ്
(അച്ചടിപ്പാഠം)

സ്വയം പിന്നെയസ്സൗഗതയോഗി
    ത്തന്നുൾത്താരുലച്ചു

നയനം നിറഞ്ഞു വീണ നിർമ്മലദ്രവ്യം
കരുണയെന്നു ചൊല്ലുമാ ജന്തുസ്നേഹത്തിൻ കയത്തിൽ
പരിണതമായ മുക്താഫലം താനോർത്താൽ
കരുതാം മറ്റൊന്നല്ലതു 'കരുണ' തൻ കയത്തിലെ
പരിണതോജ്ജ്വല മുക്താഫലമല്ലാതേ
മടങ്ങിപ്പോയിതു വന്നവഴിയേയമ്മഹാധീരൻ
ചുടുകാടുവിട്ടു ചിന്താമന്ദവേഗനായ്
ഉടനേയന്നു താൻ ചെയ്ത ശുഭകർമ്മത്തിൽ മഹത്വം
കടുകോളും മതിയാതെ ഗളിതഗർവ്വൻ
ചുടുകാടുവിട്ടു പിന്നശ്ശുചിവ്രതൻ വന്നവഴി
മടങ്ങിപ്പോകുന്നു ചിന്താമന്ദവേഗനായ്
(കൈയെഴുത്തു പാഠം)

ആറു വരിക്കുവേണ്ടി പന്ത്രണ്ടു വരി എഴുതുന്നു. കൈയെഴുത്തിൽ നിന്ന് അച്ചടിപ്പാഠം സ്വരൂപിക്കാമെങ്കിലും ആ വരികളെല്ലാം ഒട്ടേറെ തിരുത്തുകൾക്കു ശേഷമാണ് മുകളിൽ കൊടുത്തിട്ടുള്ള രൂപത്തിൽ എത്തിയത്. ചിലപ്പോൾ അച്ചടിച്ച പാഠത്തിൽ കാണുന്ന പാഠങ്ങൾ കൈയെഴുത്തിൽ കാണുന്നില്ല. പ്രസ്സിൽ കൊടുക്കാൻ വേണ്ടി, നോട്ടുബുക്കിൽനിന്ന് പകർപ്പെടുക്കുമ്പോഴും പ്രൂഫ് നോക്കുമ്പോഴും പുതിയ പതിപ്പുകൾ തയ്യാറാക്കുമ്പോഴും ആശാൻ നിരന്തരം തിരുത്തുകൾ വരുത്തിയിരുന്നു. പരിപൂർണ്ണതയെക്കുറിച്ച് ആശാനുള്ള സങ്കല്പം എന്തെന്നും അവിടെ എത്താൻ കഴിയാത്തതുകൊണ്ടുള്ള അസ്വാസ്ഥ്യതകൾ എന്തെന്നും ആശാന്റെ കൈയെഴുത്തുകൾ വിശ്വസ്തമായ തെളിവുകൾ തരുന്നു.

കുമാരനാശാനോടൊപ്പം താമസിച്ചിട്ടുള്ള കെ സദാശിവൻ ആശാന്റെ കാവ്യരചനയെക്കുറിച്ചു പറയുന്നു; "...യതിഭംഗം ഉണ്ടായിരിക്കരുതെന്നുള്ള നിഷ്കർഷയോടുകൂടി പലവരികളും മാറ്റി എഴുതീട്ടുമുണ്ട്. എല്ലാവശത്തും പരമാവധി ശ്രദ്ധ പതിപ്പിച്ചതുകൊണ്ടാണ് കവിതാഗുണങ്ങളും ഇതിൽ മൂർദ്ധന്യദശയെ പ്രാപിച്ചിട്ടുള്ളത്. തോന്നിയതുപോലെ കവിത എഴുതിവിടുന്ന ആളല്ല ആശാൻ. എളുപ്പത്തിലെങ്ങും തൃപ്തിപ്പെടാത്ത ഭാഷാനിഷ്കർഷയും ഔചിത്യദീക്ഷയുമാണ് അദ്ദേഹം എപ്പോഴും പാലിച്ചുകൊണ്ടിരുന്നതെന്നുള്ളത്. പദ്യങ്ങൾ ഓരോന്നായി വളർന്നുവരുന്നതും അവയിൽ ചിലതൊക്കെ പിന്നീട് രൂപാന്തരപ്പെടുന്നതും സൂക്ഷിക്കാൻ ഇടവന്നിട്ടുള്ള എനിക്കു ആശാന്റെ ഈദൃശ്യമായ നിഷ്കർഷകൾ എത്രമാത്രമുണ്ടായിരുന്നു എന്നു വിലമതിക്കാൻ കഴിഞ്ഞിട്ടുണ്ട്. വാസനകൊണ്ടു മാത്രമല്ല അതിനെക്കവിഞ്ഞുള്ള അഭ്യാസസാമർത്ഥ്യം കൊണ്ടുകൂടിയാണ് കാവ്യരചനയിൽ ആശാൻ അദ്വിതീയനായിത്തീർന്നതെന്നു തീർത്തുപറയാം..."[7] ഈ പ്രസ്താവം തികച്ചും സത്യമാണെന്ന് ആശാന്റെ *കരുണ*യുടെ കൈയെഴുത്തുപ്രതി തെളിയിക്കുന്നു.

---

7. കെ സദാശിവൻ, *കുമാരനാശാൻ ചില സ്മരണകൾ*, തോന്നയ്ക്കൽ: ശാരദ ബുക്ക് ഡിപ്പോ, 1951 പുറം 41–42.

കുമാരനാശാന്റെ ആദ്യകാവ്യം - *നളിനി*

"**കു**മാരനാശാന്റെ രചനാശില്പം: ഹസ്തലിഖിതങ്ങളെ ആധാരമാക്കി ഒരു പഠനം" എന്ന ഗവേഷണപ്രബന്ധം എഴുതിക്കൊണ്ടിരുന്നപ്പോൾ *നളിനി*യുടെ രചനാകാലത്തെപ്പറ്റി സംഗതമായ ഒരു സംശയം എനിക്കുണ്ടായി. *വീണപൂവാ*ണോ *നളിനി*യാണോ ആശാൻ ആദ്യം എഴുതിയത്? ആശാൻ *നളിനി*യുടെ മുഖവുരയിൽ പറയുന്നു: "ഞാൻ *നളിനി* എഴുതാൻ ആരംഭിച്ചിട്ട് മൂന്ന് കൊല്ലത്തിനു മേലാകും. *മിതവാദി*യിൽ നിന്ന് എന്റെ *വീണപൂവ്* പകർത്തി എഴുതി സി എസ് സുബ്രഹ്മണ്യൻ പോറ്റി ബി എ അവർകൾ *ഭാഷാപോഷിണി*യിൽ പ്രസിദ്ധപ്പെടുത്തിയ കാലത്താണ് ഞാൻ ഇത് തുടങ്ങിയത്." 1083 ധനു (1907 ഡിസംബർ) ലക്കം *മിതവാദി*യിലാണ് വീണപൂവ് ആദ്യമായി പ്രകാശിപ്പിച്ചത്. 1084 തുലാം-വൃശ്ചികം (1908 നവംബർ-ഡിസംബർ) *ഭാഷാപോഷിണി*യിൽ സി എസ് സുബ്രഹ്മണ്യൻപോറ്റി ഒരു മുഖവുരയോടുകൂടി എടുത്തു ചേർത്തു. ആശാന്റെ പ്രസ്താവനമനുസരിച്ച് *നളിനി* എഴുതാനാരംഭിച്ചത് 1908 അവസാനമോ 1909 ആരംഭത്തിലോ ആണ്. *നളിനി*യുടെ മുഖവുര 29-10-1911 ലാണ് എഴുതിയത്. അതനുസരിച്ച് *നളിനി* എഴുതാനാരംഭിച്ചിട്ട് രണ്ടു കൊല്ലവും പത്തു മാസവും മാത്രമേ ആയിട്ടുള്ളൂ.

കുമാരനാശാന്റെ മറ്റ് നോട്ടുബുക്കുകളോടൊപ്പം ഉണ്ടായിരുന്ന 'നളിനി നോട്ടുബുക്കി'ൽ നളിനി എഴുതിയ കാലം പരിശോധിച്ചപ്പോൾ ആശാന്റെ പ്രസ്താവവുമായി യോജിക്കാതെ വന്നു. ആ നോട്ടുബുക്ക് ആശാൻ ഉപയോഗിക്കാൻ തുടങ്ങിയത് 23-3-1910 മുതലാണെന്ന് ആദ്യപുറത്ത് കുറിച്ചിട്ടുണ്ട്. *നളിനി* എഴുതിത്തുടങ്ങിയ ആദ്യതാൾ നഷ്ടപ്പെട്ടിരിക്കുന്നതിനാൽ ആരംഭിച്ച തീയതി ഇല്ല. എന്നാൽ, അതിനു മുമ്പിലുള്ള പുറങ്ങളിൽ എഴുതിയിട്ടുള്ള കൊച്ചുകിളി, വസന്തകാലം, തോട്ടത്തിലെ

എട്ടുകാലി എന്നീ കവിതകൾ മാഹിയിൽവെച്ച് 16-4-'10, 23-04-'10, 24-04-'10 എന്നീ തീയതികളിലാണ് എഴുതിയിരിക്കുന്നത്. അതിനാൽ എത്ര പിന്നിലേക്കുപോയാലും 25-04-10 നു മുമ്പ് *നളിനി* എഴുതിത്തുടങ്ങാൻ സാദ്ധ്യതയില്ല. കാവ്യത്തിന്റെ അവസാനം എഴുതിത്തീർന്ന തീയതി 20-1-11 നല്കിയിട്ടുണ്ട്. അതനുസരിച്ച് *നളിനി* എഴുതാൻ 25-04-10 മുതൽ 20-1-11 വരെയുള്ള 270 ദിവസം മാത്രമേ വേണ്ടിവന്നിട്ടുള്ളൂ. ഇത് ആശാന്റെ പ്രസ്താവവുമായി യോജിക്കുന്നതേയില്ല. രചനാകാലത്തിന്റെ വൈരുദ്ധ്യം ഇല്ലായിരുന്നെങ്കിൽ, ധാരാളം വെട്ടിത്തിരുത്തലുകളും തിരസ്കരണങ്ങളും കൂട്ടിച്ചേർക്കലുകളും ഉള്ള ആ നോട്ടുബുക്കിനെ *നളിനി*യുടെ ആദ്യപകർപ്പായി കരുതാൻ ന്യായമുണ്ടായിരുന്നു. ആശാന്റെ പ്രസ്താവങ്ങളുമായി നോട്ടുബുക്കിലെ കാലം യോജിച്ചു പോകാത്തതിനാൽ *നളിനി*ക്ക് ആദ്യപകർപ്പെഴുതിയ മറ്റൊരു കാലം ഉണ്ടായിരിക്കണമെന്ന് ഞാൻ വിചാരിച്ചു. കുമാരനാശാന്റെ മകൻ ശ്രീ പ്രഭാകരനോടും മിസ്സിസ് കുമാരനാശാനോടും അതേക്കുറിച്ചു സംസാരിച്ചെങ്കിലും പുതിയ വിവരമൊന്നും കിട്ടിയില്ല. എന്റെ മനസ്സിൽ സംശയം പരിഹരിക്കപ്പെടാതെതന്നെ കിടന്നു.

പഴയ മാസികകളിൽ കുമാരനാശാനെപ്പറ്റി എഴുതിയിട്ടുള്ള ലേഖനങ്ങൾ പരിശോധിക്കുന്ന കൂട്ടത്തിൽ 1101 കർക്കിടകം- 1102 ചിങ്ങം ലക്കം *ധർമ്മകുമാര*നിൽ മറവൂർ ഭാസ്കരൻനായർ എഴുതിയ 'ആശാനുമൊന്നിച്ച് തോന്നയ്ക്കൽ ഒരു ദിവസം' എന്ന ലേഖനം കാണാനിടയായി. അതിൽ, ലേഖകനോട് കുമാരനാശാൻ ഉപദേശരൂപത്തിൽ ഇപ്രകാരം പറഞ്ഞതായി രേഖപ്പെടുത്തിയിട്ടുണ്ട്.

> ഒരു കവിക്ക് ഭൂഷണം അഗാധമായ ചിന്താസാമർത്ഥ്യമാണ്. ചിന്താസന്താനങ്ങളല്ലാത്ത ഗ്രന്ഥസമുച്ചയങ്ങൾ ക്ഷണപ്രഭാ പര്യവസായികളാകുകതന്നെ ചെയ്യും. അവ ചിന്താശക്തി നിറച്ചിട്ടുള്ള ഏതാനും വരികളോളം സഫലമാകയില്ല. *നളിനി* ഏഴു വർഷത്തോളം എന്റെ പോക്കറ്റിൽ കിടന്ന ഒരു കാവ്യമാണ്. എത്രയും വേഗം ശ്ലോകം തീർക്കുക എന്ന സാമർത്ഥ്യമല്ല. എഴുതിയ ഭാഗം വീണ്ടും വീണ്ടും വായിച്ച് ശരിപ്പെടുത്തണം. അനന്തമായ ഗ്രന്ഥപരിചയവും ശാസ്ത്രവൈദഗ്ദ്ധ്യവും ഉള്ള ഒരുവന് അവന്റെ ചിന്താവ്യാപാരചാതുര്യം കാവ്യനിർമ്മാണത്തിൽ സർവ്വവിജയങ്ങളും നല്കുന്നു.

നളിനി ഏഴു വർഷത്തോളം എന്റെ പോക്കറ്റിൽ കിടന്ന ഒരു കാവ്യമാണ് എന്ന ആശാന്റെ പ്രസ്താവം നളിനിയുടെ രചനാകാലത്തെക്കുറിച്ചുള്ള എന്റെ സംശയത്തെ വീണ്ടും ഉണർത്തി. മാത്രമല്ല, അത് ആശാൻതന്നെ *നളിനി*യുടെ മുഖവുരയിൽ രചനാകാലത്തെക്കുറിച്ചു പറയുന്ന കാര്യങ്ങൾക്ക് വിരുദ്ധവുമാണ്. ഏഴുവർഷത്തോളം ആശാന്റെ പോക്കറ്റിൽ കിടന്ന കാവ്യമാണ് *നളിനി* എന്നും കണ്ടു കിട്ടിയ 'നളിനി

നോട്ടുബുക്ക്' (വലിപ്പം: 20.6 X 16.5 സെ. മീ) പോക്കറ്റിൽ ഇടാൻ പാകത്തിലുള്ളതല്ലെന്നും ഒരന്വേഷണം നടത്തണമെന്നും ശ്രീ, പ്രഭാകരനോട് ഞാൻ പറഞ്ഞു. പോകുന്നിടത്തെല്ലാം കവിത എഴുതിക്കൊണ്ടിരിക്കുന്ന നോട്ടുബുക്കുകൂടി കൊണ്ടുപോകുന്ന സ്വഭാവം ആശാനുണ്ടായിരുന്നതിനാൽ ആ പറഞ്ഞത് ആലങ്കാരികമായി പറഞ്ഞതാണെന്നു കരുതാൻ കഴിഞ്ഞില്ല. എസ് എൻ ഡി പി സെക്രട്ടറിയായ കാലം മുതല്ക്കേ ആശാൻ പോക്കറ്റുള്ള കോട്ട് ഉപയോഗിച്ചുതുടങ്ങിയിരുന്നു.

അമ്മയെക്കാണാൻ ആലുവയിൽ പോയി തിരിച്ചെത്തിയ ശ്രീ. പ്രഭാകരൻ ഒരു ഡയറി നോട്ടുബുക്ക് (വലിപ്പം: 16 X 10.1 സെ മീ) എന്നെ ഏല്പിച്ചു. അതിൽ *നളിനി*യുടെ ആദ്യപകർപ്പ് ഉണ്ടായിരുന്നു. (നോട്ടുബുക്കിന്റെ കെട്ട് വിട്ടുപോയപ്പോൾ വീണ്ടും കുത്തിക്കെട്ടിയവർ ശ്രദ്ധിക്കാത്തതിനാൽ രണ്ടാം പകുതി ആദ്യപകുതിയായും ആദ്യപകുതി രണ്ടാം പകുതിയായും മാറിപ്പോയിരിക്കുന്നു. അതിനാൽ *നളിനി*യുടെ പൂർവ്വഭാഗം നോട്ടുബുക്കിന്റെ രണ്ടാം പകുതിയിലും ഉത്തരഭാഗം ആദ്യപകുതിയിലും കാണുന്നു) ഈ നോട്ടുബുക്കിൽ (നളിനി നോട്ടുബുക്ക് 1) നിന്ന് ആദ്യം പരാമർശിച്ച നോട്ടുബുക്കിലേക്ക് (നളിനി നോട്ടുബുക്ക് 2) ആശാൻ, നളിനി പകർത്തുകയാണുണ്ടായത്.

'നളിനി നോട്ടുബുക്ക് 1'ൽ *നളിനി* കൂടാതെ ഏതാനും കവിതകൾകൂടി എഴുതിയിട്ടുണ്ട്. ദധദമലകലാമി... വാച്യവാങ്മയമിദം... ഉൾക്കൊണ്ട തിയ്യതിലുമകാപതി... കൈവേലുമായ് (4 ശ്ലോകം: 14.5.1904), ശിഖി വാഹനധ്യാനദശകം (10 ശ്ലോകം: 15-6-1906). നഖാനി വിധുശങ്കയാ.. (2 സംസ്കൃതശ്ലോകവും അതിന്റെ തർജ്ജമയും: 16.4.1904) ഈ കവിതകളിൽ തീയതി വെച്ചിട്ടുണ്ട്. ഗരിസപ്പാ അരുവി (11 ശ്ലോകം), ഓം (4 ശ്ലോകം). നൈവക്ഷമോസ്മി... (2 ശ്ലോകം), അഹംസർവ്വസ്യ (1 ശ്ലോകം)- എന്നീ കവിതകളിൽ തീയതി വെച്ചിട്ടില്ല. ഗരിസപ്പാ അരുവി, 'രണ്ടായികൊല്ലമതുമല്ലിതിനുള്ളിലേറെ' എന്നാരംഭിക്കുന്നു. ഡോക്ടർ പല്പുവും കുടുംബവും ഒന്നിച്ച് ആശാൻ മൈസൂരിലെ ഗരിസപ്പാ അരുവി 1909 ജനുവരിയിൽ സന്ദർശിച്ചതായി 'ലീല നോട്ടുബുക്കി'ൽ കുറിച്ചിട്ടുണ്ട്. അതിനാൽ 'ഗരിസപ്പാ അരുവി' 1911 ൽ എഴുതിയതായി കരുതാം. (1915 ൽ 'ലീല നോട്ടുബുക്കി'ൽ ആ കവിത വീണ്ടും 'ആറായി കൊല്ലമതു' എന്നു തുടങ്ങുന്നുണ്ട്) തീയതി നല്കിയിട്ടുള്ള അടുത്തുള്ള കവിതയുടെ കാലം പരിഗണിച്ച് 'ഓം' 1904 ലും നൈവക്ഷമോസ്മി... അഹം സർവ്വസ്യ.. എന്നിവ 1906 ലും രചിച്ചതായി കരുതാം. *നളിനി*യിലെ ആദ്യത്തെ എട്ടു ശ്ലോകം എഴുതിയ ഒരു താള് നഷ്ടപ്പെട്ടിരിക്കുന്നതിനാൽ എഴുതിത്തുടങ്ങിയ തീയതി അറിയാൻ കഴിയുന്നില്ല. എഴുതി അവസാനിപ്പിച്ച തീയതി നല്കീട്ടുമില്ല. ആശാന്റെ ദീർഘകാവ്യങ്ങളിലെല്ലാം കാവ്യം ആരംഭിച്ച തീയതിയും അവസാനിപ്പിച്ച തീയതിയും കൊടുത്തിട്ടുണ്ട്. എഴുതാനുപയോഗിച്ച നിറഭേദമുള്ള മഷി, പെൻസിൽ ഇവയുടെ പ്രത്യേകതകൾ, കൈയക്ഷരത്തിന്റെ വിടവ് എന്നിവയുടെ സൂക്ഷ്മപരി

ശോധനം കൊണ്ട് *നളിനി* 1904 ൽ എഴുതിത്തുടങ്ങിയതായി കരുതാവുന്നതാണ്. 1904 ൽ തീയതി വെച്ചെഴുതിയ അതേ നോട്ടുബുക്കിലെ മറ്റു കവിതകളുടെ ബാഹ്യസ്വഭാവവുമായി *നളിനി*യുടെ ആരംഭത്തിലെ കുറേ ശ്ലോകങ്ങൾക്ക് വ്യക്തമായ സാമ്യമുണ്ട്. കാവ്യത്തിൽ ആദ്യന്തം അനേകം വെട്ടും തിരുത്തുമുണ്ട്. നിറഭേദമുള്ള മഷിയുള്ള പേനകൾ, പെൻസിലുകൾ ഇവ തിരുത്താൻ ഉപയോഗിച്ചിട്ടുണ്ട്. അവസാനത്തെ ഏതാനും ശ്ലോകങ്ങളിൽ തിരുത്തുകൾ താരതമ്യേന കുറവായതിനാൽ അവ വേഗത്തിൽ എഴുതിയതാണെന്നു മനസ്സിലാക്കാം. നളിനിയുടെ രചനയ്ക്കായി '*നളിനി* നോട്ടുബുക്ക് 1' 1904 മുതൽ '*നളിനി* നോട്ടുബുക്ക് 2' ലേക്കു പൂർണ്ണമായും പകർത്തിത്തീർന്ന 20-1-1911 വരെ നിരന്തരം ഉപയോഗിച്ചിട്ടുണ്ട്.

കുമാരനാശാൻ 1900 ൽ കൊൽക്കത്തയിൽനിന്നു തിരിച്ചെത്തിയതു മുതൽ എസ് എൻ ഡി പി യോഗം സ്ഥാപിച്ച 7-1-1903 വരെ നാരായണ ഗുരുവിനോടൊത്ത് അരുവിപ്പുറത്ത് കഴിഞ്ഞു. കൊൽക്കത്തയിൽ നിന്നു തിരിച്ചെത്തിയതു മുതൽ 'ചിന്നസ്വാമി'യായി നാരായണഗുരുവിനോടൊത്തു കഴിയണമോ ലൗകികജീവിതത്തിലേക്കു തിരിയണമോ എന്ന ചിന്ത ആശാനെ വല്ലാതെ അലട്ടിയിട്ടുണ്ട്. എസ് എൻ ഡി പി സെക്രട്ടറി ആയതോടെ തിരുവനന്തപുരത്തു താമസിക്കുകയും സമൂഹവുമായി നിരന്തരം ബന്ധപ്പെടുകയും ചെയ്തത് ആശാന്റെ ജീവിതകാമനയ്ക്ക് ഉണർന്നു പ്രവർത്തിക്കുവാൻ സാഹചര്യം ഉണ്ടാക്കിയിട്ടുണ്ട്. സന്ന്യാസിയാകണമെന്ന ജീവിതാഭിലാഷവും അതിനെ നിരന്തരം പരാജയപ്പെടുത്തി ശക്തി പ്രാപിച്ചുകൊണ്ടിരുന്ന ജീവിതരതിയും തമ്മിലുള്ള സംഘട്ടനം ആശാന്റെ മനസ്സിൽ സങ്കീർണ്ണമായ പ്രശ്നങ്ങൾ സൃഷ്ടിച്ചിട്ടുണ്ട്. ആ മാനസികപ്രശ്നങ്ങൾക്ക് കാവ്യതലത്തിൽ ഒരുത്തരം കണ്ടെത്താനുള്ള കവി മനസ്സിന്റെ വിചിത്രമായ തീവ്രാഭിലാഷത്തിന്റെ ആദ്യപ്രകാശനമാണ് *നളിനി.* ആ കാവ്യം 1904 ൽ രചന ആരംഭിക്കുകയും 25-04-1910 ഓടുകൂടി ആദ്യപകർപ്പ് എഴുതിത്തീർക്കുകയും 20-01-11 ഓടുകൂടി രണ്ടാംപകർപ്പ് പൂർത്തിയാക്കുകയും ചെയ്തു. 29-10-1911 ൽ ഒരു മുഖവുരയോടുകൂടി ആദ്യപതിപ്പ് പ്രസിദ്ധപ്പെടുത്തി. കുമാരനാശാൻ മുഖവുരയിൽ എഴുതുന്നു:

> .... പിന്നെ പല അസൗകര്യങ്ങളാലും പൂർത്തിയാകാതെ കിടക്കുന്ന ഏതാനും ഖണ്ഡകൃതികൾ അടങ്ങിയ എന്റെ നോട്ടുപുസ്തകവനത്തിൽ വളരെക്കാലം തപസ്സ് ചെയ്തശേഷം ഈ കൃതിയിൽ പ്രത്യേകമുള്ള എന്റെ ഒരു സ്നേഹം കൊണ്ടും, ബി വി ബുക്കു ഡിപ്പോക്കാരുടെ ഉത്സാഹം കൊണ്ടുമാണ് കഴിഞ്ഞ ഇംഗ്ലീഷു വർഷവസാനത്തോടുകൂടിയെങ്കിലും *നളിനി*ക്കു 'ദിവാകര' സ്പർശമുണ്ടാവാൻ ഇടയായത്.

പൂർത്തിയാകാതെ കിടക്കുന്ന നോട്ടുപുസ്തകവനം എന്നു വിശേ

ഷിപ്പിച്ചിരിക്കുന്നത് 'നളിനി നോട്ടുബുക്ക്[1]നെയാണ്. 29-10-1911 ൽ, കഴിഞ്ഞ ഇംഗ്ലീഷ് വർഷാവസാനത്തോടുകൂടി നളിനിക്കു ദിവാകരസ്പർശമുണ്ടായതായി സൂചിപ്പിക്കുന്നത്. 20-1-1911 ൽ നളിനികാവ്യം 'നളിനി നോട്ടുബുക്ക് 1' ൽനിന്നു 'നളിനി നോട്ടുബുക്കു 2'ലേക്കു പൂർണ്ണമായും തിരുത്തുകളോടെ പകർത്തിയ സംഭവത്തെയാണ്. 1904 മുതൽ 1910 വരെ 'നളിനി നോട്ടുബുക്കു 1'ൽ നളിനിയുടെ രചനയിൽ നിരന്തരവും കഠിനവുമായി അദ്ധ്വാനിച്ചതിനെയാണ് 'വളരെക്കാലം തപസ്സുചെയ്ത'തായി വിശേഷിപ്പിക്കുന്നത്. 1904 ൽ ആരംഭിച്ചാൽ മാത്രമേ *നളിനി* ഏഴുവർഷത്തോളം ആശാന്റെ പോക്കറ്റിൽ ഇട്ടുനടക്കാൻ സമയം കിട്ടുകയുള്ളൂ. *നളിനി*യുടെ നോട്ടുബുക്കുകൾ രണ്ടും ആശാന്റെ ആ പ്രസ്താവത്തെ ശരിവയ്ക്കുന്നവയാണ്.

നളിനി 1904 മുതൽ എഴുതാനാരംഭിച്ചെങ്കിലും രചന ഇടയ്ക്കിടെ മുടങ്ങിയും തുടർന്നും ഇഴഞ്ഞാണ് നീങ്ങിയത്. എഴുതി പൂർത്തിയാക്കാൻ സാധിക്കുമോ എന്നു കവിക്കു സംശയംപോലും തോന്നിയിട്ടുണ്ടാവാം. 1907 നവംബർ ആയപ്പോഴേക്കും പാലക്കാട്ടുവെച്ച് *വീണപൂവ്* എഴുതുകയും ആദ്യം *മിതവാദി*യിലും തുടർന്ന് *ഭാഷാപോഷിണി*യിലും പ്രകാശിപ്പിക്കുകയും ചെയ്തു. സി എസ് സുബ്രഹ്മണ്യൻപോറ്റി സമുചിതമായ ഒരാമുഖത്തോടെ *ഭാഷാപോഷിണി*യിൽ പ്രകാശിപ്പിച്ചതിനുശേഷമാണ് കുമാരനാശാൻ എന്ന കവിയുടെ പ്രതിഭയെപ്പറ്റി പരക്കെ അറിഞ്ഞത്. കുമാരനാശാന്റെ കാവ്യജീവിതത്തിലെ സമസ്തമായ പ്രശസ്തിക്കും ആദരവിനും കാരണമായിത്തീർന്ന *വീണപൂവി*നോടുള്ള 'ഒരു പ്രത്യേക സ്നേഹം' കൊണ്ടായിരിക്കണം *നളിനി*യുടെ രചനാകാലത്തെ അതുമായി ബന്ധപ്പെടുത്തിയത്.

പരിത്യക്ത ശ്ലോകങ്ങൾ

കുമാരനാശാന്റെ കാവ്യരചനയിലെ അവിഭാജ്യമായ ഒരു ഭാഗമാണ് വെട്ടിത്തിരുത്തുകൾ. ഭാവത്തിനനുഗുണമായ രൂപം കാവ്യത്തിൽ സ്വയമേവാഗതമാണെങ്കിലും അവയുടെ ഘടകപ്പൊരുത്തത്തിനു ക്ഷമാപൂർണ്ണവും കഠിനവുമായ അദ്ധ്വാനത്തിലൂടെയുള്ള വെട്ടിത്തിരുത്തുകൾ ആവശ്യമായി വന്നിട്ടുണ്ട്. കാവ്യത്തിന്റെ സമഗ്രതയെ ഹനിക്കാൻ പോരുന്ന അനുചിത കാവ്യഭാഗങ്ങൾ ഹസ്തലിഖിതങ്ങളിൽ ഒട്ടേറെയുണ്ട്. കാവ്യങ്ങൾ പ്രസാധനം ചെയ്തപ്പോൾ ആശാൻ അവയെ ഔചിത്യപൂർവ്വം പരിത്യജിച്ചിട്ടുണ്ട്. ആശയാവൃത്തി, ആശയവൈരുദ്ധ്യം-ഈ സന്ദർഭങ്ങളിലാണ് ശ്ലോകങ്ങളുടെ പൂർണ്ണമായ പരിത്യജനം സംഭവിച്ചിട്ടുള്ളത്. എന്നാൽ, *നളിനി*യിൽ പൂർണ്ണമായും പരിത്യജിച്ച ശ്ലോകങ്ങളെക്കുറിച്ചുമാത്രമാണ് ഇവിടെ പരാമർശിക്കുന്നത്.

നളിനി നോട്ടുബുക്ക് 1 ൽ നിന്ന് നളിനി നോട്ടുബുക്ക് 2ലേക്കു പകർത്തിയപ്പോൾ ഒൻപതു ശ്ലോകങ്ങൾ ഉപേക്ഷിച്ചു. *നളിനി*, നളിനി

നോട്ടുബുക്ക് 2 ൽ നിന്നു പകർത്തി അച്ചടിച്ചപ്പോൾ വീണ്ടും നാലു ശ്ലോകങ്ങളും കൂടുതലായി എഴുതിച്ചേർത്ത ഒരു ശ്ലോകവും പരിത്യജിച്ചു.

നളിനി നോട്ടുബുക്ക് 1 ൽ നിന്ന് നളിനി നോട്ടുബുക്ക് 2 ലേക്കു പകർത്തിയപ്പോൾ പരിത്യജിച്ച ശ്ലോകങ്ങൾ:

(1) അച്ചടിപ്പാഠത്തിലെ ശ്ലോകം 14, 15 എന്നിവയ്ക്കിടയിൽ ഹസ്തലിഖിതത്തിൽ ഒരു ശ്ലോകം കാണുന്നു. വെട്ടിക്കളഞ്ഞിട്ടില്ല. എന്നാൽ നളിനി നോട്ടുബുക്ക് 2 ൽ പകർത്തുകയോ അച്ചടിപ്പാഠത്തിൽ സ്വീകരിക്കുകയോ ചെയ്തിട്ടുമില്ല.

ഛന്ദവൃത്തിയമിചിത്തവും സ്വയം
മന്ദമല്ല വിഷയഗ്രഹങ്ങളിൽ
തുന്ദിലാഭമിഹ വസ്തുകാട്ടുമേ
സ്പന്ദപങ്കരഹിതം ജലാശയം

യതി അന്തരാചിന്തയാർന്നതിന്, ജന്തുവിന്, വാസനാബന്ധം ഉടലു വീഴുവോളവും തുടരുന്നു എന്ന് സാമാന്യവല്ക്കരണത്തിലൂടെ അച്ചടിപ്പാഠം 14 ാം ശ്ലോകത്തിൽ മറുപടി പറഞ്ഞുകഴിഞ്ഞു. വീണ്ടും കാരണം പറയേണ്ടതില്ല. അതാവർത്തനമാകും. മാത്രമല്ല, വിഷയഗ്രഹങ്ങളിൽ യമിയുടെ ചിത്തംപോലും സ്വയം അധീനമല്ലാ എന്നത് ദിവാകരന് ശ്രേയസ്കരവുമല്ല.

(2) *നളിനി* അച്ചടിപ്പാഠം ശ്ലോകം 31, 32 എന്നിവയ്ക്കിടയിൽ ഒരു ശ്ലോകം എഴുതിയിട്ടുണ്ട്. വെട്ടിക്കളഞ്ഞിട്ടില്ലെങ്കിലും X ഈ ചിഹ്നം കൊണ്ട് സ്വീകരിക്കേണ്ടതില്ലെന്ന് ആശാൻ സൂചിപ്പിച്ചിട്ടുണ്ട്.

'ഭാവിയായുഭയ പാതമെന്നഹോ!
ഭാവശാലിനി പരം വിഷണ്ണയായ്
തൂവിനാൾ ചിരനിദാഘദഗ്ദ്ധയാം
ദ്യോവുപോലെയഥ ബാഷ്പമാർത്തിയാൽ

പാഠഭേദം: വരി 2
ഭാവശാലിനി പറഞ്ഞുവീർത്തുടൻ

ഇതേ ആശയം കുറേക്കൂടി ഭംഗിയായി അച്ചടിപ്പാഠം ശ്ലോകം 32 ൽ ആവിഷ്കരിച്ചിട്ടുണ്ട്.

(3) നളിനി അച്ചടിപ്പാഠം ശ്ലോകം 44, 45 എന്നിവയ്ക്കിടയിൽ ഒരു ശ്ലോകം എഴുതിയിരിക്കുന്നു.

വിട്ടകണ്ണവൾ കിനാവിലീപ്സിതം
കിട്ടി വേഗമുണരും കിടാവുപോൽ
പെട്ടിടുന്നു ചില ഭാവിചിഹ്നമുൾ
ത്തട്ടിലാക്കുമിവളോ തപോവതി.

പാഠഭേദം: വരി 3, 4

പെട്ടിടുന്നു ചില ഭാവിയാർക്കുമുൾ
ത്തട്ടിലോർക്കിലിവളോ തപസ്വിനി

ദീർഘകാലത്തെ തപസ്സ് *നളിനി*യിൽ വരുത്തിയ പക്വതയെ ഇവിടെ ചോദ്യം ചെയ്തിരിക്കുന്നു. അതു പ്രധാനാശയത്തിനു വിരോധം സൃഷ്ടിക്കുന്നതുകൊണ്ടാവാം ആശാൻ ഉപേക്ഷിച്ചത്.

(4) നളിനി അച്ചടിപ്പാഠം ശ്ലോകം 45, 46 എന്നിവയ്ക്കിടയിൽ ഒരു ശ്ലോകം എഴുതിയിരിക്കുന്നു.

മുന്നുദിച്ച ഹൃദിഹന്ത നോക്കവേ
മുന്നിൽ സ്വന്തവിഷയം സുദുർലഭം!
തന്വിയാളുടനിയന്ന ഭാവമി
ന്നുന്നയിപ്പതുചിതം - വിടുന്നു ഞാൻ

ദൂരെ നിന്ന യമിയെക്കണ്ട *നളിനി*യുടെ ഹൃദയഭാവം വർണ്ണിക്കുന്നത് ഉചിതമാണെങ്കിലും വായനക്കാരുടെ ഭാവനയ്ക്കായി വിടുന്നു എന്ന് കവി പറയുന്നു. എന്നാൽ, അടുത്ത ശ്ലോകത്തിൽ നളിനിയുടെ ഭാവം വർണ്ണിക്കുന്നുണ്ട്. വൈരുദ്ധ്യമുള്ളതുകൊണ്ടാണ് ഉപേക്ഷിച്ചത്.

(5) നളിനി അച്ചടിപ്പാഠം ശ്ലോകം 66 നു ശേഷം ഒരു ശ്ലോകം എഴുതി വെട്ടിയിരിക്കുന്നു.

എന്തിനായിഹ നിനെപ്പതെന്നെ? യി-
ന്നെന്തിനേവമമലേ! തപിപ്പതും
എന്തുനിൻ ചരിതമേവമായി? നീ
യെന്തുകൊണ്ടയി! വിരക്തയായതും.

അച്ചടിപ്പാഠം 67, 68 എന്നീ ശ്ലോകങ്ങളുടെ പൂർവ്വാർദ്ധങ്ങളിൽ പ്രകടിപ്പിച്ച ആശയം വളരെ വാച്യമായി ഇവിടെയുണ്ട്, അതുകൊണ്ടാവണം, സ്വീകരിക്കാത്തത്.

(6) അച്ചടിപാഠം ശ്ലോകം 70 നു ശേഷം നളിനി നോട്ടുബുക്ക് 1 ൽ രണ്ടു ശ്ലോകം കാണുന്നു. (അതിൽ ആദ്യത്തേതു നളിനി നോട്ടുബുക്ക് 2 ലേക്കു പകർത്തുകയും രണ്ടാമത്തേതിന്റെ സ്ഥാനത്ത് അവിടെ പുതുതായി ഒരു ശ്ലോകം എഴുതിച്ചേർക്കുകയും ചെയ്തിട്ടുണ്ട്. എന്നാൽ ഒന്നും സ്വീകരിച്ചിട്ടില്ല.) രണ്ടാമത്തെ ശ്ലോകം:

ഹന്തമുടുമഥവാ രഹസ്സിലും
സ്വന്തമേനി സുകുമാരിമാരവർ
അന്തരാപ്രണയികൾക്കു മാദ്യമാ
യന്തരംഗമതു കാട്ടുമോ ജവം.
പാഠഭേദം: വരി 2, 4
സ്വന്തമേനി സുകുമാരശീലമാർ
യന്തരംഗമവർ കാട്ടുമോജവം.

അച്ചടിപ്പാഠം ശ്ലോകം 70, 71 എന്നിവയിൽ നളിനിക്കുണ്ടായ ഭാവവ്യത്യാസം ധ്വന്യാത്മകമായി ആവിഷ്കരിച്ചിട്ടുണ്ട്. മാത്രമല്ല, തന്റെ അന്തരംഗം ആദ്യം ദിവാകരനോട് കാട്ടിക്കൊടുക്കേണ്ട അവസ്ഥയും നളിനിക്കുണ്ടായി. അതുകൊണ്ടൊക്കെയാവാം ആശാൻ ഈ ശ്ലോകം ഉപേക്ഷിച്ചത്.

(7) അച്ചടിപ്പാഠം ശ്ലോകം 140 നു ശേഷം ഒരു ശ്ലോകം എഴുതിയിരിക്കുന്നു.

മോഹമറ്റുദിതരോമനിന്നുപോയ്
മോഹനാംഗി മുകുളായിതാക്ഷിയായ്
സ്നേഹജം പുളകമാർന്നതില്ലഹാ
ലോഹനിഷ്ഠുര സിരാംഗനാ യമി.

പാഠഭേദം: വരി 1
മോഹമറ്റുടലു ചീർത്തുനിന്നുപോയ്

140-ാം ശ്ലോകത്തിൽ 'സ്വന്തമെയ് വികലമായ പോലണ/ഞ്ഞന്തരാ നിയമി താങ്ങി കൈകളാൽ' എന്നു പറഞ്ഞിട്ടുണ്ട്. അതിനു വിപരീതമായ ഒരാശയമാണ് ഈ ശ്ലോകത്തിൽ ആവിഷ്കരിക്കുന്നത്. അതുകൊണ്ടു തന്നെയാണ് ഉപേക്ഷിച്ചത്.

(8, 9) നളിനി നോട്ടുബുക്ക് 1 ന്റെ ആദ്യപുറത്ത്, Towards the end of Nalini എന്ന കുറിപ്പിനു താഴെ രണ്ട് ശ്ലോകം എഴുതിയിരിക്കുന്നു.

അല്പമോർത്തകലെനിന്നു പിന്നെവ
ന്നപ്പുമാൻ ശവകുടീരഭിത്തിയിൽ
ഇപ്രകാരമെഴുതീ, പിലാശുതൻ
പുഷ്പരാഗമതിനാൽ സ്ഫുടമക്ഷരം:

"തെല്ലുസൂര്യകരമേറ്റുദീർണ്ണമായ്
മെല്ലെവന്ന പുലർകാല വായുതാൻ
തല്ലിവീണിഹ മറഞ്ഞു, ശുദ്ധമായ്
പുല്ലിൽ നിന്ന ഹിമബിന്ദുപോലൊരാൾ"

പാഠഭേദം:
വരി 1
അല്പമോർത്തഥ നടന്നു പിന്നവ
വരി 5-8
"തെല്ലു സൂര്യകരമേറ്റു ബാഷ്പമാർ
ന്നുല്ലസിച്ചു ഹോവിധി വിഭാതവായുവാൽ
പുല്ലിൽനിന്ന ഹിമബിന്ദുപോലങ്ങു
മെല്ലെ വീണിവിടെ മാഞ്ഞുപോയൊരാൾ."

ഈ ശ്ലോകങ്ങൾ "ദിവാകരനെ വിട്ട് യോഗിനി മറഞ്ഞു. സന്ധ്യാസമം" എന്നവസാനിക്കുന്ന 171-ാം ശ്ലോകത്തിനുശേഷം നിബന്ധിക്കാനായിരിക്കണം കുമാരനാശാൻ ഉദ്ദേശിച്ചത്. എന്നാൽ അവ 'നളിനി നോട്ടുബുക്ക് 2'ലേക്കു പകർത്തുകയോ സ്വീകരിക്കുകയോ ചെയ്തില്ല. നളിനിയുടെ ശവകുടീരഭിത്തിയിൽ 'ചരമശ്ലോകം' എഴുതുന്ന ദിവാകരനെയല്ല ആശാൻ സൃഷ്ടിച്ചിട്ടുള്ളത്. അത് ദിവാകരന്റെ സ്വഭാവത്തെ ഹനിക്കുമെന്നറിഞ്ഞതുകൊണ്ടാണ് ആശാൻ സ്വീകരിക്കാത്തത്.

പ്രസ്കോപ്പി തയ്യാറാക്കിയപ്പോൾ വിട്ടുകളഞ്ഞ ശ്ലോകങ്ങൾ

(1, 2) അച്ചടിപ്പാഠം ശ്ലോകം 60 നുശേഷം രണ്ടുശ്ലോകം എഴുതി വെട്ടിയിരിക്കുന്നു. (ഇതേ ശ്ലോകങ്ങൾ നളിനി നോട്ടുബുക്ക് 1 ൽ വ്യത്യസ്ത പാഠത്തോടെ എഴുതിയിട്ടുണ്ട്)

ഏകിദീർഘവിരഹാർത്തിയെത്തിടും
ന്നേകബന്ധുവിനെയാശുകാണവേ
ആകുലാശയ ജനത്തിനാന്നെഴും
ശോകപൂരമതുതാൻ പുരോഗമാം

എന്നുമല്ലിവനിലാർന്നു സൗഹൃദം
വന്നു കാട്ടിലിവൾ വാണു: കണ്ടിവൻ;
ഇന്നുതന്നെയറിയാഞ്ഞതോർക്കയാൽ
വന്നെയും രുജസഹിക്കുമോയിവൾ?

പാഠഭേദം:
വരി 3 ജനത്തിനന്തരാ
വരി 5 എന്നുമല്ലിവനിലാർന്നൊരാർത്തിയാൽ
വരി 7 ഇന്നഭിജ്ഞയുമകന്നതോർക്കയാൽ
(വരി 8 വന്നെയും-വന്നെഴും അക്ഷരപ്പിഴ)

വളരെക്കാലം കാണാതിരുന്ന ബന്ധുക്കൾ തമ്മിൽ കണ്ടുമുട്ടിയാലുണ്ടാകാവുന്ന ഭാവവ്യത്യാസം അച്ചടിപ്പാഠം 60-ാം ശ്ലോകത്തിൽ വ്യക്തമാക്കിയിട്ടുണ്ട്. അതേ ആശയം തന്നെയാണ് ഇവിടെ ആദ്യശ്ലോകത്തിൽ ആവർത്തിച്ചിരിക്കുന്നത്. രണ്ടാമത്തെ ശ്ലോകത്തിൽ ദിവാകരൻ തന്നെ അറിയാത്തതുകൊണ്ടുണ്ടായ ദുഃഖം നളിനിക്കു സഹിക്കാനാവുകയില്ല എന്നു പറഞ്ഞിരിക്കുന്നു. എന്നാൽ, അച്ചടിപ്പാഠം 62-ാം ശ്ലോകത്തിൽ ദിവാകരൻ നളിനിയെ 'ആരതെന്നുടനറിഞ്ഞു' എന്നു പ്രസ്താവിക്കുന്നു. ആദ്യശ്ലോകത്തിലെ ആശയാവർത്തനവും രണ്ടാമത്തെ ശ്ലോകത്തിലെ ആശയവൈരുദ്ധ്യവും ഒഴിവാക്കാനായിട്ടാണ് ആശാൻ രണ്ടു ശ്ലോകവും ഉപേക്ഷിച്ചത്.

(3, 4) അച്ചടിപ്പാഠം ശ്ലോകം 70 ന് ശേഷം രണ്ടു ശ്ലോകം എഴുതിയിട്ടുണ്ട്. ആദ്യത്തേത് നളിനി നോട്ടുബുക്ക് 1 ൽ പാഠവ്യത്യാസത്തോടെ എഴുതിയിട്ടുള്ളതുതന്നെ. രണ്ടാമത്തേത് 'ഹന്തമൂടുമഥമാ രഹസ്സിലും' എന്ന ശ്ലോകം ഉപേക്ഷിച്ചിട്ട് ആ സ്ഥാനത്ത് എഴുതിച്ചേർത്തതാണ്.

മന്ദമോതുവതിനോർത്തതീമധു
സ്യന്ദഭാഷിണിയുടൻമറക്കയാം!
നിന്ദ്യമാംനിജമനോരഥം സ്വയം
വന്ദ്യനാമിവനിലെന്തതോർക്കയാം?

ചൊല്ലെടോ! പരിഭവം മഹത്തുകൾ
ക്കില്ല, ഭീരു! വിഹ നിൻ വിവക്ഷിതം
നല്ലതെങ്കിലനുമോദപാത്രമാ,
മല്ലയെങ്കിലിഥ നീ ദയാർഹമാം.

പാഠഭേദം:
വരി 8 മല്ലയെങ്കിലഥ നീ ദയാർഹയാം.

ആദ്യശ്ലോകത്തിൽ, *നളിനി*യുടെ മനോരഥം നിന്ദ്യമാണെന്നും രണ്ടാമത്തെ ശ്ലോകത്തിൽ അതറിയിച്ചാൽ നല്ലതാണെങ്കിൽ അനുമോദപാത്രമാകുമെന്നും അല്ലെങ്കിൽ ദയാർഹയാകുമെന്നും മഹത്തുക്കൾക്കു പരിഭവമില്ലെന്നും പറയുന്നു. നളിനിയുടെ ദിവാകരാഭിമുഖമായ അഭിനിവേശം ഭോഗലോലുപമാണെന്നും അതു നിന്ദ്യമാണെന്നും ആശാൻ തുറന്നു പറഞ്ഞിട്ടുള്ള ഒരേയൊരു കാവ്യസന്ദർഭമാണിത്. നളിനി-ദിവാകര ബന്ധത്തിന്റെ ദിവ്യതയും ധ്വന്യാത്മകതയും ഗാംഭീര്യവും നശിപ്പിക്കുന്നതുകൊണ്ടാണ് ആശാൻ ഈ ശ്ലോകങ്ങൾ ഉപേക്ഷിച്ചത്.

(5) അച്ചടിപ്പാഠം ശ്ലോകം 80 നുശേഷം ഒരു ശ്ലോകം കാണുന്നു.

വാട്ടമൊട്ടവൾ വെടിഞ്ഞു ധൈര്യമുൾ
ക്കൂട്ടിനാപി ആ പൂവനത്തിലെന്നപോൽ

കാട്ടിലും കുസുമകാലശക്തിയാൽ
പാട്ടിനാഞ്ഞ കുയിൽപോലെ നോക്കിനാൾ

(വരി 2 അവ്യക്തം)

പാഠഭേദം:

വരി 4 പാട്ടിനാഞ്ഞ കുയിൽപോലെ ചൊല്ലിനാൾ.

ഈ ശ്ലോകം അച്ചടിപാഠം 80-ാം ശ്ലോകത്തിന്റെ മറ്റൊരു രൂപമാണ്. തൊട്ടുമുമ്പിൽ എഴുതിയ അതേ ആശയം ഓർക്കാതെ വീണ്ടും എഴുതിപ്പോയതാണ്. ശ്ലോകം വെട്ടിക്കളഞ്ഞ് അതേ നമ്പറിൽത്തന്നെ (85) അടുത്ത ശ്ലോകം എഴുതിയിരിക്കുന്നതിനാൽ എഴുതിക്കഴിഞ്ഞയുടനേ തന്നെ പരിത്യജിച്ചതായി കരുതാം.

കാവ്യം എഴുതിത്തീർക്കാൻ വേണ്ടിവന്ന കാലദൈർഘ്യം മറ്റു കൃതികളെ അപേക്ഷിച്ച് *നളിനി*യിൽ കൂടുതൽ ശ്ലോകങ്ങൾ ഉപേക്ഷിക്കാൻ ഇടയാക്കിയിട്ടുണ്ട്. *നളിനി*യുടെ രണ്ട് ഹസ്തലിഖിതങ്ങളിലും മിക്ക ശ്ലോകത്തിനും അനേകം വെട്ടിത്തിരുത്തുകളും പാഠഭേദങ്ങളുമുണ്ട്. ആദ്യരചന മുതൽ അച്ചടിപ്പാഠംവരെയുള്ള വികാസത്തിൽ പ്രതിഭയും അദ്ധ്വാനവും തുല്യമായ പങ്കുവഹിച്ചിട്ടുണ്ട്. സാധാരണ കവിത മഹത്തായ കവിതയായി പരിവർത്തനപ്പെട്ട രാസപ്രക്രിയ കുമാരനാശാന്റെ ഹസ്തലിഖിതങ്ങൾ വെളിപ്പെടുത്തുന്നു.

സീതയുടെ ചരമചിന്ത

കുമാരനാശാൻ, കുമാരനായിരുന്ന കാലത്ത് പനിപിടിച്ച് കായിക്കരയിലെ വീട്ടിൽ കിടക്കുമ്പോൾ നാരായണഗുരുഭക്തനായ അച്ഛൻ നാരായണൻ പെരുംകുടി ഗുരുവിനെയും കൂട്ടി വീട്ടിൽ വന്നു. അക്കാലത്ത് ഗുരു നെടുങ്കണ്ട, വർക്കല തുടങ്ങിയ പ്രദേശങ്ങളിൽ സഞ്ചരിക്കുകയും നെടുങ്കണ്ടയിലെ കാടുകളിൽ ഇടയ്ക്കിടെ ധ്യാനസ്ഥനായി കഴിയുകയും ചെയ്തിരുന്നു. കുമാരുവിന് അസുഖം മാറുന്നതിനുള്ള ചില മരുന്നുകളും ചികിത്സയും പറഞ്ഞുകൊടുത്തു പോകാൻ തുടങ്ങിയപ്പോൾ ഗുരു ചോദിച്ചു:

"നിനക്കു നമ്മുടെകൂടെ വരാൻ സമ്മതമാണോ?"

"എനിക്കു സമ്മതംതന്നെ" എന്നു കുമാരൻ പറഞ്ഞു.

"എന്നാൽ കുമാരൻ നമുക്കിരിക്കട്ടെ. നാരായണൻ എന്തു പറയുന്നു?"

എന്നു കുമാരനെ സ്വീകരിക്കുകയും കുമാരന്റെ അച്ഛനോട് അഭിപ്രായം ചോദിക്കുകയും ചെയ്തു. എന്നാൽ, അപ്പോൾ കൂടെപ്പോകാൻ കഴിയുന്ന ആരോഗ്യാവസ്ഥയിലായിരുന്നില്ല, കുമാരൻ.

(മഹാകവി കുമാരൻ ആശാൻ, പുറം 43.)

ആശാൻ അസുഖം മാറി കുറെനാൾ വേലായുധൻ നടയിൽ സുബ്രഹ്മണ്യ ക്ഷേത്രത്തിൽ ധ്യാനത്തിൽ കഴിഞ്ഞു. ആൾക്കാരുടെ നിർബ്ബന്ധത്തിനു വഴങ്ങി അവിടെ ഒരു ഓലപ്പുര കെട്ടി കുട്ടികളെ സംസ്കൃതം പഠിപ്പിക്കാൻ തുടങ്ങി. അങ്ങനെയാണ് കുമാരു കുമാരനാശാനായത്. അക്കാലത്താണ് ആശാൻ കുഞ്ഞിക്കുട്ടൻതമ്പുരാന്റെ ആമുഖത്തോടെ *സുബ്രഹ്മണ്യശതകം* പ്രസിദ്ധപ്പെടുത്തിയത്. കുമാരനാശാൻ ആകെ അസ്വസ്ഥനായിരുന്നു. മനസ്സിന് ഒരു സുഖവുമില്ല. ഒരു ദിവസം ആരോടും

പറയാതെ ആശാൻ കാൽനടയായി എങ്ങോട്ടോ പുറപ്പെട്ടുപോയി. തമിഴ്നാട്ടിലെ സേലം, കുറ്റാലം തുടങ്ങിയ സ്ഥലങ്ങളിലാണ് എത്തിപ്പെട്ടത്. അവിടെ വച്ച് മലമ്പനി പിടിപെട്ടു വല്ലാതെ അവശനായി. അവിടെ നിന്ന് ആശാൻ, നാരായണഗുരുവിന്റെ അരുവിക്കരയിലെ ആശ്രമത്തിലെത്തി. ആശാൻ അവിടെവച്ചാണ് ഗുരുവിന്റെ ശിഷ്യനായത്.

കവിയായ നാരായണഗുരു, കുമാരനാശാന്റെ കവിത്വത്തെക്കുറിച്ച് മനസ്സിലാക്കിയിരുന്നു. കുമാരനാശാന്റെ കവിത്വത്തിൽ വിശ്വാസമുണ്ടായിരുന്നതുകൊണ്ടാണു നാരായണഗുരു കുളത്തൂർ ശിവക്ഷേത്രത്തിൽ പ്രതിഷ്ഠ നടത്തുമ്പോൾ ശ്ലോകം പൂരിപ്പിക്കാൻ അടുത്തുണ്ടായിരുന്ന ആശാനോടു കൽപിച്ചത്:

കോലത്തുകരെ കുടികൊണ്ടരുളും
ബാലപ്പിറ ചൂടിയ വാരിധിയേ

എന്ന് നാരായണഗുരു പറഞ്ഞു നിറുത്തിയിട്ട്, "കുമാരാ പൂരിപ്പിക്കൂ" എന്നു പറഞ്ഞു. കുമാരനാശാൻ ഇങ്ങനെ പൂരിപ്പിച്ചു:

കാലൻ കനിവറ്റു കുറിച്ചുവിടു-
ന്നോലപ്പടിയെന്നെയയയ്ക്കരുതേ.

കുമാരനാശാൻ ശൃംഗാരശ്ലോകങ്ങൾ എഴുതിയിട്ടില്ല. എഴുതിയിട്ടുണ്ട് എന്ന ധാരണ ഒരു തെറ്റിദ്ധാരണയിൽ നിന്നുണ്ടായതാണ്. ആശാൻ ശൃംഗാരശ്ലോകങ്ങൾ എഴുതിയതുകൊണ്ടാണ് ശൃംഗാരശ്ലോകങ്ങൾ എഴുതരുതെന്നു നാരായണഗുരു ആശാനോടു പറഞ്ഞത് എന്ന് ഒരു വിശ്വാസം പിൽക്കാലത്തു പരന്നിട്ടുണ്ട്. ഗുരു അങ്ങനെ പറഞ്ഞു എന്ന് ആശാൻതന്നെയാണു സൂചിപ്പിച്ചിട്ടുള്ളത്.

ആശാന് ബ്രിട്ടീഷ് സർക്കാർ പട്ടും വളയും സമ്മാനിക്കാൻ തീരുമാനിച്ചു. മദ്രാസിൽ വെയിൽസ് രാജകുമാരൻ എത്തുന്ന അവസരത്തിൽ ആ പരിപാടി നടത്താനാണു തീരുമാനിച്ചത്. സംഘാടകരിലൊരാളായ മദ്രാസ് യൂണിവേഴ്സിറ്റി പ്രൊഫസർ രങ്കസ്വാമി അയ്യങ്കാർ ആവശ്യപ്പെട്ടതനുസരിച്ച്, കുമാരനാശാൻ ഒരു ജീവചരിത്രക്കുറിപ്പ് ഇംഗ്ലീഷിൽ തയാറാക്കി ഭാര്യാസഹോദരനായ സഹദേവന്റെ പക്കൽ അയ്യങ്കാർക്ക് നേരിട്ടെത്തിക്കാൻ മദ്രാസിലേക്കു കൊടുത്തയയ്ക്കുകയുണ്ടായി.

ചടങ്ങു നടന്നത് 1922 ജനുവരി 13 ന് മദ്രാസ് സെനറ്റ് ഹൗസിൽ വച്ചായിരുന്നു. ആ ദിവസത്തെ ഡയറിയിൽ പരിപാടിയെക്കുറിച്ചുള്ള വിശദമായ കുറിപ്പുണ്ട്. (ആശാന്റെ ഡയറിക്കുറിപ്പുകളിലൂടെ, പുറം 74.) പ്രൊഫസർ രങ്കസ്വാമി അയ്യങ്കാർക്കെഴുതിയ സ്വന്തം ജീവചരിത്രക്കുറിപ്പിലാണ് ശൃംഗാരശ്ലോകങ്ങൾ എഴുതരുതെന്നു ഗുരു പറഞ്ഞതായി കുമാരനാശാൻ സൂചിപ്പിക്കുന്നത്:

കുമാരനാശാൻ വളരെ ശ്രദ്ധയോടെ മാത്രമേ കവിതകൾ എഴുതിയിരുന്നുള്ളൂ. വള്ളത്തോൾ നാരായണമേനോൻ *ആത്മപോഷിണി* മാസികയിൽ *പ്രരോദന*ത്തെ നിരൂപണം ചെയ്തിരുന്നു. അതിനു മറുപടിയായി

കുമാരനാശാൻ *ആത്മപോഷിണി*യും *പ്രരോദന നിരൂപണവും* എന്ന പേരിൽ എഴുതിയ ലേഖനത്തിൽ പറയുന്നു:

> ഞാൻ വളരെ കവിതകൾ എഴുതാറില്ലെങ്കിലും എഴുതുന്നിടത്തോളം വളരെ സൂക്ഷിച്ചെഴുതാറാണു പതിവ്. ഒരു ഉൽക്കൃഷ്ടകലയുടെ നിലയിൽ കവിതയുടെ സാങ്കേതികമായ ഗുണദോഷങ്ങളുടെ എല്ലാ അംശങ്ങളെയുംപറ്റി ഗാഢമായും നിർദയമായും ചിന്തിച്ച് ത്യാജ്യങ്ങളെ പാടുള്ളത്ര തൃജിച്ചും ഗ്രാഹ്യങ്ങളെ കഴിയുന്നത്ര ഗ്രഹിച്ചും അല്ലാതെ ഞാൻ ഒരു മുക്തകംപോലും രചിക്കാറില്ലെന്നുള്ളത് എനിക്കു നല്ല നിശ്ചയമുള്ള സംഗതിയാണ് (*നിരൂപണങ്ങൾ,* പുറം 61..)

കുമാരനാശാൻ എസ് എൻ ഡി പിയുടെ സെക്രട്ടറിയായി കൈതമുക്കിൽ താമസിക്കുന്ന കാലത്ത് ക്ലറിക്കൽ ജോലിക്കായി കൂടെയുണ്ടായിരുന്ന കെ സദാശിവൻ (ഭാനുമതിയമ്മയുടെ സഹോദരൻ) പറയുന്നു:

> .....മൂളിമൂളി പ്രാസവും ലയവുമെല്ലാം ശരിപ്പെടുത്തിയതിനുശേഷമേ കടലാസിൽ പകർത്താറുള്ളൂ. പദ്യങ്ങളുടെ സംഗീതാംശത്തിൽ പ്രത്യേകം ശ്രദ്ധിക്കും. കവിതന്നെ ഒരു ഗാനപടുവായിരുന്നു. പദങ്ങൾ തമ്മിൽ അലിഞ്ഞുചേരണം. ആശയങ്ങൾ ഒന്നിനൊന്നു തുടർന്ന് എല്ലാംകൂടി സമ്മിളിതമായിരിക്കണം. ഇതാണ് ആദർശം. ഒഴിഞ്ഞ മൂലയിലുള്ള ഒരു ചാരുകസേരയിലോ മറ്റോ പോയിരിക്കും. വണ്ടിനെപ്പോലെ മുരളുന്നതു കേൾക്കാം. മൂളി ശരിയാക്കിയതിനുശേഷം അൽപംകൂടി ഉറച്ച സ്വരത്തിൽ ആലപിക്കും; സർവ്വാംഗ സുന്ദരമായി എന്നു തൃപ്തി വന്നാൽ ഉടനെ അതെഴുതും. പിന്നെ അടുത്തപദ്യത്തിലേക്കോ വരികളിലേക്കോ പോവുകയായി. ചിലപ്പോഴൊക്കെ ഉലാത്തിക്കൊണ്ടായിരിക്കും കാവ്യരചന...
> (*കുമാരനാശാൻ-ചില സ്മരണകൾ,* പുറം. 78)

കാവ്യരചനാസന്ദർഭത്തിലെ ചേഷ്ടകളും രീതിഭേദങ്ങളും അടുത്തുനിന്നു കണ്ട സദാശിവൻ പറയുന്നത് അവിശ്വസിക്കേണ്ടതില്ല. കാവ്യനിർമ്മാണഘട്ടത്തിൽ വണ്ടിനെപ്പോലെ മൂളിമൂളിയിരിക്കുന്നത് ആശാനുമായി അടുത്തു പരിചയമുള്ള ആർക്കും അനുഭവപ്പെട്ടിരിക്കുമെന്നുള്ള ഒരു സംഗതിയാണ് (കുമാരനാശാന്റെ കാവ്യരചനാസമ്പ്രദായം, ആശാൻ വിമർശനത്തിന്റെ ആദ്യരശ്മികൾ, പുറം 165.) എന്ന് കുമാരനാശാന്റെ ഭാര്യ ഭാനുമതിയമ്മയും പറയുന്നുണ്ട്. ആശാൻ, കവിതയിൽ നിരന്തരം വെട്ടും തിരുത്തും വരുത്തിക്കൊണ്ടിരിക്കും; ആദ്യം മനസ്സിലും പിന്നീടു നോട്ടുബുക്കിലും. അദ്ദേഹത്തിന്റെ മനസ്സ് ഒരിക്കലും ശാന്തമായിരുന്നില്ല; ഒരിക്കലും സംതൃപ്തമായിരുന്നില്ല. എവിടെ സർക്കീട്ടുപോകുമ്പോഴും അപ്പോൾ കവിത എഴുതിക്കൊണ്ടിരിക്കുന്ന നോട്ടുബുക്ക് കയ്യിലുണ്ടാവും.

സൗകര്യം കിട്ടുമ്പോൾ തിരുത്തുകയോ പുതിയ കവിത എഴുതുകയോ എഴുതിയ കവിത ആരെയെങ്കിലും വായിച്ചുകേൾപ്പിക്കുകയോ ചെയ്യാനുള്ള സൗകര്യത്തിനാണു നോട്ടുബുക്ക് കയ്യിൽ കരുതുന്നത്. പല്ലനയാറ്റിൽ മുങ്ങിമരിക്കുമ്പോൾ, അവസാനത്തെ കൃതിയായ *കരുണ*യുടെ കയ്യെഴുത്തുപ്രതി കയ്യിലുണ്ടായിരുന്നു. തോന്നയ്ക്കൽ സൂക്ഷിച്ചിട്ടുള്ള കരുണയുടെ നോട്ടുബുക്കിൽ വെള്ളം വീണ് അക്ഷരങ്ങൾ പട്ടർന്നിട്ടുള്ളതു വ്യക്തമായി കാണാം.

കുമാരനാശാന്റെ നോട്ടുബുക്കുകളിൽ ഏറ്റവും കൂടുതൽ വെട്ടും തിരുത്തും കാണുന്നത് *ചിന്താവിഷ്ടയായ സീത*യുടെ കയ്യെഴുത്തുപ്രതിയിലാണ്. സീതയുടെ കയ്യെഴുത്തുപ്രതിയിൽനിന്ന് ഏതാനും ശ്ലോകങ്ങൾ എടുത്ത് വെട്ടിത്തിരുത്തുകളുടെ സവിശേഷതകൾ പരിശോധിക്കുവാനാണ് ഇവിടെ ശ്രമിക്കുന്നത്. *ചിന്താവിഷ്ടയായ സീത*യുടെ നൂറാംവർഷത്തെ ആഘോഷമൊക്കെ കെട്ടടങ്ങിയ ഈയവസരത്തിൽ ഇത്തരത്തിലുള്ള അന്വേഷണങ്ങളിലേക്കു കടക്കാൻ സമയമായെന്നു തോന്നുന്നു.

രണ്ട്

കുമാരനാശാന്റെ കൃതികളിൽ എഴുതാൻ ഏറ്റവും കൂടുതൽ കാലം വേണ്ടി വന്നത് *ചിന്താവിഷ്ടയായ സീത*യ്ക്കാണ്. കാവ്യം 10.08.1914 ൽ ആരംഭിക്കുകയും 08.12.1919 ൽ എഴുതി അവസാനിപ്പിക്കുകയും ചെയ്തു. ഒന്നു മുതൽ 74 വരെ ശ്ലോകങ്ങൾ എഴുതാൻ 10.08.1914 മുതൽ 23.03.1919 വരെയും 75 മുതൽ 192 വരെയുള്ള ശ്ലോകങ്ങൾ എഴുതാൻ 23.03.1919 മുതൽ 08.12.1919 വരെയും സമയം വേണ്ടിവന്നു. ആകെക്കൂടി 1944 ദിവസം. ഈ കാലതാമസത്തിനു കാരണം, കവിയുടെ അക്കാലത്തെ ജീവിത ദുരിതങ്ങൾതന്നെയായിരുന്നു. എസ് എൻ ഡി പിയുടെ സെക്രട്ടറി എന്ന നിലയിൽ അഭിമുഖീകരിക്കേണ്ടിവന്ന എതിർപ്പുകൾ, ഭാനുമതിയമ്മയുമായുണ്ടായ സൗഹൃദത്തിനു കേൾക്കേണ്ടിവന്ന അപവാദം, നാരായണഗുരുസ്വാമികളുടെ ഷഷ്ടിപൂർത്തിയാഘോഷക്കാലത്തു സ്വാമിക്കുണ്ടായ ദുശ്ശങ്കയിൽ അനുഭവിക്കേണ്ടിവന്ന മാനഹാനി, എല്ലാ തടസ്സങ്ങളെയും യുക്തിയാൽ നീക്കി ഭാനുമതിയമ്മയെ വിവാഹം കഴിക്കൽ, എസ് എൻ ഡി പി സെക്രട്ടറി സ്ഥാനം രാജിവയ്ക്കൽ -അങ്ങനെ നിരന്തരം നേരിടേണ്ടിവന്ന ഭൗതികവും മാനസികവുമായ ദുരിതസങ്കടങ്ങൾ അനുഭവിക്കുന്ന കാലത്താണ് *ചിന്താവിഷ്ടയായ സീത*യുടെ രചന നടന്നത്. കവി അക്കാലത്ത് അനുഭവിച്ച മാനസികസംഘർഷങ്ങൾ *ചിന്താവിഷ്ടയായ സീത*യുടെ കയ്യെഴുത്തിൽ ചിതറിക്കിടക്കുന്നതായി കാണാം.

കാവ്യം ആരംഭിക്കുന്നതിനു മുൻപു കുമാരനാശാൻ ഒരു രൂപരേഖ തയാറാക്കിയിരുന്നു. അതു നോട്ടുബുക്കിൽ എഴുതിയിരിക്കുന്നു:

1. The scene and posture
2. General state of mind

3. Present situation
4. Reflections of the past in general
5. The wound of insult not healed
6. Grief diminished by children in a way

ഈ രൂപരേഖയനുസരിച്ചാണ് കുമാരനാശാൻ സീതാകാവ്യം രചിച്ചിട്ടുള്ളത്. ഒരു ചെറുകവിത രചിക്കുമ്പോൾ പോലും അതിന്റെ രൂപശിൽപവും ഭാവശിൽപവും പൂർണ്ണമായും കുമാരനാശാൻ മനസ്സിൽ സങ്കൽപിച്ചിരുന്നു. ഘടനാപരമായ ആരൂഢത്തെക്കുറിച്ചുള്ള അറിവ് കാവ്യ രചനയുടെ എല്ലാ സന്ദർഭങ്ങളിലും സഹായകരമായിത്തീരുന്നതായി കാണാം. ഇത്തരം രൂപരേഖകൾ *ചിന്താവിഷ്ടയായ സീത*യുടെ നോട്ടുബു ക്കിൽക്കാണുന്നതുപോലെ മറ്റു നോട്ടുബുക്കുകളിൽ കാണുന്നില്ല. പദങ്ങളിൽ, വരികളിൽ, ശ്ലോകങ്ങളിൽ ധാരാളം വെട്ടിത്തിരുത്തുകളും മാറ്റങ്ങളും ഉണ്ടെങ്കിലും ഘടനാപരമായ സമഗ്രമാറ്റങ്ങൾ ഒരിടത്തും കാണുന്നില്ല.

സീതയുടെ ചരമചിന്ത എന്നാണ് കാവ്യത്തിനു തലക്കെട്ടു നൽകി യിരുന്നത്. കാവ്യരചനയുടെ ഏതോ ഘട്ടത്തിൽ തലക്കെട്ടു വെട്ടി മുക ളിലായി *ചിന്താവിഷ്ടയായ സീത* എന്ന് എഴുതിയിരിക്കുന്നു. ആ കാലത്ത് പൊതുവെ കവികൾ ഉപയോഗിച്ചിരുന്ന പ്രയോഗമാണ് ചരമചിന്ത. അതു ചിന്താവിഷ്ടയായ എന്നു മാറിയപ്പോൾ ശൈലീപരമായമാറ്റം വ്യക്തമായി സൂചിപ്പിക്കാൻ സാധിച്ചിരിക്കുന്നു.

ശ്രീ
~~സീതയുടെ ചരമചിന്ത~~
ചിന്താവിഷ്ടയായ സീത
ശ്ലോകം നമ്പർ

1. സുതർ മാമുനിയോടയോദ്ധ്യയിൽ - എന്നാരംഭിക്കുന്ന ശ്ലോകം ഒട്ടേറെ മാറ്റങ്ങളോടു കൂടിയാണ് അച്ചടിപാഠത്തിൽ എത്തിയത്.

കവിയോടുമയോദ്ധ്യയിൽ കുശൻ
ലവനും പോയളവന്നൊരന്തിയിൽ
സ്പുടചിന്തകലർന്നു ~~ഒരിടത്തിരുന്നുചെ-~~
ന്നുടജോപാന്തവനത്തിൽ
ജാനകി. (1)

കവിയോടുമയോദ്ധ്യയിൽ കുശൻ
ലവനും പോയളവന്നൊരന്തിയിൽ
~~സ്ഫുടചിന്ത~~മിരുന്നു സീതാചെ-
~~ന്നുടജാന്തത്തിലെ വൃക്ഷ~~
വാടിയിൽ (2)

സുതരക്കവിയൊത്തയോദ്ധ്യയിൽ
ഗതരായന്നൊരുനാളിലന്തിയിൽ
അതിചിന്തകലർന്നു സീത പോയ്
സ്ഥിതിചെയ്താളുടജാന്ത
വാടിയിൽ. (3)

സുതരും കവിയോടയോദ്ധ്യയിൽ
ഗതരായന്നൊരുനാളിലന്തിയിൽ
അതിചിന്തകലർന്നു സീത പോയ്
സ്ഥിതിചെയ്താളുടജാന്ത
വാടിയിൽ. (4)

സുതർമാമുനിയോടയോധ്യയിൽ
ഗതരായോരളവന്നൊരന്തിയിൽ
അതിചിന്തവഹിച്ചു സീത പോയ്
സ്ഥിതിചെയ്താളുടജാന്ത
വാടിയിൽ (അച്ചടിപാഠം)

കവിയോടുമയോദ്ധ്യയിൽ കുശൻ ലശവനും - എന്നാണ് ആദ്യം എഴുതിയത്. കവി, കുശൻ, ലവൻ - എന്നീ പദങ്ങൾ സന്ദർഭത്തിനു യോജിക്കുന്നില്ല എന്നു മനസ്സിലാക്കി പകരം മാമുനി, സൂതർ - എന്നീ പദങ്ങൾ ചേർക്കുന്നു. പോയ - എന്ന ശുദ്ധമലയാളപദത്തെ, ഗതരായ് എന്നു കഠിനസംസ്കൃതമാക്കി മാറ്റുകയും സന്ദർഭം എന്നർത്ഥമുള്ള അളവു കൂട്ടിച്ചേർത്തു ഗതരായോരളവ് എന്നു പൂർത്തിയാക്കുകയും ചെയ്യുന്നു. ഒന്നാം പാദത്തിലെ സുതർ എന്ന പദത്തിലെ ദ്വിതീയാക്ഷരം ത- ആയതിനാൽ ദ്വിതീയാക്ഷരപ്രിയനായ കവി - ത ചേർന്നഗതർ എന്ന പദം തന്നെ തിരഞ്ഞെടുക്കുന്നു. ശുദ്ധമായ മലയാളപദം പോയളവ് ഉണ്ടായിരുന്നിട്ടും വൃത്തഭംഗം ഒഴിവാക്കാൻ ഗതരായോരളവ് എന്നു മാറ്റുന്നു. പോയളവ് സ്വീകരിച്ചാൽ വൃത്തം തെറ്റും. സ്ഫുടചിന്തകലർന്നു എന്നത് (സ്പു-എന്നാണ് എഴുതിയിരിക്കുന്നത്) സ്ഫുടചിന്തമിരുന്നു എന്നും അതിചിന്തകലർന്നു എന്നും അതിചിന്തവഹിച്ചു എന്നും മാറുന്നു. ഒരിടത്തുചെന്നു എന്നത് മാറ്റി നാലാംപാദത്തിലെ ജാനകിയെ സീതയാക്കി മാറ്റി സീതചെന്നു എന്ന് ആദ്യം എഴുതിയത് സീതപോയ് എന്നു മാറ്റി മൂന്നാം പാദത്തിൽ കൊണ്ടുവരുന്നു. ഉടജോപാന്തവനത്തിൽ എന്നത് ഉടജാന്തത്തിലെ വൃക്ഷവാടിയിൽ എന്നും ഉടജാന്തവാടിയിൽ എന്നും മാറുന്നു.

ഈ ശ്ലോകത്തിന്റെ സർഗ്ഗാത്മകരചനയുടെ നിമിഷങ്ങളിലൂടെ പിന്നിലേക്കു പോയാൽ കവിമനസ്സിന്റെ വ്യാകുലതകളും ഹർഷോന്മാദങ്ങളും നേരിൽ മനസ്സിലാക്കാൻ കഴിയും. കവിതയുടെ മൂശ എങ്ങനെ

യൊക്കെ രൂപപ്പെട്ടു പൂർണ്ണത കൈക്കൊള്ളുന്നു എന്നു ബോദ്ധ്യമാകും. മലയാളപദങ്ങൾ സംസ്കൃത പദങ്ങളായും സംസ്കൃതപദങ്ങൾ മലയാള പദങ്ങളായും മാറുന്നു എന്നതു മാത്രമല്ല, കവിത ഭ്രൂണാവസ്ഥയിൽനിന്നു സാവകാശം ഉരുവംകൊള്ളുന്ന അതിശയകരമായ അവസ്ഥ നേരിൽ അറിയാൻ കഴിയുന്നു. ഓരോ ഘട്ടത്തിലും കവിതയ്ക്കു സംഭവിക്കുന്ന പരിവർത്തനം സർഗ്ഗാത്മകതയെ ദർശനീയമാക്കിത്തീർക്കുന്നു. ഈ മാറ്റങ്ങൾകൊണ്ടു സംഭവിക്കുന്ന ഭാവപരിവർത്തനങ്ങൾ കവിതയെ സൗന്ദര്യവിതാനങ്ങളിലേക്കു നയിക്കുന്നു.

2. രവി പോയി മറഞ്ഞതും - എന്ന ശ്ലോകമാണ് നോട്ടുബുക്കിൽ രണ്ടാമതായി എഴുതിയിരിക്കുന്നത്.

അച്ചടിപാഠത്തിൽ രണ്ടാം ശ്ലോകമായി കാണുന്ന അരിയോരണി രൂപരേഖ എഴുതിയ പേജിൽ എഴുതിയിരിക്കുന്നു.

അരിയോരണി പന്തലായി ~~മേ~~
ലൊരു പൂവാക~~യതിന്റെ~~ ശാഖതാൻ
ഹരിനീലതൃണങ്ങൾ ~~താന്നിരു~~
ന്നരുളും പട്ടുവിരിപ്പുമായിതെ. (1)

അരിയോരണിപന്തലായ് സതി
യ്ക്കൊരു പൂവാകവിടുർത്ത
ശാഖകൾ
ഹരിനീലതൃണങ്ങൾ കീഴിരു
ന്നരുളും പട്ടുവിരിപ്പുമായിതു. (2)

പൂവാകവിടുർത്ത / പൂവാകവിതിർത്ത - എന്നുമാറ്റി അച്ചടിപാഠമായി സ്വീകരിച്ചിരിക്കുന്നു.

മേലൊരു -സതിക്കൊരു എന്നും പൂവാകയതിന്റെ ശാഖകൾ - പൂവാകവിടർത്ത ശാഖകൾ എന്നും താന്നിരുന്നരുളും -കീഴിരുന്നരുളും എന്നും മാറുന്നു.

3. അച്ചടിയിൽ മൂന്നാം ശ്ലോകമായും കയ്യെഴുത്തിൽ രണ്ടാംശ്ലോകമായും കാണുന്ന രവിപോയി മറഞ്ഞതും എന്നാരംഭിക്കുന്ന ശ്ലോകത്തിൽ ഒന്നാം വരിയിലും മൂന്നാം വരിയിലുമാണ് ചില മാറ്റങ്ങൾ കാണുന്നത്. ഒന്നാം വരിയിൽ പരം എന്ന പദം സ്വയം എന്നു മാറ്റിയിട്ടുണ്ട്. മൂന്നാം വരിയിൽ- .

അവളേതുമറിഞ്ഞതില്ലപോ
അവനീശ്വരിയോർത്തതില്ലപോ
അവനീശ്വരിയാളറിഞ്ഞിതില
അവനീശ്വരിയോർത്തതില്ല, പോ-

(അ.പാ.)

4. പുളകങ്ങൾ കയത്തിലാമ്പലാൽ - എന്നാരംഭിക്കുന്ന ശ്ലോകത്തിൽ പലമാറ്റങ്ങളും കാണുന്നു:

തമസാനദിതൻ > തമസാനദിമേൽ - എന്നും

തണുത്തുനൽ > തണുത്തതാം > വിടർന്നെഴും എന്നും മാറുന്നു.

കുമുദത്തിൽ മണമാർന്ന തെന്നലിൽ > എന്ന പാഠം അച്ചടിക്കു മുൻപുവരെ നിലനിർത്തിയിരുന്നു.

ഇളകും വനമേറെ മിന്നി > ഇളകും വനമേറെ മിന്നി നൽ > ഇളകും വനരാജി വെണ്ണിലാവ് എന്നു മാറുന്നു.

തളിരിൽത്തട്ടിയപൂനിലാവിനാൽ >
ത്തളിരിലുജ്ജ്വലമാംന്നിലാവിനാൽ >
ത്തളിർമേൽ മൂർച്ഛതമാന്നിലാവി
നാൽ >
വൊളിയാൽ വെള്ളിയിൽ വാർത്ത
പോലെയായ് >

വെണ്ണിലാവൊളിയാൽ വെള്ളിയിൽ വാർത്തപോലെയായ് എന്നു മാറുന്നു.

ഇത്രയും മാറ്റങ്ങൾ വരുത്തിയിട്ടും കവിക്കു സ്വസ്ഥത ലഭിക്കുന്നില്ല. ശ്ലോകത്തിന്റെ പൂർണ്ണരൂപം വളരെ വ്യത്യസ്തമായ പുതിയ പാഠമായി നോട്ടുബുക്കിൽ രൂപരേഖ എഴുതിയ ഭാഗത്ത് എഴുതിയിരിക്കുന്നു. ഒരു പുനഃസൃഷ്ടി. പദങ്ങളുടെ മാറ്റം മാത്രമല്ല, ശ്ലോകത്തിന്റെ ഘടനയും ശിൽപവും ആകെ മാറിയിരിക്കുന്നു. തമസാനദിതൻ നൽ / കുമുദത്തിൻ മണമാർന്ന തെന്നലിൽ - എന്നാരംഭിച്ച ശ്ലോകം ചൊല്ലിച്ചൊല്ലി താഴെക്കാണുംപോലെ സമഗ്രമായി മാറ്റിത്തീർത്തിരിക്കുന്നു.

ഈ എഴുത്തുപാഠം അതേപടി അച്ചടിയിൽ സ്വീകരിച്ചുകാണുന്നു:

പുളകങ്ങൾ കയത്തിലാമ്പലാൽ
തെളിയിക്കും തമസാസമീരനിൽ
ഇളകും വനരാജി വെണ്ണിലാ-
വൊളിയാൽ വെള്ളിയിൽ വാർത്ത
പോലെയായ്.

5. വനമുല്ലയിൽ നിന്നു ദേവിയിൽ
കനിവാൽ പൂക്കൾ പറന്നണഞ്ഞ
പോൽ
അണിതിങ്ങി നിലാവിൽ മുങ്ങിയു
ള്ളണുഖദ്യോയത~~ഗണങ്ങൾ~~
കൂന്തലിൽ. (പാഠം 1)

ആദ്യത്തെ രണ്ടു വരികൾ 8 ാം പാഠംവരെ മാറ്റമില്ലാതെ തുടർന്നു. ഒൻപതാം പാഠത്തിൽ ദേവിയിൽ എന്ന പദം വായുവിൽ എന്നു മാറ്റി സ്വീകരിച്ചു. മൂന്നും നാലും വരികൾ ആദ്യപാഠം മുതൽ മാറിക്കൊണ്ടിരുന്നു.

~~അണിതിങ്ങി നിലാവിൽ മങ്ങിയോ~~
~~ണ്ണു ഖദ്യോതമിരുന്നു കൂന്തലിൽ~~

(പാഠം 2)

ക്ഷണമെത്തി നിരന്നു കൂന്തലിൽ
ലണിയായ് ~~മിന്നിനിലാവിൽ~~
~~മിൻമിനി~~ (പാഠം 3)
ക്ഷണമെത്തി നിരന്നു കൂന്തൽ മേൽ
ലണിയായ് ~~മങ്ങിവിളങ്ങി~~ മിനുങ്ങി
(പാഠം 4)

ക്ഷണമെത്തി നിരന്നു കൂന്തൽമേൽ -
ലണിയായ് മിന്നി മിനുങ്ങി
(നിലാവിൽ) (പാഠം 5)
ക്ഷണമെത്തി നിരന്നു കൂന്തൽമേ-
ലണിയായ് മങ്ങി മിനുങ്ങി
(നിലാവിൽ) (പാഠം 6)
ക്ഷണമെത്തി നിരന്നു കൂന്തൽമേ
ലണി ഖദ്യോതഗണം ~~ദയം-വിനാ-~~
(പാഠം 7)

വനമുല്ലയിൽനിന്നു ദേവിയിൽ
~~കനിവാൽ പൂക്കൾ പറന്നണഞ്ഞ~~
~~പോൽ~~
~~ക്ഷണമെത്തി നിരന്നു കൂന്തൽമേ~~
ലണി ഖദ്യോതമായ് ദയംവിനാ (.)
(പാഠം 8)

മൂന്നും നാലും വരികൾ ശരിയായി കിട്ടുന്നതേയില്ല. മൂന്നാമത്തെ വരി കൂന്തലിൽ എന്നും കൂന്തൽമേൽ എന്നും മാറി ശരിയായിക്കിട്ടി. എന്നാൽ, നാലാമത്തെ വരി അണുഖദ്യോതഗണങ്ങൾ കൂന്തലിൽ (1) എന്നും അണുഖദ്യോതമിരുന്നു കൂന്തലിൽ (2) എന്നും അണിയായ് മിന്നി നിലാവിൽ മിൻമിനി (3) എന്നും അണിയായ് മങ്ങി വിളങ്ങി മിനുങ്ങി (4) എന്നും അണിയായ് മിന്നി മിനുങ്ങി നിലാവിൽ (5) എന്നും അണിയായ് മങ്ങി മിനുങ്ങി നിലാവിൽ (6) എന്നും മാറുന്നു. മാറ്റി മാറ്റി ഒന്നും ശരിയാവാതെ ഒടുവിൽ ഒരു പാഠം കിട്ടി. തിരുത്തുകളോടെയുള്ള ആ പാഠം പൂർണ്ണമായും വെട്ടിക്കളഞ്ഞിരിക്കുന്നു.

~~വനമുല്ലയിൽനിന്നു വായുവിൽ~~
~~തനിയേ പാറിയണഞ്ഞ പൂക്കൾ~~
~~പോൽ~~
~~തനതാകുലകേശഭൂഷയായ്~~
~~കനിവിൽ തൈജസകീട (രാജിക)~~
~~പംക്തികൾ~~ (പാഠം 9)
വീണ്ടും എഴുതുന്നു:
വനമുല്ലയിൽനിന്നു വായുവിൽ

തനിയേ പാറിയടിഞ്ഞ പൂക്കൾ
    പോൽ
വനജാക്ഷി വഹിച്ചു കൂന്തൽമേൽ
കനിവിൽ തൈജസകീടപംക്തിയേ.

(പാഠം 10)

പാറിയണഞ്ഞ എന്ന പദം പാറിയടിഞ്ഞ എന്നും തനതാകുല കേശഭൂഷയായ് എന്ന വരി വനജാക്ഷി വഹിച്ചു കുന്തൽമേൽ എന്നും പംക്തികൾ എന്ന പദം പംക്തയേ എന്നും മാറ്റി പുതിയ പാഠത്തിനു രൂപം നൽകുന്നു. എന്നാൽ അച്ചടിപാഠത്തിൽ കയ്യെഴുത്തിൽ ഇല്ലാത്ത പുതിയ പല മാറ്റങ്ങളും കാണുന്നു.

വനമുല്ലയിൽനിന്നു വായുവിൻ
ഗതിയിൽ പാറിവരുന്ന പൂക്കൾ
    പോൽ
ഘനവേണി വഹിച്ചു കൂന്തലിൽ
പതിയും തൈജസകീടപംക്തിയെ.

(അച്ചടിപാഠം)

വായുവിൽ എന്ന പദം വായുവിൻ എന്നും തനിയേ പാറിയടിഞ്ഞ എന്ന പദങ്ങൾ ഗതിയിൽ പാറിവരുന്ന എന്നും വനജാക്ഷി എന്ന പദം ഘനവേണി എന്നും കൂന്തൽമേൽ എന്ന പദം കൂന്തലിൽ എന്നും കനിവിൽ എന്ന പദം പതിയും എന്നും മാറുന്നു. ഈ മാറ്റങ്ങൾ കയ്യെഴുത്തിൽ ഇല്ല. അച്ചടിക്കാൻ പകർത്തിയെടുത്തപ്പോഴോ പ്രൂഫ് നോക്കിയപ്പോഴോ വരുത്തിയ മാറ്റങ്ങളായിരിക്കണം.

6. ~~പരമാർന്നിതു ഭംഗിയ~~പ്പൊഴാ
പുരിവാർകുന്തളമങ്ങു രാത്രിയിൽ
തരുവാടിയിലൂടെ കണ്ടിടും
ന്നൊരു താരാപഥഭാഗമെന്ന
    പോൽ

(പാഠം 1)

പരിചോടു ജയിച്ചിതപ്പൊഴാ
പ്പുരിവാർകുന്തളമങ്ങാ രാത്രിയിൽ
തരുവാടിയിലൂടെ കണ്ടിടു
ന്നൊരു താരാപഥഭാഗഭംഗിയെ.

(പാഠം 2)

പ്പുരിവാർകുന്തളരാജി രാത്രിയിൽ

(പാഠം 3)

പരിശോഭകലർന്നിതപ്പൊഴാ-

പ്പുരിവാർകുന്തളരാജി, രാത്രിയിൽ
തരുവാടിയിലൂടെ കണ്ടിടു-
ന്നൊരു താരാപഥഭാഗമെന്നപോൽ

(അച്ചടിപാഠം)

പരമാർന്നിതു എന്ന പദം പരിചോടുഎന്നും പരിശോഭ എന്നും മാറി. ഭംഗിയപ്പൊഴാ എന്ന പദം ജയിച്ചിതപ്പൊഴാ എന്നും കലർന്നിതപ്പൊഴാ എന്നും മാറി. പരമാർന്നിതു എന്ന പദം പരിശോഭ എന്നു മാറ്റിയപ്പോൾ വൃത്തം ശരിയാവാൻ കലർന്നിതപ്പൊഴാ എന്ന പാഠം സ്വീകരിക്കേണ്ടി വന്നു.

7. ഉടൽമൂടിയിരുന്നു ദേവിയാ
~~ളുടുപ്പൂഞ്ചേലയതൊന്നു~~കൊണ്ടു
താൻ
വിടപങ്ങളൊടൊത്ത കൈകൾതൻ
തുടമേൽ തങ്ങിയിരുന്നു രണ്ടിലും

ഉടൽമൂടിയിരുന്നു ദേവിയാ
ളുടയാടത്തളിരൊന്നുകൊണ്ടു
താൻ
വിടപങ്ങളൊടൊത്ത കൈകള
ത്തുടമേൽ തങ്ങിയിരുന്നു രണ്ടിലും.

ഉടൽമൂടിയിരുന്നു ദേവി,ത-
ന്നുടയാളത്തളിരൊന്നുകൊണ്ടു
താൻ
വിടപങ്ങളൊടൊത്ത കൈകൾ തൻ-
തുടമേൽവച്ചുമിരുന്നു സുന്ദരി.

(അച്ചടിപാഠം)

ഉടൽമൂടിയിരുന്നു ദേവിയാൾ എന്നും ഉടുപൂഞ്ചേലയതൊന്നു കൊണ്ടുതാൻ എന്നും ആണ് ആദ്യപാഠത്തിൽ ആശാൻ എഴുതിയിട്ടുള്ളത്. അടുത്തപാഠത്തിൽ, ദേവിയാൾ എന്ന സമസ്തപദത്തിൽ ദേവിയെ നിലനിറുത്തുകയും ആൾ എന്ന പദം വെട്ടുകയും ചെയ്യുന്നു. ഉടുപൂഞ്ചേലയതൊന്നു എന്ന ഭാഗം വെട്ടി ഉടയാടത്തളിരൊന്നു എന്നു മാറ്റുന്നു. മൂന്നാമത്തെയും നാലാമത്തെയും വരികളിലെ കൈകൾതൻ തുടമേൽ തങ്ങിയിരുന്നു എന്ന ഭാഗം കൈകളത്തുടമേൽ തങ്ങിയിരുന്നു എന്നു മാറ്റുന്നു. നാലാമത്തെ വരിയിലെ രണ്ടിലും എന്ന പാഠം മാറി സുന്ദരി ആകുന്നു. തിരുത്തുപാഠവും അച്ചടിപാഠവും തമ്മിൽ താരതമ്യപ്പെടുത്തിയാൽ തിരുത്തുപാഠത്തിൽ ഇല്ലാത്ത തിരുത്തുകൾ വേറെയും കാണാം. തുടമേൽവെച്ചുമിരുന്നു സുന്ദരി -എന്ന മാറ്റം പ്രസ്സിൽ കൊടുക്കാൻ പകർത്തിയപ്പോഴോ പ്രൂഫ് നോക്കിയപ്പോഴോ ആണ് സംഭവിച്ചത്.

8. ഒരു നോട്ടമെഴാതെതെനിന്നുതെ
ല്ലരികിൽ പാതിയടഞ്ഞു കണ്ണുകൾ
(പരുഷാള) ചൊരിയും പരുഷാള
കങ്ങളാ
ഞ്ഞുരസുമ്പോളിമവെട്ടിടാതെയും
ഒരുനോട്ടവുമെന്നിനിന്നുതാ
ഴ്ന്നരികിൽ പാതിയടഞ്ഞു
കണ്ണുകൾ
ചൊരിയും പരുഷാളകങ്ങൾ ചെ
ന്നുരസുമ്പോഴുമനക്കമെന്നിയേ.

ഒരുനോട്ടവുമെന്നിനിന്നുതാ
ഴ്ന്നരികിൽ പാതിയടഞ്ഞു കണ്ണുകൾ
പരുഷാളകമൊട്ടു കാറ്റിലാ-
ഞ്ഞുരസുമ്പോഴുമനക്കമെന്നിയേ.

ഒരു നോട്ടവുമെന്നി നിന്നിതേ
വിരിയാതല്പമടഞ്ഞ കണ്ണുകൾ,
പരുഷാളകപംക്തി കാറ്റിലാ-
ഞ്ഞുരസുമ്പോഴുമിളക്കമെന്നിയേ.

(അച്ചടിപാഠം)

നോട്ടമെഴാതെനിന്നുതെല്ലരികിൽ പാതിയടഞ്ഞു എന്ന ഭാഗംനോട്ടവുമെന്നിനിന്നു താഴ്ന്നരികിൽ പാതിയടഞ്ഞു എന്നു മാറി. അച്ചടിപാഠത്തിൽ കാണുന്ന നോട്ടവുമെന്നിനിന്നിതേ വിരിയാതൽപമടഞ്ഞ എന്ന പാഠം കയ്യെഴുത്തിൽ ഇല്ല. തെല്ലരികിൽ എന്ന പാഠം താഴ്ന്നരികിൽ എന്നു മാറുകയും വിരിയാതൽപമടഞ്ഞ എന്നു മാറുകയും ചെയ്യുന്നു. ആശാൻ കയ്യെഴുത്തിൽ നിന്നു പ്രസ്കോപ്പി തയാറാക്കുമ്പോൾ കയ്യെഴുത്തിലില്ലാത്ത മാറ്റങ്ങൾ വരുത്താറുണ്ട്.

മൂന്നാമത്തെ വരിയിൽ, പരുഷാള(കങ്ങൾ) എന്ന് എഴുതി വെട്ടിയിട്ട് ചൊരിയും പരുഷാളകങ്ങളാഞ്ഞുരസുമ്പോളിമവെട്ടിടാതെയും എന്നെഴുതുകയും അതിനെ വെട്ടിയിട്ട് ചൊരിയും പരുഷാളകങ്ങൾ ചെന്നുരസുമ്പോഴുമനക്കമെന്നിയേ എന്നും കാറ്റിലാഞ്ഞുരസുമ്പോഴുമനക്കമെന്നിയേ എന്നും മാറ്റുന്നു. പരുഷാളകമൊട്ടു കാറ്റിലാഞ്ഞുരസുമ്പോഴുമനക്കമെന്നിയേ എന്നു വീണ്ടും മാറുന്നു.

ആ പാഠത്തിൽനിന്നു പ്രസ്കോപ്പി തയ്യാറാക്കിയപ്പോൾ ഒട്ടു എന്ന പദം വെട്ടി പംക്തി എന്നും അനക്കം എന്ന പദം ഇളക്കം എന്നും മാറ്റുന്നു.

9. അച്ചടിയിലെ 9 ാം നമ്പർ ശ്ലോകം നോട്ടുബുക്കിന്റെ മാർജിനിലായി എഴുതിയിരിക്കുന്നു.

ഇടയ്ക്ക് എഴുതിച്ചേർത്തതാണ് കയ്യെഴുത്തിൽ ഈ ശ്ലോകത്തിനു നമ്പർ ഇല്ല. പകർത്തിയെടുത്തപ്പോൾ ഈ ശ്ലോകം 9 ന്റെ സ്ഥാനത്തു ചേർക്കുകയും കൈയെഴുത്തിലെ നമ്പർ 9.10 ആകുകയും തുടർന്നു നമ്പരുകൾ നല്കുകയും ചെയ്തിരിക്കുന്നു. കൈയെഴുത്തിൽ പഴയ നമ്പരുകൾ മാറാതെ നിലനില്ക്കുകയും ചെയ്തു. ഇവിടം മുതൽ കൈയെഴുത്തിലെ നമ്പറും അച്ചടിപാഠത്തിലെ നമ്പരും തമ്മിൽ വ്യത്യാസമുണ്ട്.

~~ചലിയാതെ~~ നിവർന്നിരുന്നു ദു
~~(ർ)ബലമൈതെല്ലവനമ്രമെങ്കിലും~~
സ്വയമാർന്നിതു~~വീർപ്പു~~ തെന്നൽ
    പോൽ
നിയമം തെറ്റിയുമൽപമായുമേ
...... നിവർന്നിരുന്നുമൈ
യലയാതാനതമേനിയെങ്കിലും
സ്വയമാർന്നിതുമൂച്ചുതെന്നൽ
പോൽ
നിയമം തെറ്റിയുമൽപമായുമേ
അലസാംഗി നിവർന്നിരുന്നു, മെ
യ്യലയാതാനതമേനിയെങ്കിലും
അയവാർന്നിടയിൽ ശ്വസിച്ചു ഹാ!
നിയമംവിട്ടൊരു തെന്നൽ മാതിരി.
(അച്ചടിപാഠം)

ചലിയാതെ നിവർന്നിരുന്നു എന്നെഴുതി ചലിയാതെ വെട്ടി, ദുർബ്ബലമൈതെല്ലവനമ്രമെങ്കിലും എന്നെഴുതി വെട്ടി മൈയലയാതാനതമേനിയെങ്കിലും എന്നു മാറ്റുന്നു. മൂന്നാമത്തെ വരി സ്വയമാർന്നിതു വീർപ്പു തെന്നൽപോൽ എന്നെഴുതി വീർപ്പു വെട്ടിയിട്ട് മൂച്ചു എന്നു മാറ്റുന്നു. നാലാം വരിയിൽ മാറ്റം ഒന്നും കാണുന്നില്ല. എന്നാൽ അച്ചടിപാഠം തയ്യാറാക്കിയപ്പോൾ, ആദ്യവരിയിലെ ചലിയാതെ എന്ന ആദ്യപദം അലസാംഗി എന്നു മാറ്റുന്നു. മൂന്നാമത്തെ വരിയിൽ കൈയെഴുത്തിലെ, സ്വയമാർന്നിതു വീർപ്പുതെന്നൽപോൽ - സ്വയമാർന്നിതുമൂച്ചുതെന്നൽ പോൽ എന്നീ പാഠങ്ങൾ പൂർണ്ണമായും മാറ്റി അയവാർന്നിടയിൽ ശ്വസിച്ചു ഹാ! എന്നു മാറ്റുന്നു. കൈയെഴുത്തിലെ രണ്ടു പാഠങ്ങളിലും നിയമം തെറ്റിയുമൽപമായുമേ എന്നാണു നാലാമത്തെ വരിയിലുള്ളത് എന്നാൽ പകർത്തിയപ്പോൾ നിയമം വിട്ടൊരു തെന്നൽമാതിരി എന്നു മാറ്റിയിരിക്കുന്നു.

10. ~~പലവാറുമണഞ്ഞു~~ മെല്ലെ, നി
ർമലമാംചാരുകവിൾത്തടങ്ങളിൽ
നിലയെന്നിയെ ദേവിയാൾക്കകെ
ത്തലതല്ലുന്ന ~~വിചാരമാം~~ കടൽ.

പലഭവമണച്ചുമെല്ലെ, നി
ർമലമാം ചാരുകവിൾത്തടങ്ങളിൽ
നിലവിട്ടഥ ദേവിയാൾക്കക
ത്തലതല്ലുന്ന ~~വിചാരമാം~~ കടൽ.

പല ഭവമണച്ചുമെല്ലെ, നീ
ർമലമാം ചാരുകവിൾത്തടങ്ങളിൽ
നിലവിട്ടഥ ദേവിയാൾക്കക
ത്തലതല്ലുന്നൊ(.) ചിന്തയാം കടൽ.

നിലയെന്നിയെ ദേവിയാൾക്കകെ-
ത്തലതല്ലുന്നൊരു ചിന്തയാം കടൽ
പല ഭാവമണച്ചു മെല്ലെ നിർ-
മലമാം ചാരുകവിൾത്തടങ്ങളിൽ

(അച്ചടിപാഠം)

പലവാറുമണഞ്ഞു എന്നിടത്തു വാറുമണഞ്ഞു വെട്ടി ഭവമണച്ചു എന്നു മാറ്റി. ഭാവമണച്ചു എന്നാണ് ഉദ്ദേശിച്ചത്. ദീർഘചിഹ്നം. (ാ) ഇല്ല. മൂന്നാം വരിയിൽ നിലയെന്നിയെ എന്ന പദം നിലവിട്ടഥ എന്നു മാറ്റുന്നു. നാലാം വരിയിലെ വിചാരമാം വെട്ടി ചിന്തയാം എന്നാക്കുന്നു. അപ്പോൾ ഒരക്ഷരം കുറയും. അക്കാര്യം അവിടെ ഒരു പൂർണ്ണവിരാമചിഹ്നം കൊണ്ടു സൂചിപ്പിച്ചിട്ടുണ്ട്. അലതല്ലുന്ന എന്നത് അലതല്ലുന്നൊ എന്നാക്കി മാറ്റുന്നു.

അച്ചടിപാഠത്തിൽ ശ്ലോകത്തിന്റെ ശില്പം ആകെ മാറുന്നു. കൈയെ ഴുത്തിലെ മൂന്നും നാലും വരികൾ ഒന്നും രണ്ടും വരികളായി. ഒന്നാം വരിയിൽ വെട്ടിക്കളഞ്ഞ നിലയെന്നിയെ എന്ന പദമാണു സ്വീകരിച്ചത്. കൈയെഴുത്തിലെ ഒന്നും രണ്ടും വരികൾ മൂന്നും നാലും വരികളായി മാറുന്നു.

*ചിന്താവിഷ്ടയായ സീത*യിലെ മിക്കവാറും എല്ലാ ശ്ലോകങ്ങളിലും തിരുത്തുകൾ കാണാം. മനസ്സിനെ മഥിക്കുന്ന ചിന്തകളും വികാരങ്ങളും കടന്നുവരുമ്പോഴും നാടകീയസന്ദർഭങ്ങളിലുമാണ് തിരുത്തുകൾ ധാരാളമായി കാണുന്നത്.

17. കൈയെഴുത്തു പാഠം ശ്ലോകം നമ്പർ 16 ആദ്യം എഴുതിയ പാഠം പൂർണ്ണമായും വെട്ടിക്കളഞ്ഞിരിക്കുന്നു.

~~തടയാ നിഴലാം സുഖങ്ങളെ~~
~~ത്തുടരാ ഞാ,നിനി മോഹമില്ലതിൽ~~
~~സ്പുടമായ് പുനരെന്റെ വാമമാം~~
~~തുടയെന്തോർത്തു തുടിപ്പതിന്നുമേ!~~
സ്പു എന്നു തന്നെയാണ് എഴുതിയിരിക്കുന്നത്.

വീണ്ടും എഴുതുന്നു:

പുഴയൊരുവിധം തുടിപ്പു ഹാ
പഴുതേയിപ്പൊഴുമീയിടത്തുകാൽ
നിഴലിൽ വഴി കുട്ടിപോലെ പോ
യുഴലാ ഭോഗമിരന്നു ഞാനിനി.

പുഴപോലെ തുടിക്കയല്ലി ഹാ
പഴുതേയിപ്പൊഴുമീയിടത്തുതോൾ
നിഴലിൽ വഴി പൈതൽപോലെ പോ
യുഴലാഭോഗമിരന്നു ഞാനിനി.

അച്ചടിക്കാൻ പകർത്തിയെടുത്തപ്പോൾ, രണ്ടാം വരിയിൽ ഈയിടത്തുതോൾ എന്നത് എന്നിടത്തുതോൾ എന്നും മൂന്നാം വരിയിൽ നിഴലിൽവഴി എന്നത് നിഴലിൽ വഴി എന്നും മാറ്റി സ്വീകരിക്കുന്നു.

47. കൈയെഴുത്തു ശ്ലോകം നമ്പർ 46.

~~വിനയവ്രതനായ് വീട്ടിലും~~
~~വനവാസത്തിലുമേകബന്ധുവായ്~~
കനിവാർന്ന കുമാര കാണുമോ
യിനി ഞാൻ നിന്റെ പവിത്രമാം മുഖം

വനഭൂമിയിൽ വീട്ടിലെന്നപോൽ
വിനയത്താൽ പിരിയാതെ വാണു നീ
കനിവാർന്ന കനിഷ്ഠ കാണ്മനോ
യിനിയാ നിന്റെ പലത്രമാം മുഖം

~~വനഭൂമിയിൽ വീട്ടി~~ലെന്നപോൽ
~~കനിവാൽ വേർപിരിയാതെ~~
~~വാണു നീ~~
വിനയാനതമെന്നു കാണ്മനോ
~~യിനിയാ നിന്റെ പവിത്രമാം മുഖം~~

ഈ പാഠങ്ങൾ വെട്ടിക്കളഞ്ഞ്, നോട്ടുബുക്കിന്റെ മാർജിനിൽ വീണ്ടും എഴുതുന്നു:

വന(ി)~~ഭംഗിയിൽ വീട്ടിലെന്നപോൽ~~
~~കനിവാൽക്കൂടി വസിച്ചു തമ്പി നീ~~
~~വിനയാനതമൊന്നു കാണുമോ~~
~~യിനി ഞാൻ നിന്റെ പവിത്രമാം മുഖം~~

വനവും ഗൃഹവും സമാനമായ്
അ യനഘൻ ഞങ്ങളൊടൊത്തു

വാണു നീ
വിനയാദ്രമെനിക്കു കേവലം
നിനയായ്‌വാൻ പണി നിന്റെയമ്മുഖം

നിനയായ്‌വാൻ പണി നിൻമുഖം

വനപത്തനഭേദചിന്തവി-
ട്ടനഘൻ ഞങ്ങളൊടൊത്തു
വാണു നീ
വിനയാർദ്രമെനിക്കു കേവലം
നിനയായ്‌വാൻ പണി തമ്പി!
നിൻമുഖം. (അച്ചടിപാഠം)

കുമാരനാശാന്റെ കയ്യെഴുത്തുപ്രതികൾ പുതിയ കവികൾക്കു കവിശിക്ഷ നൽകുവാൻ പോന്നതാണ്. സൂക്ഷ്മവും ഔചിത്യപൂർണ്ണവുമായ പദപ്രയോഗത്തിന്റെ പാഠങ്ങൾ അതു നൽകുന്നു.

മൂന്ന്

കുമാരനാശാന്റെ കവിതകളിലെ വെട്ടിത്തിരുത്തുകളുടെ കാരണം അന്വേഷിച്ചാൽ, കാവ്യരചനയുടെ നിഗൂഢമായ അനേകം രഹസ്യങ്ങൾ വെളിപ്പെടും. രസഭംഗത്തിനു കാരണം അനൗചിത്യമാണ് എന്നു പറയാറുണ്ട്. അനൗചിത്യം ഒഴിവാക്കാൻവേണ്ടിയാണ് കുമാരനാശാൻ കയ്യെഴുത്തുകളിൽ നിരന്തരം വെട്ടിത്തിരുത്തുകൾ വരുത്തിയിരിക്കുന്നത്. ആശയത്തിന്റെ ആവർത്തനവും ആശയവൈരുദ്ധ്യവും കവിതയുടെ ഭാവശിൽപത്തെ തകർക്കുമെന്നു തോന്നിയ സന്ദർഭങ്ങളിലെല്ലാം വെട്ടിത്തിരുത്തുകൾ സംഭവിച്ചിട്ടുണ്ട്. ഇങ്ങനെയുള്ള അവസരങ്ങളിൽ എഴുതിയ കവിതാഭാഗങ്ങൾ ഉപേക്ഷിക്കുകയും പദങ്ങളിലും പാദങ്ങളിലും തിരുത്തുകൾ വരുത്തുകയും ചെയ്യുന്നു. വൈകാരികമായ തീവ്രതയ്ക്കുവേണ്ടി കവിതയുടെ രൂപത്തെയാകെ മാറ്റുന്നു. അതോടൊപ്പം രൂപഭദ്രതയ്ക്കു ശൈഥില്യം സംഭവിക്കാതിരിക്കാൻ വേണ്ടിയും വൃത്തത്തിനുവേണ്ടിയും മാറ്റങ്ങൾ വരുത്തിയിട്ടുണ്ട്.

കയ്യെഴുത്തിൽ കാണുന്ന പാഠം അച്ചടിയിൽ കാണാത്ത ഒട്ടേറെ അവസരങ്ങളുണ്ട്. അവ കയ്യെഴുത്തിൽനിന്നു പ്രസ്കോപ്പി തയാറാക്കിയപ്പോഴോ പ്രൂഫ് തിരുത്തിയപ്പോഴോ സംഭവിച്ചതാണ്. സംസ്കൃതവൃത്തത്തിൽ എഴുതിയ *ചിന്താവിഷ്ടയായ സീത*യിൽ കയ്യെഴുത്തിൽ ഇല്ലാത്ത അനേകം പാഠങ്ങൾ അച്ചടിയിൽ വന്നിട്ടുണ്ട്. കയ്യെഴുത്തിൽ തിരുത്തില്ലാതിരിക്കുക, അച്ചടിയിൽ തിരുത്തുക; കയ്യെഴുത്തിൽ തിരുത്തുണ്ടാവുക, അച്ചടിയിൽ തികച്ചും വ്യത്യസ്തമായ പാഠം സ്വീകരിക്കുക; കയ്യെഴു

ത്തിൽ ഒരു തിരുത്തു മാത്രം ഉണ്ടായിരിക്കുക, അത് അച്ചടിയിൽ സ്വീകരിക്കുക; കയ്യെഴുത്തിൽ രണ്ടു തിരുത്തുകൾ ഉണ്ടായിരിക്കുക, ആദ്യത്തെ തിരുത്തു പാഠം സ്വീകരിക്കുക; കയ്യെഴുത്തിൽ എല്ലാ പാഠങ്ങളും വെട്ടിക്കളയുകയും അച്ചടിയിൽ അവയിൽ ഏതെങ്കിലും ഒന്നു സ്വീകരിക്കുകയും ചെയ്യുക; കയ്യെഴുത്തിൽ ഒന്നിലേറെ തിരുത്തുകളുണ്ടാവുക, അതിൽ ഒടുവിലത്തെ തിരുത്ത് സ്വീകരിക്കുക-ഇങ്ങനെ ഒട്ടേറെ രീതികളിലാണ് തിരുത്തുപാഠങ്ങളുടെ സ്വീകരണം നടന്നിരിക്കുന്നത്.

കുമാരനാശാന്റെ *ചിന്താവിഷ്ടയായ സീത* - സംസ്കൃതവൃത്തത്തിൽ എഴുതിയ സംസ്കൃത പദബഹുലമായ കാവ്യമാണ്. ഈ കൃതിയുടെ നോട്ടുബുക്കിൽ മലയാളപദങ്ങൾ മാറ്റി സംസ്കൃതപദങ്ങളാക്കുന്ന സന്ദർഭങ്ങളും സംസ്കൃതപദങ്ങൾ മാറ്റി മലയാളപദങ്ങളാക്കുന്ന അവസരങ്ങളുമുണ്ട്. ദ്വിതീയാക്ഷരപ്രാസത്തിനുവേണ്ടിയും വൃത്തശുദ്ധിക്കുവേണ്ടിയും മലയാളപദങ്ങൾ മാറ്റി സംസ്കൃതപദങ്ങൾ പ്രയോഗിച്ചിട്ടുണ്ട്. മലയാളപദങ്ങൾ കൂടുതൽ ഇണങ്ങുമെന്നു തോന്നുന്ന അവസരങ്ങളിലാണു സംസ്കൃതപദങ്ങളുടെ സ്ഥാനത്തു മലയാളപദങ്ങൾ പ്രയോഗിക്കുന്നതായി കാണുന്നത്. സംസ്കൃതപദങ്ങൾ വെട്ടി സംസ്കൃതപദങ്ങൾതന്നെ പ്രയോഗിക്കുന്ന അവസരങ്ങളും മലയാളപദങ്ങൾ വെട്ടി മലയാളപദങ്ങൾ തന്നെ സ്വീകരിക്കുന്ന അവസരങ്ങളും ധാരാളമായി കാണാം.

കുമാരനാശാന്റെ *ചിന്താവിഷ്ടയായ സീത*യുടെ നോട്ടുബുക്ക് പ്രതിഭാധനനായ ഒരു കവിയെ കഠിനാദ്ധ്വാനവും നിരന്തരമായ കാവ്യോപാസനയും എങ്ങനെ മഹാനായ കവിയാക്കിത്തീർക്കുന്നു എന്നതിന്റെ പ്രത്യക്ഷമായ തെളിവാണ്. വെട്ടും തിരുത്തുമുള്ള കയ്യെഴുത്തുകൾ രചനയുടെ ഗർഭാവസ്ഥയെയാണ് പ്രകടമാക്കുന്നത്.

പാശ്ചാത്യസാഹിത്യനിരൂപണത്തിൽ കയ്യെഴുത്തുകളെക്കുറിച്ചുള്ള പഠനം ഒരു സാഹിത്യവിമർശനപ്രസ്ഥാനമായി വളർന്നിരിക്കുന്നു. എന്തുകൊണ്ടോ ഭാരതീയസാഹിത്യത്തിലോ മലയാളസാഹിത്യത്തിലോ ഈ പഠനരീതി ഗൗരവപ്പെട്ട നിരൂപണപ്രസ്ഥാനമായി വളർന്നില്ല. വെട്ടും തിരുത്തുമുള്ള കയ്യെഴുത്തുപ്രതികൾ കവിയുടെ കഴിവുകേടിന്റെ തെളിവായിട്ടാണ് നമ്മുടെ എഴുത്തുകാരും നിരൂപകരും കാണുന്നത്. കവികൾ വെട്ടും തിരുത്തുമുള്ള സ്വന്തം കയ്യെഴുത്തുപ്രതികൾ മറ്റാരെയെങ്കിലും കാണിക്കാൻപോലും മടിക്കുന്നു. പല കവികളും എഴുതിക്കഴിഞ്ഞ് പ്രസ്കോപ്പി തയാറാക്കിയാലുടനേ വലിച്ചുകീറിക്കളയുകയാണ് ചെയ്യുന്നത്. കീറ്റ്സ്, ഷെല്ലി, യേറ്റ്സ്, വേഡ്സ്വർത്ത്, കോളറിഡ്ജ്, ടി എസ് എലിയറ്റ് തുടങ്ങിയ അനേകം കവികളുടെ കയ്യെഴുത്തുകളെക്കുറിച്ച് ഖ്യാതമായ അനേകം പഠനങ്ങൾ വന്നിട്ടുണ്ട്. ദസ്തയേവ്സ്കിയുടെ എല്ലാ നോവലുകളുടെയും കയ്യെഴുത്തുകൾ പഠനത്തോടെ പ്രകാശിപ്പിച്ചിട്ടുണ്ട്. കുമാരനാശാൻ കൊൽക്കത്തയിൽ പഠിക്കുന്ന കാലത്ത് കയ്യെഴുത്തുകളെക്കുറിച്ചുള്ള പഠനങ്ങൾ കണ്ടിട്ടുണ്ടാവണം.

അല്ലെങ്കിൽ, അദ്ദേഹം ഇത്തരത്തിൽ എല്ലാ കൃതികളുടെയും കയ്യെഴുത്തുനോട്ടുബുക്കുകൾ അതീവശ്രദ്ധയോടെ സൂക്ഷിച്ചുവയ്ക്കുമായിരുന്നില്ല. എന്നെങ്കിലും തന്റെ കൃതികളുടെ കയ്യെഴുത്തുകളെക്കുറിച്ച് പഠിക്കാൻ ആരെങ്കിലും വരുമെന്ന് അദ്ദേഹം ദീർഘദർശനം ചെയ്തിരുന്നു.

റഫറൻസ്

1. സി ഒ കേശവൻ ബി എ, *മഹാകവി കുമാരൻ ആശാൻ,* തിരുവനന്തപുരം: ചന്ദ്രമോഹൻ പ്രസ്, 1958.
2 *എൻ കുമാരൻ ആശാൻ,* നിരൂപണങ്ങൾ, തോന്നയ്ക്കൽ: ശാരദാ ബുക്ക് ഡിപ്പോ, 5-ാം പതിപ്പ് 1963, ഒന്നാം പതിപ്പ് 1930.
3. കെ. സദാശിവൻ, *കുമാരനാശാൻ -ചില സ്മരണകൾ,* പ്രസാധകർ: തോന്നയ്ക്കൽ - ശാരദാ ബുക്ക് ഡിപ്പോ, വിതരണം: കോട്ടയം-എൻ ബി എസ്, 1972.
4. കെ ഭാനുമതിയമ്മ, *കുമാരനാശാന്റെ കാവ്യരചനാസമ്പ്രദായം, ആശാൻ വിമർശനത്തിന്റെ ആദ്യരശ്മികൾ* (രണ്ടാം ഭാഗം), സമ്പാദകൻ-കോമിലേഴത്ത് കെ ജി മാധവൻ, വിതരണം -കോട്ടയം: വിദ്യാർത്ഥിമിത്രം, 1968.
5. കെ പ്രഭാകരൻ, *ആശാന്റെ ഡയറിക്കുറിപ്പുകളിലൂടെ,* പ്രസാധകൻ തോന്നയ്ക്കൽ: ശാരദാബുക്ക് ഡിപ്പോ, വിതരണം-കോട്ടയം: എൻ ബി എസ്, 1988.
6. ഡോ. എം എം ബഷീർ, *കുമാരനാശാന്റെ രചനാശിൽപം*, തിരൂർ: തുഞ്ചത്തെഴുത്തച്ഛൻ മലയാള സർവ്വകലാശാല, 2017.

വെട്ടിത്തിരുത്തുകളുടെ പൊരുൾ

കവിതകളിൽ കാണുന്ന വെട്ടിത്തിരുത്തുകൾ കുമാരനാശാന്റെ സങ്കീർണ്ണമായ 'വ്യക്തിജീവിതത്തിന്റെ വെളിപാടാണ്. ജീവിതത്തിന്റെ വ്യത്യസ്തമേഖലകളിൽ നിന്നു നേടിയ അറിവും വിജ്ഞാനവും ആശാന്റെ വ്യക്തിത്വത്തെ രൂപപ്പെടുത്തിയ ഘടകങ്ങളാണ്. അധഃകൃത സമുദായത്തിൽ ഒരിടത്തരം കുടുംബത്തിൽ ജനനം. കുടിപ്പള്ളിക്കൂടത്തിലെ ബാല്യകാലവിദ്യാഭ്യാസം, ഗവൺമെന്റു പ്രൈമറി സ്കൂളിലെ പഠിപ്പും അവിടത്തെ അദ്ധ്യാപകവൃത്തിയും, കണക്കപ്പിള്ള ഉദ്യോഗം, ഗോവിന്ദനാശാന്റെ ശിക്ഷണത്തിൽ സംസ്കൃതപഠനം. വക്കത്തു വേലായുധൻ നടയിലെ ഭജനം, അവിടെ കുട്ടികളെ സംസ്കൃതം പഠിപ്പിക്കലും ശാന്തിപ്പണിയും, തുടർന്നുള്ള പ്രവാസം, ശ്രീനാരായണഗുരുവിന്റെ അന്തേവാസിത്വം. ബാംഗ്ലൂരിലും മദ്രാസിലും കൽക്കട്ടയിലും നിന്നു ലഭിച്ച വിദ്യാഭ്യാസവും ജീവിതാനുഭവങ്ങളും, എസ് എൻ ഡി പി സെക്രട്ടറി എന്ന നിലയിലും സമുദായ നേതാവ് എന്ന നിലയിലുമുള്ള പ്രവർത്തനങ്ങൾ, *വിവേകോദയ*ത്തിന്റെ പത്രാധിപർ എന്ന നിലയിലുള്ള പത്രപ്രവർത്തനപരിചയം. ലൗകിക ജീവിതത്തിലേക്കുള്ള തിരിച്ചുവരവ്, ശ്രീമൂലം പ്രജാസഭാസാമാജികൻ എന്ന നിലയിൽ രാഷ്ട്രീയമണ്ഡലത്തിൽ ഉണ്ടായ സ്വാധീനം - ഇതൊക്കെ കുമാരനാശാന്റെ വ്യക്തിത്വത്തെ കരുപ്പിടിപ്പിച്ച ഘടകങ്ങളാണ്. ഇത്തരത്തിലുള്ള പ്രവൃത്തികളിൽ ഏർപ്പെട്ടുകൊണ്ടിരിക്കെത്തന്നെ അദ്ദേഹം ആത്മസുഖത്തിനുവേണ്ടി കാവ്യരചനയിൽ ഏർപ്പെടുകയും ചെയ്തു. കാവ്യരചന ആശാന് നേരമ്പോക്കായിരുന്നില്ല, ഏറ്റവും ഗൗരവപൂർണ്ണമായ പ്രവൃത്തിയായിരുന്നു. സാധാരണകവികൾക്ക് അനുഭവപ്പെട്ടിട്ടില്ലാത്ത വ്യത്യസ്ത ജീവിതസാഹചര്യങ്ങളിൽപ്പെട്ട് അനുഭവങ്ങൾ നേടിയ കുമാരനാശാന്റെ വ്യക്തിത്വം വൈരുദ്ധ്യങ്ങൾ നിറഞ്ഞതായിരുന്നു. അത് ആശാന്റെ കവിത

കളുടെ ഉൾക്കരുത്തിനും ദർശനരൂപീകരണത്തിനും കാരണമായി ത്തീർന്നു.

കുമാരനാശാന്റെ വ്യക്തിജീവിതത്തിലുണ്ടായ തിരുത്തലുകളും പരിവർത്തനങ്ങളും ആകസ്മികങ്ങളല്ല. സന്ന്യാസത്തോടും. ലൗകികത യോടുമുള്ള ആസക്തി കുട്ടിക്കാലം മുതൽ തുല്യശക്തിയോടെ ആശാ നിൽ പ്രവർത്തിച്ചിരുന്നു. അദ്ദേഹം ആദ്യകാലത്തെഴുതിയ സ്തോത്ര കാവ്യങ്ങളിൽ ഉള്ളിൽ ഉണരുന്ന ലൗകികവികാരങ്ങളെ ദൂരീകരിക്കണ മെന്ന് ആവർത്തിച്ചാവർത്തിച്ച് ഇഷ്ടദേവതയോടു അപേക്ഷിക്കുന്നുണ്ട്. ശ്രീനാരായണഗുരുവിനെപ്പോലെ ആദ്ധ്യാത്മികമായി ഉയരണമെന്ന ആഗ്രഹം; അതിനെതിരായ ലൗകികജീവിത പ്രലോഭനങ്ങളുടെ സമ്മർദ്ദം ഈ ദ്വന്ദ്വം കുമാരനാശാന്റെ വ്യക്തിജീവിത്തിലെ സങ്കീർണ്ണമായ പ്രശ്നമായിരുന്നു.

ശ്രീനാരായണഗുരുവിന്റെ അന്തേവാസിയായി കഴിഞ്ഞിരുന്ന കുമാരനാശാൻ ചിന്നസ്വാമി ആയി അറിയപ്പെട്ടിരുന്നു. എന്നാൽ, ആ സ്ഥാനപ്പേരോ അതുമായി ബന്ധപ്പെട്ട വിശേഷണങ്ങളോ അദ്ദേഹം ഇഷ്ടപ്പെട്ടിരുന്നില്ല. *നിജാനന്ദവിലാസം* എന്ന പേരിൽ ആശാന്റെ ആദ്യ കാലകവിതകൾ സമാഹരിച്ചു പ്രസിദ്ധപ്പെടുത്തിയ കരുവാ കൃഷ്ണ നാശാൻ പുസ്തകത്തിന്റെ പുറംചട്ടയിൽ 'കുമാരദേവരെന്ന സച്ചിദാനന്ദ സ്വാമികളാൽ അരുൾചെയ്യപ്പെട്ടത്' എന്നാണ് കുറിപ്പു നൽകിയിരുന്നത്. ഈ കുറിപ്പ് കുമാരനാശാനിൽ വെറുപ്പുണ്ടാക്കിയതായി ആശാന്റെ സുഹൃത്തും അക്കാലത്തെ പ്രശസ്തകവിയുമായ മൂലൂർ എസ് പത്മനാഭപ്പണിക്കർ രേഖപ്പെടുത്തിയിട്ടുണ്ട്. ചിന്നസ്വാമി, കുമാരയോഗി തുടങ്ങിയ വിശേഷണങ്ങൾ ആശാൻ ഇഷ്ടപ്പെട്ടില്ല എന്നു മാത്രമല്ല ആ പേരുകൾ അവസരം കിട്ടിയപ്പോഴെല്ലാം വെട്ടിത്തിരുത്താൻ ബോധപൂർവ്വം ശ്രമിച്ചിട്ടുമുണ്ട്.

കുടുംബപ്രശ്നങ്ങളും പ്രയാസങ്ങളും കുട്ടിക്കാലം മുതൽ തന്നെ വിരക്തനായിത്തീരാൻ കുമാരനാശാനെ പ്രേരിപ്പിച്ചിട്ടുണ്ട്. അദ്ദേഹ ത്തിലെ അന്തർമുഖത്വം അതിനു സഹായകരവുമായിരുന്നു. നാരായണ ഗുരുവിന്റെ ശിഷ്യത്വം ആശാന്റെ ജീവിതത്തിന് അർത്ഥവും വിലയും നേടിക്കൊടുത്തു. ഗുരുവിന്റെ കാലടികളെ പിൻതുടരുന്ന ചിന്നസ്വാമി യായി സമൂഹം അദ്ദേഹത്തെ പരിഗണിക്കുകയും ആദരിക്കുകയും ചെയ്തപ്പോൾ ആദ്യകാലത്ത് ആശാൻ അതിൽ വളരെ സന്തുഷ്ടനാ യിരുന്നു. പുറംനാടുകളിൽ പഠിക്കുവാൻ പോവുകയും ജീവിതത്തിന്റെ. പുതിയ പാഠങ്ങൾ ഉൾക്കൊണ്ടു തിരിത്തുകയും ചെയ്തപ്പോൾ അദ്ദേ ഹത്തിന്റെ വീക്ഷണത്തിനു കാര്യമായ മാറ്റം സംഭവിച്ചു. ബംഗാളിൽ നിന്നു തിരിച്ചെത്തിയ കുമാരനാശാൻ ചിന്നസ്വാമിയായി ജീവിക്കാൻ മനസ്സുകൊണ്ട് ഇഷ്ടപ്പെട്ടിരുന്നില്ല എന്നു തന്നെയാണ് തെളിവുകൾ സൂചിപ്പിക്കുന്നത്.

നാരായണഗുരുവിനോട് കുമാരനാശാനുണ്ടായിരുന്ന മനോഭാവ ത്തിൽ സംഭവിച്ച പരിവർത്തനം 1907 ൽ പ്രസിദ്ധപ്പെടുത്തിയ *വീണപൂ*

*വി*ൽ പ്രകടമാവുന്നുണ്ട്. പൂവിനോടു ചതിചെയ്ത ഒരു വണ്ടിനെ കവി അവതരിപ്പിക്കുന്നുണ്ട്. പൂവും വണ്ടും തമ്മിലുള്ള ബന്ധത്തിൽ പൂവു മാത്രം ആത്മാർത്ഥത പുലർത്തിയതായും വണ്ട് മറ്റു കുസുമങ്ങളിൽ ലോലനായി ആത്മാർത്ഥതയില്ലാതെ പ്രവർത്തിച്ചതായും വ്യക്തമാക്കിയിട്ടുണ്ട്. ആശാന് നാരായണഗുരുവിനോടുണ്ടായ മാനസികമായ അകൽച്ചയെ അബോധപൂർവ്വം ഈ ചിത്രീകരണത്തിലൂടെ പ്രകടമാക്കിയതാവാം. 'വണ്ടേ പാപം നിനക്കു ഫലമായ്' എന്നും 'ആപത്തെഴുന്ന സാഹസികർക്ക് ഇമ്മാതിരിയുള്ള പശ്ചാത്താപം സാധാരണമാണെന്നും കവി വ്യക്തമാക്കുന്നു. നാല്പത്തിയൊന്നു ശ്ലോകങ്ങളുള്ള കാവ്യത്തിൽ പത്തു ശ്ലോകങ്ങൾ വണ്ടിൻചരിതം ആഖ്യാനം ചെയ്യാൻ ഉപയോഗിച്ചിരിക്കുന്നു. നാരായണഗുരു വിഷൂചിക ബാധിച്ച് പാലക്കാട് ഒരു നഴ്സിങ് ഹോമിൽ കിടക്കുമ്പോൾ അദ്ദേഹത്തെ പൂവായി സങ്കല്പിച്ചുകൊണ്ട് ആശാൻ എഴുതിയ കാവ്യമാണ് *വീണപൂവ്* എന്നറിയുമ്പോൾ, വ്യക്തിഗതമായ മാനസികസംഘർഷം തന്നെയാവണം ആ ഭാഗത്ത് കവി ഭംഗ്യന്തരേണ പ്രകടമാക്കുന്നത് എന്നൂഹിക്കുന്നതിൽ ഔചിത്യമുണ്ട്.

നളിനി 1911 ൽ ആണ് പ്രസിദ്ധപ്പെടുത്തിയതെങ്കിലും *വീണപൂവ്* എഴുതുന്നതിനുമുമ്പ് 1904 ൽ എഴുതിത്തുടങ്ങിയ കാവ്യമാണ്. കുമാരനാശാന്റെ മാനസികസംഘർഷം തികച്ചും വ്യക്തമാകുന്ന കാവ്യമാണ് അത്. നളിനീദിവാകരന്മാർ കുമാരനാശാന്റെ വ്യക്തിത്വത്തിലെ ദ്വന്ദ്വഭാവങ്ങളുടെ മൂർത്തീകരണമാണ്. നളിനിയുടെ നോട്ടുബുക്കിൽ ആശാൻ ഉപേക്ഷിച്ച കാവ്യഭാഗങ്ങൾ നളിനിയുടെ ഭാവങ്ങൾ തികച്ചും ലൗകികമായിരുന്നു എന്ന് വ്യക്തമാക്കുന്നു. ദിവാകരന്റെ മാറിടം ചരമശയ്യയാക്കി നളിനി സായൂജ്യമടയുമ്പോൾ, യോഗവിദ്യയുടെ സഹായത്തോടെ ദിവാകരന് മോക്ഷം പ്രാപിക്കുവാൻ ഒരു നൂറ്റാണ്ടു വേണ്ടിവന്നു. 1913 ൽ പ്രസിദ്ധപ്പെടുത്തിയ *ലീല*യിൽ എത്തുമ്പോൾ ആശാന് ലൗകികതയോടുള്ള ആഭിമുഖ്യം വർദ്ധിക്കുന്നതായി കാണാം. സ്വബോധത്തെപ്പോലും തകർത്തുകൊണ്ട് ഉന്മാദത്തിലെത്തുന്ന ലൗകികാസക്തിയെ ആ കാവ്യത്തിൽ ആശാൻ ചിത്രീകരിച്ചിട്ടുണ്ട്.

കുമാരനാശാന്റെ കാവ്യങ്ങളിൽ എഴുതാൻ ഏറ്റവും കൂടുതൽ കാലം വേണ്ടിവന്നത് *ചിന്താവിഷ്ടയായ സീത*യ്ക്കാണ്. 10-8-1914 ൽ ആരംഭിച്ച രചന 8-12-1919 ൽ ആണ് അവസാനിപ്പിക്കുന്നത്. 75-ാം ശ്ലോകം മുതൽ 23-3-1919 മുതലാണ് എഴുതിത്തുടങ്ങിയത്. ആദ്യത്തെ 74 ശ്ലോകം എഴുതാൻ 23-3-1919 വരെയുള്ള സമയം വേണ്ടിവന്നു. ഇതിനിടയിൽ കുമാരനാശാൻ വിവാഹിതനാവുകയും കുടുംബജീവിതം ആരംഭിക്കുകയും ചെയ്തുകഴിഞ്ഞിരുന്നു. 74 വരെയുള്ള ശ്ലോകങ്ങൾ അതെഴുതുന്ന കാലത്തെ ആശാന്റെ കുഴഞ്ഞുമറിഞ്ഞ മാനസികാവസ്ഥയെ തികച്ചും പ്രത്യക്ഷപ്പെടുത്തുന്നു. വിവാഹത്തിന് ശേഷം മനസ്സും ശരീരവും സ്വസ്ഥമായപ്പോൾ 118 ശ്ലോകങ്ങൾ വളരെ വേഗം എഴുതിത്തീർത്തു. ആശാന്റെ ലൗകികതൃഷ്ണയും അതിന്റെ പേരിൽ സമൂഹം അദ്ദേഹത്തിന്റെ നേരേ ഉയർത്തിയ ആരോപണങ്ങളും *ചിന്താവിഷ്ടയായ സീത*

യിൽ കാണാം. നാഗരികതയുടെ വിഷലിപ്തതയും നഗരാംഗനമാരുടെ കൗടില്യങ്ങളും സീതയുടെ ജീവിതത്തെ ദുരിതപൂർണ്ണമാക്കിത്തീർത്തു. അതുതന്നെയാണ് കവിക്കും അനുഭവിക്കേണ്ടിവന്നത്. അതുകൊണ്ടാണ് അദ്ദേഹത്തിന് അന്നത്തെ തിരുവനന്തപുരം സമൂഹത്തോടു പറയുവാനുള്ളതെല്ലാം സീതയുടെ നാവിലൂടെ പറഞ്ഞുവെയ്ക്കാൻ അദ്ദേഹം മുതിർന്നത്. പരദൂഷണവ്യവസായികൾ നാരായണഗുരുവിനെപ്പോലും ആശാനെതിരായി തിരിച്ചുവിട്ടു.

ശ്രീനാരായണഗുരുദേവന്റെ ശിഷ്യനായതോടെ നേരത്തേതന്നെ വീടുമായുള്ള ബന്ധം വിട്ട കുമാരനാശാനെ, സ്വന്തം വീടും അതിന്റെ പ്രശ്നങ്ങളും ഒരിക്കലും അലട്ടിയതേയില്ല. മനുഷ്യരുമായി കൂട്ടുകൂടാനും സൗഹൃദം സ്ഥാപിക്കുവാനും ആശാന് താല്പര്യം ഉണ്ടായിരുന്നു. ഡോ. പല്പുവിന്റെ കുടുംബവുമായി ആശാന് വളരെ അടുത്ത ബന്ധമാണുണ്ടായിരുന്നത്. മദ്രാസിലെ ജീവിതകാലത്ത് നഞ്ചുണ്ടറാവുവിന്റെ കുടുംബവുമായും കൽക്കട്ടയിലായിരുന്നപ്പോൾ മഹാമഹോപാദ്ധ്യായ കാമാഖ്യതർക്കവാഗീശ്വരന്റെ കുടുംബവുമായും സ്നേഹബന്ധം പുലർത്താൻ ആശാനു കഴിഞ്ഞിരുന്നു. എസ് എൻ ഡി പി പോലൊരു വലിയ സംഘടനയുടെ സെക്രട്ടറി ആയിരിക്കുമ്പോൾ സമൂഹത്തിലെ പല പ്രശ്നങ്ങളുമായും അദ്ദേഹം ബന്ധപ്പെട്ടിരുന്നു. എന്നിട്ടും സ്വന്തം വീടുമായി അകന്ന ബന്ധംപോലും പുലർത്താൻ ആശാൻ താല്പര്യം കാട്ടിയില്ല. അച്ഛൻ മരിച്ചപ്പോൾ ആശാൻ ബാംഗ്ലൂരിലായിരുന്നു. അന്ത്യയാത്രയിൽ വന്നെത്താൻ എളുപ്പമല്ല എന്നു ന്യായം പറയാം. എന്നാൽ, അമ്മ മരിച്ചപ്പോൾ ആശാൻ തിരുവനന്തപുരത്തുണ്ടായിരുന്നു. ആശാൻ മരണത്തിൻ പങ്കെടുത്തില്ല. സന്ന്യാസി ആകാൻ വീട്ടിൽ നിന്നിറങ്ങിത്തിരിച്ച താൻ വീണ്ടും വീട്ടിൽച്ചെന്നു കയറുന്നത് പന്തിയല്ല എന്നു തോന്നിയതാവാം കാരണം. പക്ഷേ, അപ്പോഴൊക്കെ കുമാരനാശാൻ സന്ന്യാസി അല്ലാതായിക്കൊണ്ടിരുന്നു എന്നതാണ് വസ്തുത. ഈ മനോഭാവവും സംഘർഷങ്ങളും ആശാൻ കവിതയുടെ അടിയൊഴുക്കുകളാണ്. കുമാരനാശാന്റെ ലൗകികാസക്തിയുടെ പ്രതീകങ്ങളായി കരുതാവുന്ന നായികമാർ ഉയർന്ന മേഖലകളെ എത്തിപ്പിടിക്കാൻ വെമ്പുന്നു. അതിനുവേണ്ടി ജീവത്യാഗത്തിനുവരെ അവർ ഒരുക്കവുമാണ്.

സ്വഭവനം വിട്ട് വക്കം വേലായുധൻ നടയിൽ ഭജനമിരിക്കുകയും ഭിക്ഷാംദേഹിയായി ദേശാടനം നടത്തുകയും ഒടുവിൽ അരുവിപ്പുറത്തെത്തി നാരായണഗുരുവിന്റെ ശിഷ്യനായിത്തീരുകയും ചെയ്ത കുമാരാനാശാന് ലൗകികജീവിതത്തോട് വിരക്തിയുണ്ടായിരുന്നു. എന്നാൽ, കൽക്കട്ടയിൽ നിന്ന് 1900 ജനുവരി 1-ാം തീയതി തിരുവനന്തപുരത്ത് തിരിച്ചെത്തിയ ആശാൻ വിരക്തിയെക്കാൾ ഭൗതികജീവിതാഭിലാഷമാണ് പ്രകടമാക്കിയത്. കുമാരനാശാന്റെ ആദ്യനോട്ടുബുക്കായി കരുതാവുന്ന ഭാഷാകുമാരസംഭവം നോട്ടുബുക്കിൽ സ്വന്തം കൈപ്പടയിൽ എഴുതിയിട്ടുള്ള ഒരു മദാമ്മയുമായുള്ള സൗഹൃദം സന്ന്യാസത്തോടുള്ള വിരക്തിയെ വ്യക്തമാക്കുന്നതാണ്. "ദിവസംപ്രതി മദാമ്മയ്ക്കു എന്നെ

കാണാതെയോ എനിക്കു മദാമ്മയെ കാണാതെയോ ഇരിക്കുന്ന കാര്യം ബുദ്ധിമുട്ടു തന്നെ....." (കുമാരനാശാന്റെ രചനാശില്പം, പുറം 723-727). ഈ ബന്ധം കുമാരനാശാന്റെ ജീവിതത്തിലെ ഒരു വഴിത്തിരിവായിരുന്നിരിക്കണം. ആദ്ധ്യാത്മികതയെക്കാൾ ലൗകികതയെ സ്നേഹിക്കാൻ ഈ സൗഹൃദം ആശാനെ പഠിപ്പിച്ചിരിക്കണം. നാരായണഗുരുവിനോടൊപ്പം കഴിഞ്ഞിരുന്ന ആശാൻ 7-1-1903 ൽ എസ് എൻ ഡി പി യോഗം സ്ഥാപിച്ചതോടെ യോഗം ഓഫീസിൽ താമസമാക്കുകയും സമൂഹവുമായി സ്ഥിരബന്ധം പുലർത്തിത്തുടങ്ങുകയും ചെയ്തു. ആശാന്റെ ഭൗതികകാമനകൾക്ക് ഉണർന്നു പ്രവർത്തിക്കുവാനുള്ള സാഹചര്യം അതോടെ സംജാതമായി. വസ്തുവകകൾ സമ്പാദിക്കുന്നതിനും കമ്പനി ഷെയറുകൾ വാങ്ങുന്നതിനും കാട്ടിയ താല്പര്യം ആശാൻ സ്വജീവിതത്തിൽ വരുത്തിയ തിരുത്തുകളിലേക്കും നമ്മെ നയിക്കുന്നു. ഈ തിരുത്തുകൾ കവിതയിലേക്കും സ്വന്തം ദർശനത്തിന്റെ രൂപപ്പെടുത്തലിലേക്കും നീങ്ങുന്നതു കാണാം.

സ്വസമുദായത്തിന്റെ ഉന്നതിക്കുവേണ്ടി നിരന്തരം പ്രവർത്തിച്ചുകൊണ്ടിരുന്ന ആശാൻ സ്വന്തം സമുദായത്തിലെ ആൾക്കാരുമായി എപ്പോഴും ഒരകലം പുലർത്തിയിരുന്നു. സ്വന്തം സമുദായത്തിൽ നിന്നുപോലും അവഹേളനം അനുഭവിക്കേണ്ടിവന്ന ആശാന് സവർണ്ണരുമായും അധികാരികളുമായും അടുക്കാനും സൗഹൃദം പുലർത്താനും എന്നും ആഗ്രഹമുണ്ടായിരുന്നു: ആശാൻ സ്വസമുദായത്തിൽപ്പെട്ട മൂലൂർ എസ് പത്മനാഭപ്പണിക്കർ, മൂർക്കോത്തു കുമാരൻ തുടങ്ങിയ ചുരുക്കം ചിലരോടു മാത്രമേ അടുപ്പം കാട്ടിയുള്ളൂ. അദ്ദേഹം സ്ഥിരസൗഹൃദം പുലർത്തിയത് സമൂഹത്തിലെ ഉന്നതകുലജാതരുമായിട്ടായിരുന്നു.

പ്രയോഗികബുദ്ധിയായ ഒരു വ്യക്തിയുടെ രാഷ്ട്രീയാഭിപ്രായങ്ങളാണ് കുമാരനാശാൻ വെച്ചുപുലർത്തിയത്. അദ്ദേഹം വിപ്ലവത്തെ അനുകൂലിച്ചതേയില്ല എന്നാൽ പിൻതിരിപ്പൻ മനോഭാവക്കാരനുമായിരുന്നില്ല. ഭരണാധികാരികളെ വെറുപ്പിക്കാതിരിക്കുക, അവരുടെ സ്നേഹവിശ്വാസങ്ങളാർജ്ജിച്ച് സാവധാനം സാമൂഹികപുരോഗതി നേടുക - ഇതായിരുന്നു ആശാന്റെ ചിന്താഗതി. *വിവേകോദയ*ത്തിൽ ആശാൻ എഴുതിയ മുഖപ്രസംഗങ്ങളും ശ്രീമൂലം പ്രജാസഭയിൽ അദ്ദേഹം ചെയ്ത പ്രസംഗങ്ങളും ഭരണാധികാരികളെ കർത്തവ്യനിർവ്വഹണത്തിനു പ്രേരിപ്പിക്കുന്നതായിരുന്നു. ഭരണാധികാരികളുടെ കൊള്ളരുതായ്മകളെ സ്നേഹപൂർവ്വം വിമർശിക്കുന്നതിനും അദ്ദേഹം മടിച്ചിരുന്നില്ല. അതേസമയം അദ്ദേഹം വ്യക്തിപരമായി അവരോടെല്ലാം സ്നേഹവും ആദരവും വെച്ചുപുലർത്തുകയും ചെയ്തു. സ്വദേശാഭിമാനി രാമകൃഷ്ണപിള്ളയെ നാടുകടത്തിയതിനെപ്പറ്റി ആശാൻ പ്രകടിപ്പിച്ച അഭിപ്രായം അദ്ദേഹത്തിന്റെ ഉള്ളിലിരിപ്പു വ്യക്തമാക്കുന്നുണ്ട്: മുഖം നോക്കാതെ കാര്യംവിളിച്ചു പറയുന്ന പത്രാധിപരുടെ ആവശ്യകത വാസ്തവം പറഞ്ഞാൽ തിരുവിതാംകൂറിൽ ഒഴിച്ചുകൂടാത്തതാണെന്നും എന്നാൽ അദ്ദേഹത്തിന്റെ സ്വരത്തിന്റെ ഗതിഭേദം ആപൽക്കരമായിരുന്നു

എന്നും പ്രജാക്ഷേമതല്പരനായ മഹാരാജാവു തിരുമനസ്സിന്റെ ഈ വിധം അപ്രീതിക്കു പാത്രമായതിൽ വ്യസനമുണ്ടെന്നും ആശാൻ രേഖപ്പെടുത്തിയിട്ടുണ്ട്. (നാടുകടത്തൽ, *വിവേകോദയം* പുസ്തകം 7 ലക്കം 5, 6 1910 ആഗസ്ത്-സെപ്റ്റംബർ) -ശക്തിയായ വിമർശനമുണ്ട്. പക്ഷേ, ഭരണാധികാരികളെ ക്ഷോഭിപ്പിക്കാതെ കാര്യം പറയുക എന്ന നയവുമുണ്ട്. സ്വദേശാഭിമാനി രാമകൃഷ്ണപിള്ളയെ നാടുകടത്തിയ ദിവാൻ രാജഗോപാലാചാരിയും കുമാരനാശാനും തമ്മിൽ നല്ല സൗഹൃദത്തിലായിരുന്നു. ഇത്തരം നൂലാമാലകളിൽനിന്ന് രക്ഷപ്പെടാനാവും സമകാലികവിഷയങ്ങൾ സ്വന്തം കവിതയിൽനിന്ന് ആശാൻ ഒഴിവാക്കിയത്.

കുമാരനാശാന്റെ കൃതികളിലെ നായികമാരായ നളിനി, ലീല, സീത, മാതംഗി, വാസവദത്ത എന്നിവരും നായകന്മാരായ ദിവാകരൻ, ആനന്ദൻ, ഉപഗുപ്തൻ എന്നിവരും കുമാരനാശാന്റെ വ്യക്തിത്വത്തിലെ വൈരുദ്ധ്യങ്ങളുടെ പ്രതീകങ്ങളാണ്. സ്വന്തം വിരക്തിയെ കീഴടക്കി ആധിപത്യം സ്ഥാപിച്ച ജീവിതരതിയുടെ പ്രതീകങ്ങളായി ആശാന്റെ നായികമാർ പ്രത്യക്ഷപ്പെടുന്നു. സന്ന്യാസജീവിതത്തോട് തനിക്കുണ്ടായിരുന്ന ആത്മബന്ധം കാവ്യജീവിതത്തിലെങ്കിലും സാക്ഷാൽക്കരിക്കുവാനുള്ള ശ്രമം നായകന്മാരുടെ സൃഷ്ടിയിലൂടെ നടത്തിയിരിക്കുന്നു. തന്റെമേൽ പിടിമുറുക്കി തന്നെ ലൗകികതയിലേക്കു പിടിച്ചുതാഴ്ത്തിയ ജീവിതരതിയുടെ പ്രതീകങ്ങളായ നായികമാരുടെ നാശത്തിലൂടെ സ്വാസ്ഥ്യം നേടുന്നു. നായകന്മാരെ നിലനിറുത്തുകയും അവരിലൂടെ ലോകം പ്രബുദ്ധമാവുകയും നന്മ നേടുകയും ചെയ്യുന്നു എന്ന സങ്കല്പനത്തിലൂടെ സന്ന്യാസജീവിതത്തിന്റെ മഹത്വം ഉദ്ഘോഷിക്കുകയും ചെയ്യുന്നു.

അപകർഷതാബോധം, സ്വസമുദായത്തിൽ നിന്നുള്ള അവമതി, സാമ്പത്തികമായ പിന്നാക്കാവസ്ഥ, ഇവയിൽനിന്ന് സ്വയം രക്ഷനേടാനും സമൂഹത്തിൽ ഉയരാനുമുള്ള ഉൽക്കടമായ ആഗ്രഹം ജീവിതത്തെ നിരന്തരം വെട്ടിത്തിരുത്താൻ ആശാനെ പ്രേരിപ്പിച്ചുകൊണ്ടേയിരുന്നു. ജീവിതസ്വാസ്ഥ്യങ്ങളിൽനിന്നും മാനസികപ്രയാസങ്ങളിൽനിന്നും രക്ഷപ്പെടാൻ ആശാൻ കണ്ടെത്തിയ ഒരേയൊരു പോംവഴി ആയിരുന്നു കാവ്യരചന. അസ്വാസ്ഥ്യങ്ങളിൽനിന്ന് മാനസികമായി രക്ഷപ്പെടുന്ന കവി മറ്റൊരസ്വാസ്ഥ്യത്തിൽ സ്വയം ചെന്നു പതിക്കുകയായിരുന്നു. കാവ്യരചനയിലും തുടർന്നും കവിക്കുണ്ടാകുന്ന അസ്വസ്ഥത ജീവിതാസ്വസ്ഥതകളിൽ നിന്നു ഭിന്നവും അതുകൊണ്ടുതന്നെ ധന്യവുമാണ്. ആ ധന്യതയുടെ പൂർണ്ണതയ്ക്കുവേണ്ടി ആശാൻ കവിതകളിൽ വെട്ടിത്തിരുത്തുകൾ വരുത്തിക്കൊണ്ടേയിരുന്നു. കൈയെഴുത്തുകളിൽ കാണുന്ന വെട്ടിത്തിരുത്തലുകളും സംസ്കരണങ്ങളും ആശാന്റെ ജീവിതത്തിലെ തിരുത്തൽ സ്വഭാവത്തിന്റെ പ്രതിഫലനംമാത്രമാണ്. ജീവിതത്തിലും ജീവിതത്തിന്റെ വ്യാഖ്യാനമായ കവിതയിലും ആശാൻ തുടർന്നുകൊണ്ടിരുന്ന തിരുത്തലുകൾ വ്യക്തമായ ഒരു ദർശനം രൂപപ്പെടുത്താൻ ആശാനെ പ്രാപ്തനാക്കിയിട്ടുണ്ട്.

വ്യക്ത്യനുഭവവും ജീവിതദർശനവും

കുമാരനാശാൻ നാരായണഗുരുദേവനെ കണ്ടുമുട്ടുന്നതിനു മുമ്പു തന്നെ കവിയായി പരക്കെ അറിയപ്പെട്ടിരുന്നു. *നിജാനന്ദ വിലാസം* എന്ന സ്തോത്രകാവ്യം കുഞ്ഞിക്കുട്ടൻ തമ്പുരാന്റെ അവതാരികയോടെ പ്രസിദ്ധപ്പെടുത്തിക്കഴിഞ്ഞിരുന്നു. കുമാരുവിനു അസുഖമായിക്കിടന്ന ഒരവസരത്തിലാണ് അച്ഛൻ പെരുങ്കുടി നാരായണൻ ഗുരുദേവനെ വീട്ടിലേക്കു കൂട്ടിക്കൊണ്ടു ചെന്നത്. നമ്മോടൊത്തു വരുന്നോ എന്ന് ഗുരുദേവൻ ചോദിച്ചപ്പോൾ വരാം സ്വാമികളേ എന്ന് മറുപടി പറഞ്ഞെങ്കിലും ആശാൻ അപ്പോൾ കൂടെ പോവുകയുണ്ടായില്ല. ഒരു വർഷത്തിനു ശേഷം, കുറ്റാലം തുടങ്ങിയ പ്രദേശങ്ങളിൽ അലഞ്ഞുതിരിഞ്ഞ് മലേറിയ രോഗം ബാധിച്ച് അവശനായി അരുവിപ്പുറത്തെത്തുകയും ആശാൻ ഗുരുദേവന്റെ ശിഷ്യത്വം സ്വീകരിക്കുകയുമാണുണ്ടായത്.

ചിന്നസ്വാമിയായി ഉപരിപഠനത്തിന് കൽക്കട്ടയിൽ പോയ കുമാരനാശാൻ, 1900 ജനുവരി 1-ന് തിരുവനന്തപുരത്ത് അരുവിപ്പുറത്തെ ഗുരുദേവാശ്രമത്തിൽ തിരിച്ചെത്തിയത് ചിന്നസ്വാമിയായിട്ടല്ല. നാരായണ ഗുരുദേവന്റെ പിൻതുടർച്ചക്കാരനായി പൊതുവേ കരുതപ്പെട്ടിരുന്ന ആശാൻ ലൗകിക ജീവിതകാമനകളുമായിട്ടാണ് മടങ്ങിയെത്തിയത്. അവിടെവെച്ചുണ്ടായ ഒരസാധാരണ സ്നേഹബന്ധത്തെക്കുറിച്ച് ആദ്യകാല നോട്ടുബുക്കിൽ ഇങ്ങനെ രേഖപ്പെടുത്തിയിരിക്കുന്നു;

> ദിവസംപ്രതി മദാമ്മയ്ക്കു എന്നെ കാണാതെയോ എനിക്കു മദാമ്മയെ കാണാതെയോ ഇരിക്കുന്ന കാര്യം ബുദ്ധിമുട്ടുതന്നെ എന്നുള്ളത് കാര്യക്ലേശങ്ങളിൽക്കൂടിയും ഞങ്ങൾ ഒരു പ്രധാന കൃത്യങ്ങളായി കരുതി പ്രവർത്തിക്കുന്നതുകൊണ്ടും സാധാരണ ഒരു യുവതിയും യുവാവും കൂടിയുള്ള ഒരു പരിചയം തത്സമന്മാ

രായ സാധാരണമനുഷ്യരുടെ മനസ്സിൽ ഏതോ ചില ആശങ്കകൾ അങ്കുരുപ്പിച്ചു. അതുതന്നെ അവരുടെ മനസ്സിനെ പുണ്ണാക്കി തദ് വൃത്തപരിഹാരാർത്ഥം നാരദവേഷം കെട്ടി നാനാദിഗന്തങ്ങളിൽ ചെന്നു കൊട്ടിമുഴക്കുന്നതിനു സാധിച്ചില്ലെങ്കിൽ അവർക്കുണ്ടാകുന്ന തലവീക്കം പറയണമെന്നില്ലല്ലോ...

ഇംഗ്ലീഷു പഠിക്കാനുള്ള അത്യാർത്തികൊണ്ട് ഒരു മദാമ്മയുമായി സൗഹൃദം സ്ഥാപിക്കുകയും ആ സൗഹൃദം ആത്മബന്ധമായി വളരുകയും ചെയ്തതാവാം. എന്തായാലും, കൽക്കട്ടയിൽനിന്നു തിരിച്ചെത്തിയ ആശാൻ 'ചിന്നസ്വാമി'യായി തുടരുവാൻ ആഗ്രഹിച്ചതേയില്ല. നോട്ടുബുക്കുകളിൽ എഴുതിയിരുന്ന 'ചിന്നസ്വാമി' എന്ന പേര് വെട്ടിക്കളഞ്ഞതായി കാണുന്നു. മൂലൂർ എസ് പത്മനാഭപ്പണിക്കർ, 'ചിന്നസ്വാമി വിജയിച്ചരുളിടുന്നൂ' എന്നെഴുതിയത് ആശാൻ 'ധന്യമതി വിജയിച്ചരുളീടുന്നു' എന്നു മാറ്റിയതായി മൂലൂർ രേഖപ്പെടുത്തിയിട്ടുണ്ട്.

1903 ൽ എസ് എൻ ഡി പി സ്ഥാപിതമായതോടെ ആശാൻ സെക്രട്ടറിയായി നിയമിതനായി. തികഞ്ഞ ആദ്ധ്യാത്മികജീവിതം നയിച്ചുവന്ന ആശാന് സമൂഹവുമായി നേരിട്ടു ഇടപെടാനും സ്നേഹബന്ധങ്ങൾ സ്ഥാപിക്കാനും അത് അവസരങ്ങൾ സൃഷ്ടിച്ചു. 1904-ൽ *വിവേകോദയം* മാസിക ആരംഭിച്ചതോടെ അദ്ദേഹത്തിന്റെ സാഹിത്യപരിചയമണ്ഡലം ഏറെ വികസിച്ചു. ലൗകികജീവിതത്തിന്റെ പ്രലോഭനങ്ങളിൽ ആശാൻ പതുക്കെപ്പതുക്കെ ആമഗ്നനായിക്കൊണ്ടേയിരുന്നു. തോന്നയ്ക്കലെ വിശാലമായ പുരയിടം സ്വന്തമാക്കി; ആലുവയിലെ ഓട്ടുകമ്പനിയിൽ ഷെയറെടുത്തു ഡയറക്ടറായി; കുന്നുകുഴിയിലെ ഭാനുമതിയമ്മയുമായുള്ള സൗഹൃദബന്ധം, തുടർന്നുള്ള വിവാഹം—എല്ലാത്തരത്തിലുള്ള ജീവിതസൗകര്യങ്ങളും ആശാൻ കണ്ടെത്തുകയോ ആശാനെത്തേടിയെത്തുകയോ ചെയ്തു. നാരായണഗുരുവുമായിട്ടുള്ള ബന്ധം തുടരുന്നുണ്ടായിരുന്നെങ്കിലും മൃദുലമായ ചില ഇഴകൾ പൊട്ടിക്കൊണ്ടിരുന്നു. രണ്ടുപേരും അതു വ്യക്തമായി മനസ്സിലാക്കുകയും ചെയ്തു. ആശാൻ 1918 ൽ വിവാഹം നിശ്ചയിച്ചപ്പോൾ നാരായണഗുരു ശിവഗിരി മഠത്തിലായിരുന്നു. അവിടെപ്പോയി ഗുരുദേവനെ കാണാനുള്ള കരുത്ത് ആശാനുണ്ടായില്ല. നാലു ശ്ലോകങ്ങളുടങ്ങുന്ന 'ഒരു സമർപ്പണം' എഴുതി അയയ്ക്കുകയാണുണ്ടായത്. വിവാഹദിവസം ഒരു ശിഷ്യൻ അഭിപ്രായം ചോദിച്ചപ്പോൾ ഗുരുദേവൻ പറഞ്ഞു: "ഇന്നലെവരെ ഗോതമ്പു ഭക്ഷിച്ചയാൾ ഇന്നു മുതൽ അരി ഭക്ഷിക്കുന്നു."—ഏതും ബുദ്ധിയിലൂറിയ ഫലിതത്തിലൂടെ കാണാൻ ഗുരുദേവന് അസാമാന്യമായ കഴിവുണ്ടായിരുന്നല്ലോ. പക്ഷേ, അദ്ദേഹം ഉള്ളിൽ ചിരിക്കുകയായിരുന്നില്ല; തേങ്ങുകയായിരുന്നിരിക്കണം!

1907 ഡിസംബറിൽ *മിതവാദിയിൽ* *വീണപൂവ്* പ്രസിദ്ധപ്പെടുത്തിയെങ്കിലും, സ്തോത്രകാവ്യരചനയിൽനിന്നു വ്യത്യസ്തമായ ഒരു

കാവ്യത്തിന്റെ രചന- *നളിനി*യുടെ രചന- 1904 ൽത്തന്നെ ആരംഭിച്ചിരുന്നു. കുമാരനാശാന്റെ മനസ്സിൽ സംഭവിച്ച പരിവർത്തനത്തിന്റെ രാസപരിണാമം ആ കാവ്യത്തിലുണ്ട്. ലൗകികജീവിതാനുഭവങ്ങളിൽക്കൂടി മാത്രമേ ആദ്ധ്യാത്മികതയിലേക്കെത്തുവാൻ സാധിക്കുകയുള്ളൂ. ലൗകികജീവിതത്തെ തിരസ്കരിച്ചുകൊണ്ട് ആദ്ധ്യാത്മികതയെ സ്വന്തമാക്കാനാഗ്രഹിക്കുന്നവർ ആരായാലും ലൗകികതയിലേക്ക് താണിറങ്ങേണ്ടി വരും. ദേവന്മാരിൽ ലൗകികതയെയും ആദ്ധ്യാത്മികതയെയും ഒരേപോലെ സമന്വയിപ്പിക്കുവാൻ ശിവനു മാത്രമേ സാധിച്ചിട്ടുള്ളൂ. പ്രേയസിക്ക് മെയ്യ് പാതി നൽകി, ആദ്ധ്യാത്മികതയുടെ ഹൈമവതഭൂവിൽ സ്ഥിതി ചെയ്യുന്ന ശിവനാണ് ഭാരതീയജീവിതതത്വദർശനത്തിന്റെ മാതൃക. 'Erotic ascetic' എന്നു വിശേഷിപ്പിക്കാവുന്ന ശിവതത്വം കുമാരനാശാനെ ഏറെ സ്വാധീനിച്ചിട്ടുണ്ട്. കൽക്കട്ടയിൽനിന്നു മടങ്ങിയെത്തിയ കുമാരനാശാന്റെ മനസ്സിൽ ലൗകികാഭിമുഖമായുണ്ടായ ജീവിതരതിയുടെ സമ്മർദ്ദം നളിനി ദിവാകരന്മാരിൽക്കൂടി പ്രത്യക്ഷമാവുകയാണ്. നല്ല ഹൈമവതഭൂവിൽ കയറിനിന്ന ദിവാകരയോഗിക്ക് ഏതോ ഉൾവിളിയാൽ ഹിമവൽസാനുവിന്റെ താഴ്വാരങ്ങളിലേക്ക് ഇറങ്ങി വരേണ്ടിവന്നു. ദിവാകരന്റെ മാറിടം ചരമശയ്യയാക്കി നളിനിക്കു സായൂജ്യമടയുവാൻ സാധിച്ചു. യോഗവിദ്യ അറിയുന്ന ദിവാകരയോഗിക്കു മോക്ഷം പ്രാപിക്കുവാൻ ഒരു നൂറ്റാണ്ടു വേണ്ടിവരികയും ചെയ്തു! ലൗകികജീവിതത്തിന്റെ സാക്ഷാൽക്കാരത്തിലൂടെ മോക്ഷം സാദ്ധ്യമാകും എന്ന് കുമാരനാശാൻ അറിഞ്ഞു. ആ അറിവിനു സ്വന്തം ജീവിതത്തിന്റെ പിൻബലം വേണ്ടുവോളം ഉണ്ടായിരുന്നു. ഒരർത്ഥത്തിൽ, ആശാന്റെ കാവ്യങ്ങളിലെല്ലാം സ്വന്തം മനസ്സിൽ നടന്ന ആത്മസംഘർഷങ്ങൾ അന്യജീവിതചിത്രീകരണങ്ങൾ എന്നു തോന്നിക്കുംവിധം പ്രച്ഛന്നമായി നിബന്ധിച്ചിരിക്കുകയാണ്.

കുമാരനാശാന്റെ ജീവിതത്തിലെ ഏറ്റവും സംഘർഷം നിറഞ്ഞ കാലം 1914 മുതൽ 1919 വരെ ആയിരുന്നു. പരദൂഷണവും കുന്നായ്മയും കുതികാൽവെട്ടും മതമാക്കിയ കുറേപ്പേർ ആശാനെ അടിച്ചുവീഴ്ത്തുവാൻ കഴിയുന്നതെല്ലാം ചെയ്തുകൊണ്ടിരുന്നു. സുഹൃത്തിന്റെ മകൾ ഭാനുമതിയുമായി ചേർത്ത് കുമാരനാശാനെ ക്രൂശിക്കാൻ ചിലർ ഒരുമ്പെട്ടു; മറ്റു ചിലർ നാരായണഗുരുദേവനുമായി തെറ്റിക്കാൻ ശ്രമിച്ചു. ഇക്കാലത്താണ്, കൃത്യമായിപ്പറഞ്ഞാൽ 10-8-1914 ൽ ആണ്, *ചിന്താവിഷ്ടയായ സീത* എഴുതാനാരംഭിച്ചത്. ആശാൻ കൃതികളിൽ എഴുതാൻ ഏറ്റവും കൂടുതൽ കാലം വേണ്ടിവന്നത് *ചിന്താവിഷ്ടയായ സീത*യുടെ രചനയ്ക്കാണ്. ആദ്യത്തെ 74 ശ്ലോകം എഴുതാൻ 23.3.1919 വരെ, ഏതാണ്ടു നാലു വർഷക്കാലം വേണ്ടിവന്നു. ഈയവസരത്തിൽ, ആശാന്റെ ജീവിതത്തിൽ സംഭവിച്ച ഒരഗ്നിപരീക്ഷ ശരിക്കും അദ്ദേഹത്തെ ഞെട്ടിക്കുകതന്നെ ചെയ്തു. ആരും രേഖപ്പെടുത്തിയിട്ടില്ലാത്തതും, എന്നാൽ അക്കാലത്തെ പലർക്കും അറിയുന്നതുമായ, ആ അഗ്നിപരീക്ഷയുടെ കഥ

ഇങ്ങനെയാണ്. കൈതമുക്കിൽ എസ് എൻ ഡി പിയുടെ കെട്ടിടത്തിന്റെ പണി നടന്നുകൊണ്ടിരിക്കുകയായിരുന്നു. ആശാനായിരുന്നു എല്ലാ പണികളുടേയും മേൽനോട്ടം വഹിച്ചിരുന്നത്. കരിങ്കല്ലുകൊണ്ട് അടിത്തറ കെട്ടാനായിരുന്നു തീരുമാനിച്ചിരുന്നത്. ചില അസൂയാലുക്കൾ ആശാനെ നശിപ്പിക്കുവാനുള്ള ശ്രമത്തിന്റെ ഭാഗമായി, നാരായണ ഗുരുദേവനോട് ആശാൻ പണം വെട്ടിക്കുകയാണെന്നും ഗുരുദേവൻ പറഞ്ഞതിനു വിരുദ്ധമായി, ചുടുകട്ടകൊണ്ടാണ് അടിത്തറയിടുന്നതെന്നും അറിയിക്കുകയുണ്ടായി. ആദ്യമൊന്നും ഗുരുദേവൻ ചെവിക്കൊണ്ടില്ല. ആവർത്തിച്ചു പറഞ്ഞപ്പോൾ അദ്ദേഹം ശിഷ്യന്മാരോടൊത്ത് കൈതമുക്കിലെത്തി ആശാന്റെയും പൊതുജനങ്ങളുടെയും മുമ്പിൽ വെച്ച് അടിത്തറ കുഴിപ്പിച്ചു! കരിങ്കല്ലുതന്നെയാണ് കെട്ടിയിരിക്കുന്നതെന്ന് എല്ലാപേർക്കും ബോദ്ധ്യമായി.

പൊതുജനങ്ങളെ ബോദ്ധ്യപ്പെടുത്തുവാനാണല്ലോ ശ്രീരാമചന്ദ്രൻ സീതാദേവിക്കു അഗ്നിപരീക്ഷ വിധിച്ചത്. പക്ഷേ, പൊതുജനത്തിന്റെ മറയിൽ ശ്രീരാമചന്ദ്രന്റെ മനസ്സിലെ സംശയം തലപൊക്കി വരുന്നുണ്ടല്ലോ. തന്നെ പൊതുജനമദ്ധ്യത്തിൽ പരിശുദ്ധനാക്കിക്കാട്ടാൻ തന്നെയാവണം നാരായണഗുരു അങ്ങനെ ചെയ്തത് എന്നു ആശാൻ സമാധാനിച്ചെങ്കിലും, തന്നെ സംശയിച്ചല്ലോ എന്ന വിചാരം അദ്ദേഹത്തെ നിരന്തരം കുത്തിനോവിച്ചുകൊണ്ടിരുന്നു. ആ നോവാണ് *ചിന്താവിഷ്ടയായ സീത*യിൽ പ്രകടമായിരിക്കുന്നത്. വിവാഹത്തിനുശേഷം 8-12-1919 വരെയുള്ള ഒമ്പതു മാസംകൊണ്ട് 75 മുതലുള്ള 118 ശ്ലോകം വേഗം എഴുതിത്തീർക്കുകയുണ്ടായി. ആശാന്റെ ലൗകികതൃഷ്ണയും അതിന്റെ പേരിൽ സമൂഹത്തിലെ ചിലർ അദ്ദേഹത്തിനു നേരെ എടുത്തെറിഞ്ഞ അമ്പുകളും അതിനുനേരെ ആശാൻ പ്രയോഗിച്ച പ്രത്യസ്ത്രങ്ങളും ആ കാവ്യത്തിലുണ്ട്. നാഗരികതയുടെ വിഷലിപ്തതയും നഗരവാസികളുടെ കൗടില്യങ്ങളും ആശാന്റെ ജീവിതത്തെ വേദനാപൂർണ്ണമാക്കിത്തീർത്തിരുന്നു. ആശാന്റെ ജീവിതത്തിലെ അഗ്നിപരീക്ഷയാണ് *ചിന്താവിഷ്ടയായ സീത*യിലെ പ്രമേയം. സീത ആശാൻ തന്നെയാണ്. ശ്രീരാമചന്ദ്രൻ നാരായണഗുരുവും! പക്ഷേ, അവർ തമ്മിലുള്ള ആ ബന്ധത്തിൽ സംഭവിച്ച അഗ്നിപരീക്ഷകളെക്കുറിച്ചോ ആശാന്റെ കലുഷിതമായ ജീവിതവ്യഥകളെക്കുറിച്ചോ അറിഞ്ഞില്ലെങ്കിലും ആ കാവ്യം ആസ്വദിക്കാം. കാരണം, പ്രഖ്യാതമായ ഇതിവൃത്തത്തിനകത്താണ് അധികമാരും അറിയാത്തവിധം തന്റെയും ഗുരുദേവന്റെയും കഥ നിബന്ധിച്ചിരിക്കുന്നത്. കുമാരനാശാന്റെ ജീവിതത്തിലെ ഇത്തരം അഗ്നിപരീക്ഷണങ്ങൾ അറിയുന്നവർപോലും *ചിന്താവിഷ്ടയായ സീത*യുമായി അതൊന്നും കൂട്ടിവായിച്ചിട്ടില്ല. ആ കാവ്യത്തിന് ഒട്ടേറെ അർത്ഥതലങ്ങൾ ഉള്ളതിനാൽ, കവിയുടെ ജീവിതാനുഭവതലം അപ്രധാനമാവുകയും ചെയ്യുന്നു. ജീവാത്മപരമാത്മബന്ധത്തിന്റെ സൂക്ഷ്മമായ സംഘർഷവും അതിന്റെ ശാന്തമായ പരിസമാപ്തിയും ആ കാവ്യത്തെ ഉദാത്തമായ

ഒരവസ്ഥയിലെത്തിക്കുകയും ചെയ്യുന്നു.

പരമപാപിനിയായ വാസവദത്തയുടെ മനസ്സിൽ തോന്നിയ പരിശുദ്ധപ്രണയം ഒടുവിൽ മോക്ഷപ്രാപ്തിയിലേക്ക് അവളെ നയിക്കുകയുണ്ടായി. ലൗകികജീവിതത്തിന്റെ സുഖഭോഗങ്ങളിൽ മുഴുകിയ ആശാന്റെ സ്വന്തം മനസ്സിന്റെ വ്യക്തിരൂപമാണ് വാസവദത്ത. ഭാനുമാനിൽനിന്നു കടപൊട്ടി പറന്നെത്തിയ ഉപഗുപ്തനന്റെ ദർശനസ്പർശനങ്ങൾ കൊണ്ടും ഉപദേശങ്ങൾകൊണ്ടും അവൾക്കുമോക്ഷം പ്രാപിക്കാൻ വിഷമമേയുണ്ടായില്ല. പൂർണ്ണമായി നാരായണഗുരുവിൽ സമർപ്പിച്ച് ആശാൻ മനസ്സിനെ ശാന്തിഭൂവാക്കി മാറ്റുകയാണ്. ലൗകികജീവിതം ഉപേക്ഷിച്ച് ആദ്ധ്യാത്മികതയിലേക്കു കയറിപ്പോയ ദിവാകരയോഗിക്കു നളിനിയുടെ ആത്മാർത്ഥ പ്രണയത്തിലൂടെ വേണ്ടിവന്നു മോക്ഷപ്രാപ്തി; ലൗകികജീവിതത്തിൽ മാത്രം മുഴുകി ജീവിച്ച വാസവദത്ത ഉപഗുപ്തനോടു തോന്നിയ ആത്മാർത്ഥപ്രണയത്തിലൂടെ മോക്ഷപ്രാപ്തി നേടുകയും ചെയ്തു. ലൗകികജീവിതവും ആദ്ധ്യാത്മികജീവിതവും രണ്ടല്ല ഒന്നുതന്നെയാണ്; ഒരേ നാണയത്തിന്റെ രണ്ടു വശങ്ങൾ. ലക്ഷ്യം ഒന്ന്; മാർഗ്ഗങ്ങൾ ഭിന്നം.

കുമാരനാശാന്റെ കൃതികളിലെ നായികമാരായ നളിനി, ലീല, സീത, മാതംഗി, വാസവദത്ത എന്നിവർ ലൗകികജീവിതത്തിന്റെ പ്രതീകങ്ങളാണ്; ദിവാകരൻ, ആനന്ദൻ, ഉപഗുപ്തൻ എന്നിവർ ആദ്ധ്യാത്മികതയുടെ പ്രതിനിധികളും. ലൗകികതയും ആദ്ധ്യാത്മികതയും തമ്മിൽ സംഘർഷം സംഭവിക്കുന്നെങ്കിലും അവയുടെ സമന്വയത്തിലൂടെ ശാന്തമായ പരിസമാപ്തിയാണ് ചിത്രീകരിച്ചിട്ടുള്ളത്. ജീവിതം ആധ്യാത്മികതയിലൂടെ മാത്രം പരിപൂർണ്ണമാകുന്നില്ല; ലൗകികതയിലൂടെ മാത്രം സമ്പൂർണ്ണമാകുന്നില്ല. അവയുടെ സമന്വയം സംഭവിക്കുമ്പോഴേ ജീവിതത്തിന് അർത്ഥവും പരിപൂർണ്ണതയും ലഭ്യമാകുകയുള്ളൂ. ഒരർത്ഥത്തിൽ, കാളിദാസന്റെ ജീവിതദർശനത്തിൽ തന്നെയാണ് കുമാരനാശാനും എത്തിനിൽക്കുന്നത്. കുമാരനാശാൻ തന്റെ കാവ്യങ്ങളിൽ ചിത്രീകരിച്ച ആദ്ധ്യാത്മിക—ലൗകികസമന്വയം സ്വന്തം ജീവിതത്തിലും സാക്ഷാൽക്കരിക്കുകയുണ്ടായി. അദ്ദേഹത്തിന് കാവ്യദർശനവും ജീവിതദർശനവും രണ്ടായിരുന്നില്ല.

വീണപൂവിന്റെ ചരിത്രം

ആയിരത്തിഎഴുപത്തിയഞ്ച് ഇടവം 22 (1903 ജൂൺ 4ന്) നാരായണഗുരു സ്വാമികൾ സ്ഥിരാദ്ധ്യക്ഷനായും ഡോ. പല്പു ഉപാദ്ധ്യക്ഷനായും കുമാരനാശാൻ സെക്രട്ടറിയായും ശ്രീനാരായണധർമ്മപരിപാലനയോഗം (എസ് എൻ ഡി പി) കമ്പനി ആക്ടനുസരിച്ച് രജിസ്റ്റർ ചെയ്ത് പ്രവർത്തനം ആരംഭിച്ചു. അതോടെ നാരായണഗുരുവും കുമാരനാശാനും സമുദായ പ്രവർത്തനങ്ങളിൽ നേരിട്ട് ഇടപെടാൻ തുടങ്ങി. തിരുവിതാംകൂറിലെ താണജാതിക്കാരുടെ നില ശോചനീയമായിരുന്നു. ഈഴവ ജാതിയിൽപ്പെട്ട അഭ്യസ്ഥവിദ്യർക്ക് പോലും ജോലി നൽകാൻ സർക്കാർ വിസമ്മതിച്ചു. കണ്ടാൽ വഴി മാറിപ്പോകേണ്ട തീണ്ടൽ, തൊട്ടാൽ കുളിക്കേണ്ട തൊടീൽ തുടങ്ങിയ അനാചാരങ്ങളാൽ മനുഷ്യർ മനുഷ്യരെത്തന്നെ അകറ്റി നിർത്തിയിരുന്നു. തീണ്ടൽ, തൊടീൽ തുടങ്ങിയ അനാചാരങ്ങൾക്കെതിരെ പ്രവർത്തിക്കുക, താഴ്ന്ന ജാതിക്കാരുടെ അന്തസ്സും അഭിമാനവും വളർത്തി ആത്മാഭിമാനികളാക്കി മാറ്റുക, വിദ്യാഭ്യാസത്തിലൂടെയും സാമ്പത്തിക ഭദ്രതയിലൂടെയും സമൂഹത്തിൽ മാന്യത നേടിക്കൊടുക്കുക ഇതൊക്കെയായിരുന്നു ശ്രീനാരായണ ധർമ്മപരിപാലന യോഗത്തിന്റെ ലക്ഷ്യങ്ങൾ.

നാരായണഗുരു സ്വാമികളും കുമാരനാശാനും സഞ്ചരിച്ചുകൊണ്ടേയിരുന്നു. അവർ ഓരോ സ്ഥലത്തും അവിടെയുള്ള ആൾക്കാരുമായി സംസാരിക്കുകയും അവരെ സാമൂഹികോന്നമന പ്രവർത്തനങ്ങളിലേക്ക് പ്രേരിപ്പിക്കുകയും ചെയ്തുകൊണ്ടിരുന്നു. എസ് എൻ ഡി പിയിൽ ആൾക്കാർ ആവേശത്തോടെ പ്രവർത്തിക്കാൻ മുന്നോട്ടു വന്നുകൊണ്ടിരുന്നു.

നാരായണഗുരുവിനെ പലരും മലബാറിലേക്ക് ക്ഷണിക്കുന്നുണ്ടാ

യിരുന്നു. തിരുവിതാംകൂറിലെ ഈഴവരുടെ നിലയേക്കാൾ മെച്ചമായിരുന്നു മലബാറിലെ തീയ്യരുടെ അവസ്ഥ. (തെക്കൻ പ്രദേശങ്ങളിൽ ഈഴവ/ വടക്കൻ പ്രദേശങ്ങളിൽ തീയ്യ). മലബാറിൽ അന്ന് ബ്രിട്ടീഷുകാരുടെ ഭരണമായിരുന്നു. തീണ്ടൽ, തൊടീൽ തുടങ്ങിയ അനാചാരങ്ങളും ജാതീയമായ വേർതിരിവുകളും താരതമ്യേന കുറവായിരുന്നു. അക്കാലത്ത് ക്ഷേത്രപ്രതിഷ്ഠ ഉന്നത ജാതിക്കാർക്കുമാത്രമേ അനുവദനീയമായിരുന്നുള്ളൂ. അതിനുവിപരീതമായി നാരായണഗുരു സ്വാമികൾ ക്ഷേത്രപ്രതിഷ്ഠ നടത്താൻ ധൈര്യപ്പെടുകയുണ്ടായി. അധഃകൃതനായ ഒരാൾ ക്ഷേത്രപ്രതിഷ്ഠ നടത്തുന്നതിനോട് ഉന്നതവർഗ്ഗത്തിലെ പണ്ഡിതന്മാർക്ക് എതിർപ്പുണ്ടായിരുന്നു. എന്നാൽ, ആരുടെ എതിർപ്പിനെയും സ്വാമികൾ വകവെച്ചതേയില്ല. (തലശ്ശേരിയിൽ ജഗന്നാഥ ക്ഷേത്രത്തിൽ പ്രതിഷ്ഠ നടത്താനെത്തിയ സ്വാമികളെ ഒരു മഹാപണ്ഡിതൻ വെല്ലുവിളിച്ചതും ഈഴവശിവനെയാണ് പ്രതിഷ്ഠിക്കുന്നത്, അതിൽ എതിർപ്പുണ്ടോ എന്ന് ചോദിച്ച് പണ്ഡിതനെ മടക്കിയതും പ്രസിദ്ധമാണല്ലോ).

പാലക്കാട്ടെയും കോഴിക്കോട്ടെയും തലശ്ശേരിയിലേയും ഈഴവ മുഖ്യന്മാർക്ക് ആ പ്രദേശങ്ങളിൽ സ്വാമികളെക്കൊണ്ട് ക്ഷേത്രപ്രതിഷ്ഠ നടത്തണമെന്നുണ്ടായിരുന്നു. കല്ലിങ്ങൽ രാരിച്ചൻ മൂപ്പൻ, മിതവാദി സി. കൃഷ്ണൻ തുടങ്ങിയവരുടെ ക്ഷണമനുസരിച്ച് നാരായണഗുരു സ്വാമികൾ ഹഠയോഗി മുനിസ്വാമികളോടും കുമാരനാശാനോടും മറ്റ് അനുചരന്മാരോടുംകൂടി 1083 തുലാം 24ന് (1907 നവംബർ 9) മലബാറിലേക്ക് തിരിച്ചു. പാലക്കാട് ചില ആലോചനായോഗങ്ങളിലും ക്ഷേത്രശിലാസ്ഥാപന കർമ്മങ്ങളിലും സ്വാമികൾക്ക് പങ്കെടുക്കേണ്ടിയിരുന്നതിനാൽ ആദ്യം പാലക്കാട്ടാണ് തങ്ങിയത്. അവിടെവെച്ച് സ്വാമികൾക്ക് കോളറ ബാധിച്ചു. സ്വാമികളെ പാലക്കാട്ടുള്ള ഒരു നഴ്സിങ് ഹോമിൽ പ്രവേശിപ്പിച്ചു. അദ്ദേഹത്തിന്റെ നില മോശമായിരുന്നു. അദ്ദേഹത്തെ ശുശ്രൂഷിച്ചുകൊണ്ട് അടുത്തുണ്ടായിരുന്നത് കുമാരനാശാനായിരുന്നു. നഴ്സിങ് ഹോമിനോട് ചേർന്ന് ഒരു പാലമരം പൂത്തുനിൽപ്പുണ്ടായിരുന്നു. ആ പാലയിൽനിന്ന് പൂക്കൾ കൊഴിഞ്ഞു വീണുകൊണ്ടിരുന്നു. അവശനായി കിടക്കുന്ന നാരായണഗുരുസ്വാമികളുടെ നിലയും വീണപൂവിന്റെ നിലയും താരതമ്യപ്പെടുത്തി ആശാൻ ചിന്തിച്ചിട്ടുണ്ടാവാം.

നഴ്സിങ് ഹോമിനടുത്ത് ധനാഢ്യനായ വിനയചന്ദ്രഗൗഡ എന്ന ജൈനൻ താമസിച്ചിരുന്നു. അദ്ദേഹം കുമാരനാശാന്റെ സുഹൃത്തായിരുന്നു. ആശാൻ ഇടയ്ക്കിടെ അദ്ദേഹത്തിന്റെ വീട്ടിൽ പോവുകയും പുതിയ പുസ്തകങ്ങളെക്കുറിച്ചും പൊതുകാര്യങ്ങളെക്കുറിച്ചും സംസാരിക്കുകയും ചെയ്തിരുന്നു. ഒരുദിവസം ആശാൻ അദ്ദേഹത്തിന്റെ വീട്ടിലേക്ക് ചെന്നപ്പോൾ മുറ്റത്ത് വീണ് ചിതറിക്കിടക്കുന്ന മുല്ലപ്പൂക്കളെ നോക്കി വിനയചന്ദ്രൻ പറഞ്ഞു "ഈ പൂക്കളെക്കുറിച്ച് ഒരു കവിത എഴുതിക്കൂടെയോ?" ആ സമയത്ത് ആശാന്റെ കയ്യിൽ നോട്ടുബുക്കോ പേനയോ ഒന്നും ഉണ്ടായിരുന്നില്ല. ആശാന്റെ മനസ്സിൽ വളരെമുമ്പുതന്നെ

ഉണ്ടായിരുന്ന ഒരാശയത്തിന് പെട്ടെന്ന് പ്രചോദനം ലഭിക്കുകയും വിനയചന്ദ്രഗൗഡയുടെ ഡയറി വാങ്ങി *വീണപൂവി*ന്റെ ആദ്യശ്ലോകം എഴുതുകയും ചെയ്തു. ഇന്നും ആ ഡയറി വിനയചന്ദ്രഗൗഡയുടെ വീട്ടിൽ ഭദ്രമായി സൂക്ഷിക്കുന്നുണ്ട്. *വീണപൂവി*ലെ പൂവ് എന്ത് പൂവാണെന്ന് അന്വേഷിച്ചു നടക്കുന്ന ഗവേഷകർ ധാരാളമുണ്ട്. ആശാന്റെ പൂവ് പാലപ്പൂവാണോ, മുല്ലപ്പൂവാണോ, മറ്റേതെങ്കിലും പൂവാണോയെന്ന് പറയാനാവില്ല. ആ അന്വേഷണത്തിന് കവിതയുമായി ബന്ധമൊന്നുമില്ല.

സ്വാമികളുടെ അസുഖത്തെക്കുറിച്ചറിഞ്ഞ ഡോ. പല്പു ബാംഗ്ലൂരിൽ നിന്ന് പാലക്കാട്ട് എത്തി സ്വാമികളെ ബാംഗ്ലൂരിലേക്ക് 1083 വൃശ്ചികം 16 (1907 ഡിസംബർ 1)ന് കൊണ്ടുപോയി. അതിനാൽ മലബാറിൽ എത്തിയ 1907 നവംബർ 9 നും, 30 നും ഇടയ്ക്കാവണം *വീണപൂവ്* എഴുതിയത്. 1083 വൃശ്ചികം (1907 നവംബർ) സംഗതിവശാൽ ഏതാനും ദിവസം പാലക്കാട് താമസിച്ചപ്പോൾ എഴുതിയത് എന്ന് കുമാരനാശാൻ തന്നെ പറഞ്ഞിട്ടുണ്ട് (സി കേശവൻ, *മഹാകവി കുമാരനാശാൻ*, തിരുവനന്ത പുരം; 1058 പുറം 237) *വീണപൂവ്* ആദ്യമായി പ്രസിദ്ധപ്പെടുത്തിയത് തലശ്ശേരിയിൽനിന്ന് മൂർക്കോത്ത് കുമാരന്റെ പത്രാധിപത്യത്തിൽ നടന്നിരുന്ന *മിതവാദി* മാസികയുടെ 1083 ധനു (1907 ഡിസംബർ) ലക്കത്തിലാണ്.

*മിതവാദി*യിൽ *വീണപൂവ്* വായിക്കാനിടയായ സി എസ് സുബ്രഹ്മ ണ്യൻ പോറ്റി ആ കവിത 1084 തുലാം-വൃശ്ചികം (1908 ഒക്ടോബർ—നവംബർ; ലക്കം *ഭാഷാപോഷിണി* മാസികയിൽ എടുത്ത് ചേർക്കുകയു ണ്ടായി. അന്ന് *ഭാഷാപോഷിണി*യുടെ കവിതാവിഭാഗത്തിന്റെ എഡിറ്റർ സി എസ് സുബ്രഹ്മണ്യൻ പോറ്റി ആയിരുന്നു. അതോടുകൂടിയാണ് *വീണപൂവ്* വ്യാപകമായി പ്രചരിക്കാൻ ഇടയായത്. മഹത്തായ കവിത യാണ് *വീണപൂവ്* എന്ന് കുമാരനാശാൻ പോലും കരുതിയിരുന്നില്ല എന്നു വേണം കരുതാൻ. കാരണം, *വീണപൂവ് ഭാഷാപോഷിണി*യിൽ എടുത്തു ചേർത്തുകൊള്ളട്ടെയോ എന്ന് പോറ്റി അനുമതി തേടിയപ്പോൾ അതിനു മാത്രമുണ്ടോ എന്ന് ആശാന് സംശയം ഉണ്ടായിരുന്നു. സുബ്രഹ്മണ്യൻ പോറ്റി *വീണപൂവ് മിതവാദി*യിൽനിന്ന് *ഭാഷാപോഷിണി*യിലേക്ക് എടുത്ത് ചേർത്തപ്പോൾ എഴുതിയ മുഖവുരയിൽ പറയുന്നു:

"ഈ പദ്യങ്ങൾ ഒരിക്കൽ *മിതവാദി*യിൽ പ്രസിദ്ധം ചെയ്തിട്ടു ള്ളതുകൊണ്ട് പഴകിപ്പോയ ഇവയെ *ഭാഷാപോഷിണി* സ്വീകരിക്കുമോ എന്നായിരുന്നു ഈ വിശിഷ്ട ഖണ്ഠകാവ്യം *ഭാഷാപോഷിണി*യിൽ ചേർക്കാൻ അനുവാദം തരുമോ എന്ന് എഴുതിച്ചോദിച്ചതിൽ ഇതിന്റെ കർത്താവായ തന്റെ സ്നേഹിതൻ തനിക്കയച്ച മറുപടി" (*ഭാഷാപോഷിണി* 1084 തുലാം- വൃശ്ചികം).

കവി മനസ്സ് പ്രവർത്തിക്കുന്നത് വിചിത്രമായ രീതികളിലൂടെയാണ്. നാരായണഗുരുവിന്റെ അസുഖവും പാലപ്പൂവിന്റെ സാമീപ്യവും വിനയ ചന്ദ്രഗൗഡയുടെ അപേക്ഷയും മറ്റും കവിയെ പ്രലോഭിപ്പിച്ചിട്ടുണ്ടെങ്കിലും

*വീണപൂവി*ന്റെ ആശയം വളരെക്കാലമായി കുമാരനാശാന്റെ മനസ്സിലുണ്ടായിരുന്നു. *വീണപൂവ്* എഴുതുന്നതിന് മുൻപുതന്നെ അതേ ആശയത്തിൽ ആശാൻ ചില അപൂർണ്ണ രചനകൾ നടത്തിയിരുന്നു. വളരെക്കാലമായി മനസ്സിനെ നോവിച്ചുകൊണ്ടിരുന്ന ഒരാശയം ഉചിതമായ ശിൽപം കിട്ടാതെ പിടയുന്നത് ആ അപൂർണ്ണമായ രചനകൾ വ്യക്തമാക്കുന്നു. കുമാരനാശാൻ ആവർത്തിച്ച് ശ്രമിച്ചതിന്റെ ഫലമാണ് ഒടുവിൽ സമുചിതമായ ജീവശിൽപത്തിൽ എത്തി *വീണപൂവാ*യി രൂപാന്തരപ്പെട്ടത്.

*വീണപൂവി*ന് മുൻപ് എഴുതിയ *കളകണ്ഠഗീതം, ലോകം* എന്നീ കവിതകൾക്ക് *വീണപൂവു*മായി ആത്മബന്ധമുണ്ട്. ബാംഗ്ലൂരിൽ താമസിച്ച കാലത്ത് അവിടത്തെ കാഴ്ചബംഗ്ലാവ് സന്ദർശിച്ചതിനെക്കുറിച്ച് എഴുതിയ കവിതയാണ് കളകണ്ഠഗീതം. ചൂതമരക്കൊമ്പിലിരുന്ന് പാടുന്ന കുയിലിനോട് ജീവിതത്തിന്റെ അർത്ഥശൂന്യതയെക്കുറിച്ച് കവി പറയുകയാണ്. ഈ ലോകത്തുള്ളതെല്ലാം കല്ലോലമടങ്ങുന്നതുപോലെ അടങ്ങിപ്പോകും. ആ തത്വം അറിഞ്ഞുപാടുകയാണെങ്കിൽ പാട്ടിന് മാധുരി കൂടും.

ലോകത്തിന്റെ നൈമിഷികതയെ എണ്ണിപ്പറയുകയും ദുരഭിമാനിയായ മനുഷ്യന്റെ നിസ്സാരതയെ ഓർമ്മിപ്പിക്കുകയും ചെയ്യുന്ന അപൂർണ്ണമായ കവിതയാണ് *ലോകം... കളകണ്ഠഗീത*ത്തിലേതിനേക്കാൾ *ലോക*ത്തിൽ പൂവിന്റെ ബിംബകല്പന തെളിവുറ്റതായി തീർന്നിട്ടുണ്ട്. വണ്ട് നേരിട്ട് കടന്നുവരികയും ചെയ്യുന്നു;

വീണപൂവ് എഴുതിയ സാഹചര്യങ്ങൾ കണക്കിലെടുത്ത് ആ കവിതയിലെ പ്രതിപാദ്യം നാരായണഗുരുവാണ് എന്ന് വിശ്വസിക്കുന്നവരുണ്ട്. തിരുവനന്തപുരത്തെ പ്രൊ. കെ രവീന്ദ്രനാഥൻ *വീണപൂവി*ലെ പ്രതിപാദ്യം ശ്രീനാരായണഗുരു എന്ന പേരിൽ ഒരു പുസ്തകംതന്നെ എഴുതിയിട്ടുണ്ട്. കുമാരനാശാൻ കൽക്കട്ടയിൽ താമസിച്ചിരുന്ന കാലത്ത് ഒരു ആംഗ്ലോ ഇന്ത്യൻ വനിതയോട് തോന്നിയ പ്രേമത്തിന്റെ സാക്ഷാൽക്കാരമാണ് *വീണപൂവി*ന്റെ പ്രതിപാദ്യം എന്ന് പ്രൊ. എം ജി എസ് നാരായണൻ, ഡോ. എം എം ബഷീർ എഡിറ്റു ചെയ്ത കുമാരനാശാന്റെ നോട്ട് ബുക്കുകൾ എന്ന പുസ്തകത്തിലെ ആശാന്റെ ഒരു കുറിപ്പിനെ ഉദ്ധരിച്ചുകൊണ്ട് വാദിച്ചിട്ടുണ്ട് (*ഭാഷാപോഷിണി*). ഇക്കാര്യങ്ങളൊന്നും അറിഞ്ഞില്ലെങ്കിലും *വീണപൂവിൽ* ആസ്വാദനത്തിന് തടസ്സമില്ല. ഇത്തരം കണ്ടെത്തലുകൾ ആസ്വാദനത്തിന്റെ ചക്രവാളങ്ങളെ പരിധിപ്പെടുത്തുന്നുവെന്നും സംശയിക്കണം. കാരണം, സാർവ്വലൗകികമായ ഒരു വിഷയമാണ് ആശാൻ *വീണപൂവിൽ* ആവിഷ്കരിച്ചിരിക്കുന്നത്. അത് നാരായണഗുരുവാകാം, പ്രേമഭംഗം ആകാം, ഒരു മനുഷ്യന്റെ ജീവിതവുമാകാം. ജീവിതത്തെത്തന്നെ പൂവായി സങ്കൽപ്പിച്ചിരിക്കുകയാണ്. ജീവിതം നൈമിഷകമാവുന്നു; നശ്വരമാകുന്നു, ഇവിടെ ജനിച്ച് കുറെക്കാലം ജീവിച്ചു മരിച്ചു മണ്ണടിഞ്ഞുപോകുന്ന മനുഷ്യന്റെ ജീവിതമാണ് *വീണപൂവ്.*

പൂവും വണ്ടും തമ്മിലുള്ള ബന്ധത്തിൽക്കൂടി മനുഷ്യജീവിതത്തിലെ പ്രേമത്തിലെ ഒരു കുഴഞ്ഞ പ്രശ്നംകൂടി *വീണപൂവിൽ* അവതരിപ്പിച്ചിട്ടുണ്ട്. പൂവിനെ ചതിച്ച് രക്ഷപ്പെട്ടുപോയി, അന്യപൂക്കളിൽ അഭിരമിക്കുന്ന വണ്ട്, ഒരു വ്യക്തിയെ ചതിച്ച് രക്ഷപ്പെട്ടുപോകുന്ന മറ്റൊരു വ്യക്തിയുടെ പ്രതീകമായി മാറുന്നു. വണ്ടിന്റെ തേങ്ങലിൽക്കൂടി പൂവിന്റെ നാശത്തിൽ പശ്ചാത്തപിക്കുന്ന വണ്ടിനെ ചിത്രീകരിക്കാൻ കവി ശ്രമിച്ചിട്ടുണ്ട്. കവിതയുടെ ഭാവാത്മകതയെ ശിഥിലമാക്കുംവിധം വണ്ടിന്റെ പ്രവൃത്തി പ്രാധാന്യം നേടിയിരിക്കുന്നു. ആ ദുഃഖബോധത്തിൽ നിന്നാണ് തത്വചിന്ത രൂപപ്പെട്ടുവരുന്നത്.

വീണപൂവ്
നിഗൂഢതകളുടെ മാന്ത്രികച്ചെപ്പ്

ആയിരത്തിത്തൊള്ളായിരത്തി എഴുപത്തിയൊന്നിൽ പത്തൊമ്പതു വയസ്സുമാത്രം പ്രായമുണ്ടായിരുന്ന കാലത്ത് കെ ജയകുമാർ *ആശാന്റെ മാനസപുത്രിമാർ* എന്ന പഠനഗ്രന്ഥവുമായിട്ടായിരുന്നു സാഹിത്യരംഗ ത്തേക്കു കടന്നുവന്നത്. നളിനി, ലീല, സീത, ദുരവസ്ഥ, ചണ്ഡാലഭി ക്ഷുകി, വാസവദത്ത എന്നീ നായികമാരെക്കുറിച്ച് പഠനം നടത്തിയ അദ്ദേഹം, *വീണപൂവി*നെ അങ്ങിങ്ങു പരാമർശിക്കുന്നുണ്ടെങ്കിലും വിശദ മായ പഠനത്തിനു വിധേയമാക്കിയിരുന്നില്ല. കഥാകാവ്യമല്ല എന്നു കരുതി യതുകൊണ്ടാവാം; *വീണപൂവ്* തികച്ചും വ്യത്യസ്തമായ ഒരു കൃതിയാണ് എന്നു തോന്നിയിട്ടുണ്ടാവാം; ഏതാണ്ട് അരനൂറ്റാണ്ടിനുശേഷം ജയ കുമാർ *വീണപൂവി*നെക്കുറിച്ച് വിശദമായ പഠനം തയ്യാറാക്കിയിരിക്കുന്നു. ആശാന്റെ അസാധാരണമായ സർഗ്ഗപ്രതിഭയുടെ അലൗകികമായ സൃഷ്ടിവൈഭവമാണ് *വീണപൂവ്* എന്നും കുമാരനാശാന്റെ എല്ലാ കാവ്യങ്ങളും *വീണപൂവിൽ* ഒളിഞ്ഞും തെളിഞ്ഞും കാണുന്നുണ്ടെന്നും ജയകുമാർ നിരീക്ഷിക്കുന്നു. പൂവും വണ്ടും തമ്മിലുള്ള ബന്ധസം ഘർഷങ്ങൾ കവിമനസ്സിന്റെ നിഗൂഢതകളെ വെളിപ്പെടുത്തുകയും കവി സ്വയം കവിതയിൽ മറഞ്ഞുനില്ക്കുകയും ചെയ്യുന്നു എന്ന കണ്ടെത്തൽ ജയകുമാറിന്റെ '*വീണപൂവ്*—വിത്തും വൃക്ഷവും' എന്ന പഠനത്തെ വ്യത്യ സ്തമാക്കിത്തീർക്കുന്നു. കഴിഞ്ഞ കുറെ വർഷങ്ങളായി *വീണപൂവ്* സ്വന്തം മനസ്സിനെ അസ്വസ്ഥതപ്പെടുത്തുകയോ കുത്തിനോവിക്കുകയോ ചെയ്തതായി ജയകുമാർ ധ്വനിപ്പിക്കുന്നു. കവിമനസ്സുപോലെതന്നെ നിരൂപകമനസ്സും സർഗ്ഗാത്മകനിമിഷങ്ങളിൽ വ്യാപരിക്കുന്നത് ഏതാണ്ട് സമാനമായ വഴികളിലൂടെയാണ്. *വീണപൂവിനെ*ക്കുറിച്ച് ആശാൻനിരൂപ കന്മാർ ധാരാളം പറഞ്ഞിട്ടുണ്ട്. *വീണപൂവ് മിതവാദി*യിൽനിന്നു

പകർത്തിയെടുത്ത് *ഭാഷാപോഷിണി*യിൽ പ്രസിദ്ധപ്പെടുത്തിയ സി എസ് സുബ്രഹ്മണ്യൻപോറ്റിയാണ് ആദ്യമായി *വീണപൂവി*നെക്കുറിച്ച് അഭിപ്രായം പറഞ്ഞത്. അദ്ദേഹം പറയുന്നു: "ഈ പദ്യങ്ങൾ ഒരിക്കൽ *മിതവാദി*യിൽ പ്രസിദ്ധം ചെയ്തിട്ടുള്ളതുകൊണ്ട് പഴകിപ്പോയ ഇവയെ *ഭാഷാപോഷിണി* സ്വീകരിക്കുമോ? എന്നായിരുന്നു ഈ വിശിഷ്ടഖണ്ഡകാവ്യം *ഭാഷാപോഷിണി*യിൽ ചേർക്കാൻ അനുവാദം തരുമോ എന്നു എഴുതിച്ചോദിച്ചതിൽ ഇതിന്റെ കർത്താവായ എന്റെ സ്നേഹിതൻ എനിക്കയച്ചുതന്ന മറുപടി." *വീണപൂവ്* മികച്ച ഒരു കവിതയാണ് എന്ന് ആശാനുതന്നെ വിശ്വാസമുണ്ടായിരുന്നില്ല. അതുകൊണ്ടാണ് തലശ്ശേരിയിൽനിന്നു പ്രസിദ്ധപ്പെടുത്തിയ, അധികമാരും കാണാനിടയില്ലാത്ത *മിതവാദിക്ക്* ആശാൻകവിത അയച്ചുകൊടുത്തത്. *വീണപൂവ് ഭാഷാപോഷിണി*യിൽ വന്നതോടെ ആ സംശയം മാറി. അതോടെ ആത്മവിശ്വാസം വർദ്ധിച്ചു എന്ന് *നളിനി*ക്ക് എഴുതിയ ആമുഖത്തിലെ വാക്കുകൾ തെളിവാണ്.

*വീണപൂവി*ന്റെ വിവിധ മാനങ്ങളെ സൂക്ഷ്മമായി പരിശോധിക്കുന്ന ജയകുമാർ, കവിത പ്രസരിപ്പിക്കുന്ന പിരിമുറുക്കത്തിലൂടെ പ്രത്യക്ഷപ്പെടുന്ന കാവ്യോർജ്ജത്തെ സൂക്ഷ്മമായി തിരിച്ചറിയുന്നുണ്ട്. കവിതയ്ക്ക് പുതിയ കാഴ്ചകൾ കാണുന്ന കണ്ണും പുതിയ വിചാരങ്ങൾ വിളയുന്ന മനസ്സും പുതിയ വികാരങ്ങൾ തളിർക്കുന്ന ഹൃദയവുമുണ്ടെന്ന് *വീണപൂവ്* സാക്ഷ്യപ്പെടുത്തുന്നു. അത് മലയാളകവിതയിലെ കാല്പനികതയുടെ പ്രാരംഭം എന്നതിലുപരി ഭാവുകത്വപരിവർത്തനത്തിന്റെ രൂപകവുമാണ്. അത് കവിതയിൽ മാത്രം ഒതുങ്ങിനിന്ന ഒന്നായിരുന്നില്ല. ഈ നിരീക്ഷണം മലയാളസാഹിത്യത്തിന്റെ സമഗ്രമായ വളർച്ചയിലേക്കുള്ള ഒരു വഴികാട്ടിയായി മാറുന്നു.

ആശാൻകാവ്യങ്ങളിലെല്ലാം *വീണപൂവി*നെ ദർശിക്കുന്ന ജയകുമാർ, അതുമായി ഇണങ്ങാതെ മാറിനില്ക്കുന്ന സീതാകാവ്യത്തെ വിശകലനം ചെയ്യുമ്പോൾ നിരീക്ഷിക്കുന്നു, രാമനുമായി ഇനിയൊരു സമാഗമം താൻ ആഗ്രഹിക്കുന്നില്ല എന്ന നിഗമനത്തോടെ സീത മറ്റു നായികമാരിൽ നിന്നു വ്യത്യസ്തയാകുന്നു. ലീലയും നളിനിയും വാസവദത്തയും സമാഗമമുഹൂർത്തം കാംക്ഷിച്ച് എത്തിയവരാണ്. സീത അത്തരം ഒരു സാദ്ധ്യത ഉണ്ടാകരുതേ എന്ന് ആഗ്രഹിക്കുകയും അത് ഒഴിവാക്കാൻ ശ്രമിക്കുകയും ചെയ്യുന്നു. സമാഗമനിർവൃതിയിലാണ് മറ്റു നായികമാർ മൃത്യുവിനെ ആശ്ലേഷിക്കുന്നത്. എന്നാൽ, സമാഗമം നല്കുന്ന അപമാനാഗ്നിയാണ് സീതയെ തിരോധാനത്തിലേക്കു നയിക്കുന്നത്. വ്യതിയാനങ്ങൾ നിലനില്ക്കുമ്പോഴും സാദൃശ്യങ്ങൾ കാണുമ്പോഴും ഓരോ കൃതിയും വ്യത്യസ്തമായിരിക്കാൻ, തനിമയോടെ ആവിഷ്കരിക്കുവാൻ ആശാനു സാധിച്ചു.

ഇരുപതാംനൂറ്റാണ്ടിന്റെ ആദ്യദശകത്തിലെ സ്ത്രീപക്ഷസാഹിത്യത്തിന്റെ അഗ്രഗാമിയെന്ന കീർത്തി *വീണപൂവിന്* അവകാശപ്പെടാ

വുന്നതാണ്. ഒരു പൂവിന്റെ അകാലമൃത്യുവിലൂടെ സ്ത്രീജീവിതത്തിന്റെ അന്തഃസംഘർഷങ്ങളെയും ദുരന്തത്തെയും കേന്ദ്രപ്രമേയമാക്കിയ കവിത, പെണ്ണുടലിന്റെ സമകാലികാവിഷ്കാരങ്ങളിൽനിന്ന് ഭിന്നവും സ്വതന്ത്രചിന്തയാൽ സ്വത്വം നേടിയ സ്നേഹസാഹസികയായ സ്ത്രീയുടെ സ്വാതന്ത്ര്യപ്രഖ്യാപനവുമായിരുന്നു.

ആ പ്രമേയം ആശാൻ സ്വന്തം കാവ്യങ്ങളിലെല്ലാം കേന്ദ്രപ്രമേയമാക്കി മാറ്റുകയും പരീക്ഷിച്ച് വിജയിപ്പിക്കുകയും ചെയ്തു.

ആശാനെപ്പോലെ ഉള്ളാഴമുള്ള കവിയുടെ രചനാരസതന്ത്രം അതീവസങ്കീർണ്ണമാണ്. വ്യക്തിജീവിതാനുഭവങ്ങളും സാമൂഹികജീവിതാനുഭവങ്ങളും കൂടിച്ചേർന്ന് കാവ്യപ്രമേയങ്ങളായും ഇതിവൃത്തങ്ങളായും പെട്ടെന്ന് വാർന്നുവീഴുകയല്ല ചെയ്യുന്നത്. അവ കവിമനസ്സിൽ കാലങ്ങളോളം കിടന്ന് പാകപ്പെടുകയും ഏതോ രാസപ്രക്രിയയാൽ കാവ്യവിഷയങ്ങളായി പരിണമിക്കുകയുമാണ് ചെയ്യുന്നത്. കരിക്കട്ട വജ്രമായി മാറുന്ന സർഗ്ഗപ്രകിയ. ഒരേസമയം വേരുകളിലൂടെ മണ്ണിലേക്കും ശാഖോപശാഖകളിലൂടെ അന്തരീക്ഷത്തിലേക്കും കേന്ദ്രീകരിച്ച് വളരുന്ന വൃക്ഷത്തിന്റെ ബഹുമുഖമായ ശ്രദ്ധ. ലളിതവ്യാഖ്യാനങ്ങൾക്ക് വിധേയമാകുന്ന കാര്യങ്ങൾപോലും സർഗ്ഗനിമിഷങ്ങളിൽ വ്യാഖ്യാനങ്ങൾക്ക് വഴങ്ങാത്തവയും സങ്കീർണ്ണവുമായിത്തീരുന്നു എന്ന സൃഷ്ടിരഹസ്യം കവികൂടിയായ ജയകുമാർ അനുഭവത്തിലൂടെ മനസ്സിലാക്കിയിരിക്കുന്നു. അദ്ദേഹം പറയുന്നു–

> ഏതൊക്കെ വിശിഷ്ടകാവ്യങ്ങളിലൂടെ ആശാൻ എന്ന മഹാകവി അമരപ്രതിഷ്ഠനേടിയോ ആ രചനകളുടെ ആന്തരികസംഘർഷമാണ് *വീണപൂവി*ന്റെ ഹൃദയസ്പന്ദം. സ്തോത്രകാരന്റെ സ്വത്വത്തിൽനിന്ന് ആശാന്റെ സംഘർഷഭരിതമായ മനസ്സ് ഗാഢമായി ആഗ്രഹിച്ചു നേടിയ മോചനമായിരുന്നു അത്. ഈ മഹാവിച്ഛിത്തിയുടെ തിളങ്ങുന്ന ചിഹ്നമാണ് *വീണപൂവ്.* കവി അതുവരെ ആർജ്ജിച്ച ആത്മീയജ്ഞാനവും സാമൂഹികബോധവും ജീവിതാവബോധവും മനുഷ്യസ്നേഹവും ഈ കവിതയിൽ കാലത്തിന്റെ ഇന്ദ്രജാലത്താലെന്നവണ്ണം സംലയിക്കുന്നു. സന്ന്യാസിയിൽനിന്നു മനുഷ്യനിലേക്കുള്ള ദൂരമാണ് സ്തോത്രകൃതികളിൽനിന്നു *വീണപൂവി*ലേക്കുള്ളത്.

*വീണപൂവി*ന്റെ ശില്പഘടനയിലെ ദൃശ്യാദൃശ്യങ്ങൾ, കറുപ്പിന്റെയും വെളുപ്പിന്റെയും ഉചിതമായ സന്നിവേശത്തിലൂടെ കൂടുതൽ സംവേദനാത്മകമായിത്തീരുന്നു. ദൃശ്യങ്ങൾ വെളുപ്പും അദൃശ്യങ്ങൾ കറുപ്പും എന്നു സങ്കല്പിച്ചാൽ അദൃശ്യങ്ങൾ ഭൂതകാലത്തിലേക്കും ഭാവികാലത്തിലേക്കും വ്യാപിക്കുന്നതു കാണാം. അങ്ങനെ അദൃശ്യങ്ങളിലൂടെ മനോമണ്ഡലത്തിൽ തെളിയുന്ന ഇമേജുകൾക്ക് വൈവിദ്ധ്യമുണ്ടാകുന്നു.

വർത്തമാനത്തിൽനിന്നു ഭൂതത്തിലേക്കും ഭൂതത്തിൽനിന്നു പെട്ടെന്ന് വർത്തമാനത്തിലേക്കും ചലിച്ചുകൊണ്ടിരിക്കുന്ന ഫ്ളാഷ്ബാക്കുകളിലൂടെയും വർത്തമാനവും ഭൂതവും ഭാവിയും തിരിച്ചറിയാനാവാതെ കൂടിക്കുഴഞ്ഞു കിടക്കുന്ന സംഭ്രമാത്മകമായ ഫാന്റസിയിലൂടെയും കുമാരനാശാൻ സൃഷ്ടിക്കുന്ന ലോകം ഇമേജുകളുടെയും സിംബലുകളുടെയും അത്യപൂർവ്വമായ ദൃശ്യാനുഭവമായി മാറുന്നു.

കവിതയായാലും കഥയായാലും—എന്തായാലും എഴുത്തുകാരൻ എഴുത്തിൽ എവിടെയൊക്കയോ മറഞ്ഞും തെളിഞ്ഞും നില്ക്കുന്നു. ആത്മകഥാംശമില്ലാതെ എത്ര നിഷ്പക്ഷനായ എഴുത്തുകാരനായാലും ഒന്നും എഴുതാൻ സാദ്ധ്യമല്ല. അതുകൊണ്ടുതന്നെയാണ് ആത്മകഥാംശം ഗോപനം ചെയ്യാൻ പൂവിന്റെ ചരിതം കുമാരനാശാന് ഉതകി എന്നു ജയകുമാർ കരുതുന്നത്. പൂവിന്റെ കഥയിൽ ഒരു പെൺകിടാവിന്റെ കഥ കവി ചേർത്തുവെച്ചിരിക്കുന്നു. അതിനു കാവ്യാസ്വാദനവുമായി ബന്ധമൊന്നുമില്ലെങ്കിലും ജീവചരിത്രകാരന് അത് വിലപ്പെട്ട ആകരവസ്തു തന്നെയാണ്.

ഭാഷാമേഘസന്ദേശം നോട്ടുബുക്കിൽ കാണുന്ന ഒരു കുറിപ്പിനെ ആധാരമാക്കി കുമാരനാശാന്റെ ചില സ്ത്രീസൗഹൃദങ്ങളെക്കുറിച്ച് പുതിയ ചില നിരീക്ഷണങ്ങൾ രൂപപ്പെട്ടുവന്നിട്ടുണ്ട്. ആ കുറിപ്പിൽ പരാമർശിക്കുന്ന മദാമ്മയുമായിട്ടുള്ള സൗഹൃദങ്ങളെക്കുറിച്ചുള്ള പരാമർശങ്ങളുമായി *വീണപൂവി*നെ ബന്ധപ്പെടുത്തി എം ജി എസ് നാരായണൻ ആശാന്റെ പ്രേമത്തെക്കുറിച്ച് *വീണപൂവ്-ശതാബ്ദിസ്മാരകപ്പതിപ്പിൽ* (കോട്ടയം: ഡി സി ബുക്സ്, 2007) എഴുതിയിട്ടുണ്ട്. നോട്ടുബുക്കുകളിലെ പരാമർശങ്ങളും *വീണപൂവും* താരതമ്യപ്പെടുത്തി ആശാന്റെ സങ്കീർണ്ണ പ്രണയാനുഭവങ്ങൾതന്നെയാണ് *വീണപൂവി*ന്റെ പിന്നിലെ പ്രേരണയെന്ന് എം ജി എസ് പറയുന്നതിനെ ജയകുമാർ ശക്തിയായി നിഷേധിക്കുന്നു. ആ കുറിപ്പെഴുതിയത് ബാംഗ്ലൂരിൽ വെച്ച് 1902 ലാണ്. നോട്ടുബുക്ക് കൽക്കട്ടയ്ക്ക് പഠിക്കാൻ പോയ 1898 മുതൽ ആശാന്റെ കൈയിൽ ഉണ്ടായിരുന്നതാണ്. സ്ഥലവും തീയതിയും വ്യക്തമായി നല്കിയിട്ടുള്ളതിനാൽ കുറിപ്പെഴുതിയ കാലത്തെക്കുറിച്ച് സംശയം വേണ്ട. 1900 ജനുവരിയിൽ ആശാൻ കൽക്കട്ടയിൽനിന്ന് തിരുവനന്തപുരത്ത് തിരിച്ചെത്തിയിരുന്നു. അതിനുശേഷം കുറെക്കാലംകൂടി ആശാൻ ബാംഗ്ലൂരിൽ ഡോ. പല്പുവിന്റെ കൂടെ നിന്നിരുന്നു (അവിടെനിന്നാണ് ആശാൻ കൽക്കട്ടയ്ക്കു പോയത്. ആ കാലത്താണ് ഈ കുറിപ്പ് എഴുതിയത്).

ആ അനുഭവം കൽക്കട്ടയിൽവെച്ചുണ്ടായത് ഓർത്തെഴുതിയതാണോ ബാംഗ്ലൂരിൽവെച്ചുണ്ടായതാണോ എന്ന് തീർത്തുപറയാനാവില്ല. ശുദ്ധവൈരാഗിയായി ജീവിച്ച യുവാവായിരുന്നു ആശാൻ എന്നു സ്ഥാപിക്കാനാവില്ല. നോട്ടുബുക്കിലെ പരാമർശങ്ങളുമായി ചേർന്നുപോകുന്ന ചില സംഭവങ്ങൾ കാവ്യരചനയിൽ സ്വാധീനം ചെലുത്തിയിരുന്നു എന്ന് അനുമാനിക്കുന്നതിൽ തെറ്റില്ല. ഒരു വൃഥാപവാദത്തിന്റെ സൂചന കാവ്യ

സന്ദർഭത്തിന് അനിവാര്യമല്ലാതെ കടന്നുവന്നത് അസ്വസ്ഥ ജനകമായ ഏതോ അനുഭവത്തിന്റെ തികട്ടൽകൊണ്ടാവാം എന്ന നിരീക്ഷണത്തിൽ യുക്തിയുണ്ട്. കൽക്കട്ടയിൽനിന്നു തിരിച്ചെത്തിയ കുമാരനാശാൻ കവിതയെഴുതാൻ ഡോ. പല്പുവിന്റെ അനുജൻ പി താണുവിന്റെ കൈയിൽനിന്ന് ഒരു നോട്ടുബുക്ക് വാങ്ങി. നോട്ടുബുക്ക് കൊടുക്കുമ്പോൾ താണു നോട്ടുബുക്കിൽ രണ്ടിടത്ത് Chinnaswami എന്ന് എഴുതിയിരുന്നു. ആശാൻ പേന വാങ്ങി അദ്ദേഹത്തിന്റെ മുന്നിൽവെച്ചുതന്നെ Chinnaswami എന്ന പേര് വെട്ടിക്കളയുകയുണ്ടായി. മൂലൂർ പത്മനാഭപ്പണിക്കർ എസ് എൻ ഡി പി യോഗത്തിന്റെ മൂന്നാം വാർഷികസമ്മേളനത്തിൽ മംഗളരൂപേണ എഴുതി വായിച്ച കവിതയിൽ, കുമാരനാശാനെ 'ചിന്ന സ്വാമി എൻ.കെ. ആശാൻ ജയിച്ചിടേണം' എന്ന് വിശേഷിപ്പിച്ചിരുന്നു. ആ കവിത *വിവേകോദയ*ത്തിൽ പ്രസിദ്ധപ്പെടുത്തിയപ്പോൾ 'ധന്യമതി എൻ കെ ആശാൻ വിജയിച്ചിടേണം' എന്ന് മാറ്റിയാണ് പ്രസിദ്ധപ്പെടുത്തിയത് എന്ന് മൂലൂർ എഴുതിയിട്ടുണ്ട്. കുമാരനാശാൻ കൽക്കട്ടയിൽ നിന്ന് തിരുവനന്തപുരത്ത് തിരിച്ചെത്തിയത് ചിന്നസ്വാമിയായിട്ടല്ല, യഥാർത്ഥമനുഷ്യനായിട്ടായിരുന്നു.

*വീണപൂവി*നെക്കുറിച്ചുള്ള മിക്ക വിമർശനങ്ങളിലും വണ്ടിനെ ചതിയനും നീചനുമായ ഒരു കാമുകനായിട്ടാണ് ചിത്രീകരിച്ചിട്ടുള്ളത്. എന്നാൽ, ജയകുമാർ അതിൽനിന്നു വിപരീതമായി കവിയെ സസൂക്ഷ്മം പിന്തുടർന്നുകൊണ്ട് വണ്ടിന്റെ നിരപരാധിത്വം കണ്ടെത്താനാണ് ശ്രമിച്ചിട്ടുള്ളത്. അദ്ദേഹം പറയുന്നു:

> ...വണ്ട് ഒരു സ്ത്രീലമ്പടനും ചതിയനുമായിരുന്നെന്നും പൂവിന്റെ അകാലമൃത്യുവിന് അയാൾ കാരണക്കാരനായിരുന്നെന്നുമുള്ള നിഗമനങ്ങൾ അവാസ്തവങ്ങളാണെന്നു പറയേണ്ടിവരും. പൂവ് അനേകം സുകുമാരഗുണങ്ങൾക്ക് ഉറവിടമായിരുന്നെങ്കിൽ വണ്ട് എതിർപക്ഷത്ത് നില്ക്കുന്ന ഖലനായകനല്ല. അവർക്കിടയിൽ ആദ്യം അടുപ്പവും പിന്നെ വിരഹവും ഉണ്ടായിരുന്നു എന്നത് നേര്. ആ വിരഹത്തിന്റെ കാലത്ത് അയാളെ അപകീർത്തിപ്പെടുത്താൻ ശ്രമങ്ങൾ നടന്നിട്ടുണ്ടാവും. അത് പൂവിനെ വേദനിപ്പിച്ചിട്ടുണ്ടാവാം. അത് അവളെ തളർത്തിയിട്ടുണ്ടാവാം. ഇതിനപ്പുറത്തേക്ക് വ്യാഖ്യാനിച്ച് പൂവിന്റെ വിശുദ്ധി കവർന്നെടുത്ത്, പിന്നീട് മറ്റു പൂക്കളെത്തേടിപ്പോയ ഒരു വിടനാണ് വണ്ടെന്ന ആശയത്തിന് അടിസ്ഥാനമില്ല...

പൂവിന്റെ പക്ഷത്തുനിന്നു നോക്കുമ്പോൾ വണ്ട് കാര്യംകണ്ട് കടന്നുപോയ വഞ്ചകനായ കാമുകനാണ്. എന്നാൽ, വണ്ടിന്റെ പക്ഷത്തുനിന്നു നോക്കിക്കാണാൻ ശ്രമിച്ചാൽ, സ്നേഹസമ്പന്നനും മൃദുല ഹൃദയനുമാണ്. പൂവിന്റെ ചരമവാർത്തയറിഞ്ഞ് വണ്ട് തലതല്ലി

നിലവിളിക്കുകയും ഇനി ജീവിച്ചിരിക്കുന്നതിൽ അർത്ഥമില്ല എന്നു വിലപിക്കുകയും ചെയ്യുന്ന ഹൃദയാലുവാണ്. ആ നിലയിൽ വണ്ടിനെ കാണാനാണ് ആശാൻ ശ്രമിക്കുന്നത്. വണ്ടിനെ കവി ഒരിക്കലും കുറ്റപ്പെടുത്തുന്നില്ല. എന്നാൽ പൂവിന്റെ ജീവിതം തകർത്തതിൽ ഒരു പങ്ക് വണ്ടിനുണ്ട് എന്ന് പൂവ് സ്വയം പരിതപിക്കുകയും ചെയ്യുന്നു. ഈ വിപരീതം കാവ്യത്തിന്റെ സങ്കീർണ്ണമായ അർത്ഥതലങ്ങളെയും മാനങ്ങളെയും അതീവ സങ്കീർണ്ണമാക്കിത്തീർക്കുന്നു. കവിഹൃദയത്തെ കാണാൻ കഴിയുന്ന ഒരു സഹൃദയനു മാത്രമേ വണ്ടിനെ ന്യായീകരിക്കാൻ ശ്രമിക്കുന്ന കവിയെ പൂവ്-വണ്ട് ബന്ധത്തിൽ കണ്ടെത്താൻ സാധിക്കുകയുള്ളൂ എന്നത് സത്യം. ഈ *വീണപൂവ്* നിരൂപണത്തിൽ ഏറ്റം ശ്രദ്ധേയമായ ഘടകം വണ്ടിന്റെ നിരപരാധിത്വത്തിനുവേണ്ടി വാദിക്കുന്ന നിരൂപകന്റെ കവിഹൃദയജ്ഞാനമാണ്. അത് കവിയായ ജയകുമാറിനെപ്പോലുള്ള ഒരാളിനു മാത്രമേ തിരിച്ചറിയാൻ സാധിക്കുകയുള്ളൂ. എന്നാൽ ഇതോടൊപ്പം മനസ്സിലാക്കേണ്ട മറ്റൊരു കാര്യംകൂടിയുണ്ട്. കവി കാവ്യത്തിൽ അവിടവിടെ മറഞ്ഞുനില്ക്കുന്നതു പോലെതന്നെ കവി കാവ്യത്തിൽനിന്ന് സ്വന്തം കുറവുകളും കുറ്റങ്ങളും എത്ര വിദഗ്ദ്ധമായി അണച്ചുപിടിച്ചാലും ഏതെങ്കിലും തരത്തിൽ അവ പ്രത്യക്ഷപ്പെടുകയും ചെയ്യും. കുറ്റംചെയ്തവൻ ഏതെങ്കിലും ഒരു തെളിവെങ്കിലും അവശേഷിപ്പിക്കാതിരിക്കുകയില്ല എന്ന സത്യം പൂവിന്റെ വണ്ടിനോടുള്ള മനോഭാവത്തിൽ നിറഞ്ഞു കിടക്കുകയും ചെയ്യുന്നു. ജയകുമാർ പറയുന്നു, പൂവിനെ ഗാഢമായി സ്നേഹിക്കുകയും പിന്നെ പിരിയേണ്ടിവരികയും ചെയ്ത ഹതഭാഗ്യനാണ് ഈ ഭൃംഗരാജൻ. പൂവിന്റെ അകാലവിയോഗം അറിഞ്ഞ ഉടൻതന്നെ ദുഃഖാവേശിതനായി അവിടെ പറന്നെത്തിയ ഹൃദയാലുവാണ് അവൻ. തന്റെ പ്രണയിനിക്ക് നഷ്ടപ്പെട്ട വാഴ്വ് എത്ര സങ്കടകരമാണെന്ന അറിവിൽ ജീവിതാശപോലും ഉപേക്ഷിക്കാൻ തയ്യാറാവുന്ന ലോലചേതസ്സാണവൻ. ആ വണ്ടിനെ വില്ലനാക്കിയേ അടങ്ങൂ എന്ന ശാഠ്യമൊന്നും കവിക്കുണ്ടായിരുന്നില്ല എന്ന നിഗമനം സത്യമാണ്. കവി അത്തരമൊരു നിലപാടാണ് സ്വീകരിച്ചിട്ടുള്ളത് എന്നതിൽ സംശയിക്കേണ്ടതില്ല. പക്ഷേ, എല്ലാ നിരൂപകരും പൂവിന്റെ പക്ഷത്തു നില്ക്കാനാണ് ശ്രമിച്ചത്. പൂവിന് വണ്ടിനോടുള്ള മനോഭാവം തികച്ചും സത്യസന്ധവും ആത്മാർത്ഥവുമായിരുന്നു. നിർവ്യാജമായ പ്രണയം മാത്രം. കമനീയകാന്തിയുള്ള ശലഭങ്ങളെയൊന്നും വകവെക്കാതെ അത്ര സൗന്ദര്യമൊന്നുമില്ലാത്ത വണ്ടിന് അവൾ സ്വയം സമർപ്പിച്ചു. അവർ തമ്മിൽ വിവാഹപൂർവ്വ ശാരീരികബന്ധം ഉണ്ടായോ എന്ന അന്വേഷണമൊക്കെ എത്ര ബാലിശമാണ്... ഒന്നും നിഷിദ്ധമല്ലാത്ത അഗാധമായ പ്രണയത്തിൽ അവർ മുഴുകി എന്ന അറിവ് മാത്രം പോരേ? മതി. പക്ഷേ, പൂവിന്റെ പക്ഷത്തുനിന്നു വന്ന ചില രോദനങ്ങൾ എവിടെയോ ഒരു ചതി നടന്നിട്ടുണ്ട് എന്ന സത്യമാണ് പ്രഖ്യാപിക്കുന്നത്. അതിനു വ്യക്തമായ ഒരു മറുപടി തരാൻ കവിക്കുപോലും കഴിയുന്നില്ല എന്നതാണ് വസ്തുത.

പൂവിന്റെ മുഖകാന്തി കുറഞ്ഞതിനും യൗവനം നഷ്ടപ്പെട്ടതിനും ഉത്തരവാദിത്വം വണ്ടിന്റെ തലയിൽ കെട്ടിയേൽപ്പിക്കാൻ ശ്രമിക്കുന്നതിലൂടെ കവിയുടെ ആഖ്യാനലക്ഷ്യംതന്നെ തമസ്കരിച്ചിരിക്കുന്നു എന്ന നിഗമനം വ്യത്യസ്തമായ ഒരന്വേഷണത്തിലേക്ക് *വീണപൂവി*നെ കൊണ്ടെത്തിക്കുന്നു.

*വീണപൂവി*ലെ മൃത്യുവിചാരത്തിന് മറ്റു കാവ്യങ്ങളിൽ ആവിഷ്കരിച്ചിട്ടുള്ള മൃത്യുവിൽനിന്നു വ്യത്യാസമുണ്ട്. പൂവ് അകാലത്തിൽ മരണപ്പെട്ടതാണ് എന്ന വസ്തുത അധികമാരും ശ്രദ്ധിച്ചിട്ടില്ല. നളിനിയും ലീലയും വാസവദത്തയും കാലം ചെല്ലുംമുമ്പേ മരണപ്പെട്ടവരാണ്. മൃത്യുവെന്ന അനിവാര്യസന്ധിയിലേക്കു ജീവിതപ്രവാഹം അവരെ കൊണ്ടുചെന്നെത്തിക്കുകയാണ് എന്ന് അവർ. *വീണപൂവി*ന്റെ ജീവിതം അത്തരത്തിലുള്ള കർമ്മപഥങ്ങളിലൂടെയൊന്നും സഞ്ചരിച്ചിട്ടില്ല. മരണം എന്ന യാഥാർത്ഥ്യത്തെ ധൈഷണികവ്യാഖ്യാനങ്ങൾ കൊണ്ടറിയാനും അതുളവാക്കുന്ന അളവിനപ്പുറം കല്പനാസഞ്ചാരം നടത്താനുമുള്ള കവിയുടെ ഉദ്യമമാണ് *വീണപൂവ്.* ആ അപൂർണ്ണതാബോധത്തിൽനിന്ന് ആരംഭിക്കുന്ന അശാന്തിയുടെ തുടരന്വേഷണമാണ് ആശാന്റെ മഹാ ഖണ്ഡകാവ്യങ്ങളായി പിൽക്കാലത്ത് വിളഞ്ഞത് എന്നു പറയുമ്പോൾ കുമാരനാശാനെ യഥാർത്ഥ പരിപ്രേക്ഷ്യത്തിൽ കാണാൻ ജയകുമാറിനു കഴിഞ്ഞിരിക്കുന്നു എന്നു പറയാം.

വീണപൂവും സീതയും ഇംഗ്ലീഷിലേക്ക്

കുമാരനാശാന്റെ കൃതികൾ ഇംഗ്ലീഷിലേക്ക് പരിഭാഷപ്പെടുത്താൻ പലരും ശ്രമിച്ചിട്ടുണ്ട്. മറ്റു കവികളിൽനിന്ന് വ്യത്യസ്തനായ ആശാന്റെ കവിത പരിഭാഷകരായ പലർക്കും കൈയിലൊതുങ്ങുന്നതോ എത്തിപ്പിടിക്കാൻ കഴിയുന്നതോ ആയിരുന്നില്ല. വായിക്കുന്തോറും പുതിയ അർത്ഥങ്ങളും വിചിത്രമായ ആശയങ്ങളും ധ്വനിച്ചുവരുന്ന ആശാൻ കവിതകളുടെ ഇംഗ്ലീഷ് പരിഭാഷകളെല്ലാം മൂലകൃതിയുടെ അടുത്തെങ്ങും എത്താനാവാതെ കാലഹരണപ്പെടുകയാണ് ചെയ്തിട്ടുള്ളത്. ആശാന്റെ കൃതികൾ ഇംഗ്ലീഷിലേക്ക് പരിഭാഷപ്പെടുത്താനുള്ള ശ്രദ്ധേയമായ ശ്രമം നടന്നത് 1975 ലാണ്. കുമാരനാശാന്റെ ജന്മശതാബ്ദി ആഘോഷങ്ങളോടനുബന്ധിച്ച് കേരള യൂണിവേഴ്സിറ്റിയാണ് ആ ഭാരിച്ച ജോലി ഏറ്റെടുത്തത്. കുമാരനാശാന്റെ ഖണ്ഡകാവ്യങ്ങളുടെ തിരഞ്ഞെടുത്ത ഭാഗങ്ങളും തിരഞ്ഞെടുത്ത ഏതാനും ഭാവഗീതികളും പരിഭാഷപ്പെടുത്തി *Selected Poems of Kumaran Asan* എന്ന പേരിൽ ഗ്രന്ഥരൂപത്തിൽ പ്രസിദ്ധപ്പെടുത്തിയിട്ടുണ്ട്. പ്രൊഫസർ ജി കുമാരപിള്ള, ഡോ. അയ്യപ്പപ്പണിക്കർ, പ്രൊഫസർ ഹെപ്സിബാ യേശുദാസൻ, പ്രൊഫസർ നകുലൻ, സുഗതകുമാരി, എം ഗോവിന്ദൻ, എം പ്രഭ, ഡോ. രവീന്ദ്രനാഥമേനോൻ, പ്രൊഫസർ ഹൃദയകുമാരി, എൻ കെ ശേഷൻ, കൈനിക്കര കുമാരപിള്ള തുടങ്ങിയ പ്രഗത്ഭരാണ് പരിഭാഷ നിർവ്വഹിച്ചിട്ടുള്ളത്. മലയാളികളല്ലാത്തവർക്കുവേണ്ടി നിർവ്വഹിച്ച ആ പരിഭാഷകൾ താരതമ്യേന ഭേദപ്പെട്ട നിലവാരമാണ് പുലർത്തിയത്.

പരിഭാഷ ഒരിക്കലും മൂലകൃതിക്ക് സമാനമാവുകയില്ല. "Translation is the other side of the carpet" എന്ന് പറയാറുണ്ട്. മനോഹരമായ കമ്പളത്തിന്റെ മറുവശമാണ് പരിഭാഷ എന്ന് പറയുമ്പോൾ മൂലകൃതി

യിൽനിന്ന് വളരെ അകന്ന വസ്തുവാണ് പരിഭാഷ എന്നാണ് അർത്ഥമാക്കുന്നത്. പരിഭാഷകനെ, Translator is a traitor എന്ന് ഒരു കവി പരിഹാസത്തോടെ വിളിച്ചിട്ടുണ്ട്. പരിഭാഷകൻ മൂലകവിയെ വഞ്ചിക്കുന്നവൻ എന്നാണ് സാരം. മൂലകൃതിക്ക് സമാനമായ, തത്തുല്യമായ പരിഭാഷ നിർമ്മിക്കുക അസാദ്ധ്യംതന്നെ. ഒരു ഭാഷയിലെ പദങ്ങൾക്ക് തുല്യമായി മറ്റൊരു ഭാഷയിൽ പദങ്ങളുണ്ടാവില്ല. ഓരോ ഭാഷക്കും അത് സംസാരിക്കുന്ന ആൾക്കാരുടെ ജീവിതാവസ്ഥകളുമായും സംസ്കാരവുമായും ബന്ധമുണ്ടായിരിക്കും. കേരളത്തിൽ ജനിച്ച് ജീവിച്ച് ഭാരതീയ സംസ്കാരവുമായി ബന്ധപ്പെട്ട് ജീവിച്ച ഒരു കവിയുടെ കൃതികൾ മറ്റൊരു ഭാഷയിലേക്ക് മൊഴിമാറ്റം ചെയ്യുക അത്ര എളുപ്പമല്ല. അത്തരം ശ്രമങ്ങൾ ഇപ്പോഴും നടന്നുകൊണ്ടിരിക്കുന്നു എന്നത് ആഹ്ലാദകരമായ അറിവാണ്.

വളരെക്കാലമായി കാനഡയിൽ കുടുംബസമേതം ജീവിക്കുന്ന കേരളീയനായ അലക്സ് കണ്ടത്തിൽ കേരളത്തിൽനിന്ന് പോയപ്പോൾ കൂടെ കൊണ്ടുപോയത് കുമാരനാശാന്റെ കൃതികളായിരുന്നു. ആ കൃതികളുടെ ആവർത്തിച്ചുള്ള പാരായണത്തിലൂടെ അദ്ദേഹം ആശാൻകവിതകളുടെ തോഴനോ സുഹൃത്തോ ആയിത്തീർന്നു. കുമാരനാശാന്റെ കൃതികളിൽ വ്യാമുഗ്ദ്ധനായിത്തീർന്ന അലക്സ് ആശാന്റെ കൃതികൾ ഇംഗ്ലീഷിലേക്ക് പരിഭാഷപ്പെടുത്തുന്ന സർഗ്ഗാത്മക പ്രവൃത്തിയിലേർപ്പെട്ടുകൊണ്ടിരിക്കുകയാണ്. *വീണപൂവ്, ചിന്താവിഷ്ടയായ സീത, നളിനി, ലീല-* എന്നീ കൃതികൾ ഇംഗ്ലീഷിലേക്ക് പരിഭാഷപ്പെടുത്തിക്കഴിഞ്ഞു. അവയിൽ *വീണപൂവും ചിന്താവിഷ്ടയായ സീതയും* ഇംഗ്ലീഷിൽ പുസ്തകരൂപത്തിൽ എത്തുകയും ചെയ്തു.

നാരായണഗുരു വിഷൂചിക ബാധിച്ച് പാലക്കാട് ഒരു നഴ്സിങ് ഹോമിൽ കിടക്കുന്ന അവസരത്തിലാണ് ആശാൻ *വീണപൂവ്* എഴുതിയത്. ആദ്യം പ്രസിദ്ധപ്പെടുത്തിയത് മൂർക്കോത്ത് കുമാരന്റെ *മിതവാദി*യിലായിരുന്നു. ആ കവിത മലയാളകവിതയിൽ ഒരു സംഭവമായിത്തീരുമെന്ന് ആശാൻ അന്ന് അറിഞ്ഞിരുന്നില്ല. ഒരു വർഷത്തിനു ശേഷം, 1908 ൽ *ഭാഷാപോഷിണി*യുടെ കവിതാവിഭാഗം കൈകാര്യം ചെയ്തിരുന്ന സി എസ് സുബ്രഹ്മണ്യൻ പോറ്റി *ഭാഷാപോഷിണി*യിൽ പുനഃപ്രസിദ്ധപ്പെടുത്തുവാനുള്ള അനുവാദം ചോദിച്ചുകൊണ്ട് ആശാന് ഒരു കത്തയക്കുകയുണ്ടായി. *ഭാഷാപോഷിണി*യിൽ എടുത്ത് ചേർക്കാനുള്ള മേന്മ തന്റെ കവിതയ്ക്കുണ്ടോ എന്ന് സംശയം പ്രകടിപ്പിച്ചുകൊണ്ടാണ് ആശാൻ പോറ്റിക്ക് മറുപടി എഴുതിയത്. 1908 ൽ *ഭാഷാപോഷിണി*യിൽ പ്രസിദ്ധപ്പെടുത്തിയതോടുകൂടിയാണ് *വീണപൂവ്* വ്യാപകമായി അറിയപ്പെട്ടുതുടങ്ങിയത്. മലയാളകവിതയിൽ *വീണപൂവി*ന്റെ വരവോടുകൂടി കാൽപ്പനിക കാവ്യരംഗത്ത് ഒരു പുതുയുഗം പുലരുകയായി.

വീണപൂവ് പ്രഗത്ഭരായ പലരും പരിഭാഷപ്പെടുത്തിയിട്ടുണ്ട്. മഞ്ചേരി ഈശ്വരയ്യർ, ജി കുമാരപിള്ള, കെ ജയകുമാർ എന്നിവർ *വീണപൂവി*ന്റെ പരിഭാഷകൾ മുൻപ് പ്രസിദ്ധപ്പെടുത്തിയിട്ടുണ്ട്. ഇപ്പോൾ ഇതാ, അലക്സ്

കണ്ടത്തിലിന്റെ പുതിയ പരിഭാഷ- *A Fallen Flower* എത്തിയിരിക്കുന്നു.

കുമാരനാശാനെപ്പോലൊരു കവിയെ ആശങ്കകളോടും ഭയപ്പാടോടും കൂടിയാണ് അലക്സ് സമീപിക്കുന്നത്. താൻ വളരെക്കാലമായി ഹൃദയത്തിലൊളിപ്പിച്ചു കൊണ്ടുനടന്ന ആശാൻ കവിതകളെ മറ്റൊരു ഭാഷാചഷകത്തിലേക്ക് പകർന്നെടുക്കുമ്പോൾ അലക്സിന് വല്ലാത്ത പരിഭ്രമവും നെഞ്ചിടിപ്പും അനുഭവപ്പെടുന്നുണ്ട്. എന്നാൽ, *വീണപൂവി*ന്റെ പരിഭാഷയിൽ അദ്ദേഹം നേടിയ കൈയൊതുക്കം അഭിനന്ദിക്കേണ്ടതു തന്നെ. *വീണപൂവി*ലെ അവസാന ശ്ലോകത്തിന്റെ പരിഭാഷ നോക്കുക:

Alas, away with my eyes,
desicated, dissolved;
this flower turns to dust, will -
soon be forgotten,
count this as your destiny, one
and all, why
shed tears? Life is a dream on
Earth. Pitiful!

കണ്ണേ, മടങ്ങുക, കരിഞ്ഞു മലിഞ്ഞുമാശു
മണ്ണാകുമീമലരു, വിസ്മൃതമാകുമിപ്പോൾ
എണ്ണീടുകാർക്കുമിതുതാൻ ഗതി,
സാദ്ധ്യമെന്തു
കണ്ണീരിനാൽ? അവനിവാഴ്വ്
കിനാവു, കഷ്ടം!

പരിഭാഷാപാഠവും മൂലപാഠവും തമ്മിൽ താരതമ്യപ്പെടുത്തുമ്പോൾ. പരിഭാഷയിൽ പല കുറവുകളും കണ്ടെത്താം. മലയാളവുമായി സാംസ്കാരികമായി ബന്ധമില്ലാത്ത ഇംഗ്ലീഷ് ഭാഷയിലേക്ക് മൊഴിമാറ്റം ചെയ്യുമ്പോൾ പല പരിമിതികളുമുണ്ട്. എങ്കിലും, പരിഭാഷകൻ കഴിയുന്നത്ര മൂലത്തോട് അടുത്തു നിൽക്കുന്ന ഒരു പാഠം സൃഷ്ടിക്കാൻ ശ്രമിച്ചിട്ടുണ്ട്. 'അവനിവാഴ്വു കിനാവു കഷ്ടം!' എന്നതിന് Life is a dream on Earth, - Pitiful! എന്ന് പരിഭാഷപ്പെടുത്തിയതിലൂടെ മൂലത്തോട് അടുത്തു നിൽക്കുന്ന പരിഭാഷാപാഠം ലഭിച്ചിരിക്കുന്നു, 'കണ്ണേ, മടങ്ങുക' എന്നതിന് Alas, away with my eyes എന്ന് പരിഭാഷപ്പെടുത്തിയിരിക്കുന്നു. മൂലത്തിൽ നിന്ന് അത്ര അകലെയല്ല പരിഭാഷാപാഠം.

കുമാരനാശാന്റെ കൃതികളിൽ എഴുതാൻ ഏറ്റവും കൂടുതൽ കാലം വേണ്ടിവന്നത് *ചിന്താവിഷ്ടയായ സീത*യ്ക്കാണ്. 1914 ആരംഭത്തിൽ തുടങ്ങിയ കാവ്യം 1919 അവസാനം വരെ തുടരുകയുണ്ടായി. എസ് എൻ ഡി പി യോഗം സെക്രട്ടറി എന്ന നിലയിലുള്ള എതിർപ്പുകൾ ഗുരുവിനെ തെറ്റായി നയിക്കുന്നു എന്ന ആരോപണം, ഭാനുമതിയമ്മയുമായുള്ള ബന്ധത്തെക്കുറിച്ചുള്ള അപവാദങ്ങൾ, സാമൂഹികപ്രവർത്തകൻ എന്ന

നിലയിൽ ജനവഞ്ചകൻ എന്ന പഴി- ഇതെല്ലാം കൂടിച്ചേർന്ന് കുമാരനാശാനെ ഞെരിച്ചമർത്തുന്ന കാലമായിരുന്നു *ചിന്താവിഷ്ടയായ സീത*യുടെ രചനാകാലം. ഒരുതരത്തിൽ ദുരിതപൂർണ്ണമായ സീതയുടെ ജീവിതാനുഭവങ്ങൾ കുമാരനാശാനും അനുഭവിച്ചുതീർത്തു എന്നു പറയാം. ആശാന്റെ ജീവിതത്തിലെ ഏറ്റവും സംഘർഷഭരിതവും സങ്കീർണ്ണവുമായ അനുഭവങ്ങൾ സീതയുടെ ജീവിതത്തിലൂടെ അവതരിപ്പിക്കുവാനുള്ള വിദഗ്ദ്ധമായ ഒരു സർഗാത്മകപരിശ്രമമാണ് സീതാകാവ്യത്തിന്റെ രചനയിലൂടെ നിർവ്വഹിച്ചിട്ടുള്ളത്. തന്നോട് വിശ്വാസമുണ്ടായിരുന്നെങ്കിൽ ശ്രീരാമചന്ദ്രൻ അഗ്നിപരീക്ഷണത്തിന് ഒരുമ്പെടുമായിരുന്നോ എന്ന സീതയുടെ ചിന്ത മറ്റൊരു തരത്തിൽ കുമാരനാശാനെയും ബാധിച്ചിരുന്നു. തന്നെ വിശ്വാസമുണ്ടായിരുന്നെങ്കിൽ പൊതുജനമധ്യത്തിൽ നിറുത്തി ഷഷ്ടിപൂർത്തി മന്ദിരത്തിന്റെ അടിത്തറ, കരിങ്കല്ലാണോ ചുടുകല്ലാണോ എന്ന് പരിശോധിക്കാൻ നാരായണഗുരു സന്നദ്ധനാവുമായിരുന്നുവോ? ഈ ചോദ്യം ആശാനെ അഗാധമായ ചിന്തയിലേക്കും സ്തംഭനത്തിലേക്കും കൊണ്ടെത്തിക്കുകയാണുണ്ടായത്.

അലക്സ് കണ്ടത്തിലിന്റെ *Sita Her Untold Story* എന്ന പരിഭാഷാകൃതി അതീവസൂക്ഷ്മതയോടും ശ്രദ്ധയോടും കൂടെയാണ് പരിഭാഷപ്പെടുത്തിയിരിക്കുന്നത്. സീതയുടെ മാനസികമായ സങ്കീർണ്ണതകളും അതിന്റെ ദുരൂഹമായ വഴികളും മനസ്സിലാക്കുവാനും ഉൾക്കൊള്ളുവാനും പരിഭാഷകൻ ശ്രമിച്ചിട്ടുണ്ട്. രാജ്ഞിയായി വാണരുളേണ്ട സീതയ്ക്ക് പ്രകൃതിയൊരുക്കുന്ന രാജകീയമായ സംവിധാനത്തെക്കുറിച്ച് പറയുന്നു;

Branches of an acacia in bloom a beautiful canopy for a room.
Blue grass lush beneath her feet, a thick blanket under her seat.

മൂലപാഠം:
അരിയോരണിപന്തലായ് സതി-
ക്കൊരു പൂവാക വിതിർത്ത
ശാഖകൾ,
ഹരിനീല തൃണങ്ങൾ കീഴിരു-
ന്നരുളും പട്ടു വിരിപ്പുമായിതു.

'ഹരിനീലതൃണങ്ങൾ' എന്നതിന് Bluegrass lush എന്നും 'കീഴിരുന്നരുളും പട്ടുവിരിപ്പുമായിതു' എന്നതിന് A thick blanket under her seat എന്നും പരിഭാഷപ്പെടുത്തിയിരിക്കുന്നു.

Enough, you sharp arrows;
my hardened mind do not
impale,
continue your reckless journey,
but abandon this battered lady.

മൂലപാഠം ഇങ്ങനെ:
മതി തീക്ഷ്ണശരങ്ങളേ! ശ്രമം;
ക്ഷതമേലാ മരവിച്ചൊരെന്മനം
കുതികൊള്ളുക ലോകചക്രമേ!
ഹതയാം സീതയെയിങ്ങു തള്ളുക.

'മതി തീക്ഷ്ണശരങ്ങളേ' എന്നതിന് enough, you sharp arrows എന്നും 'കുതികൊള്ളുക ലോകചക്രമേ' എന്നതിന് continue your reckless journey എന്നും 'ഹതയാം സീതയെയിങ്ങു തള്ളുക' എന്നതിന് abandon this battered lady എന്നും പരിഭാഷപ്പെടുത്തിയിരിക്കുന്നു. മൂലകൃതിയോട് അടുത്തു നിൽക്കുന്ന പരിഭാഷാപാഠം സൃഷ്ടിക്കാനാണ് പരിഭാഷകൻ ശ്രമിച്ചിട്ടുള്ളത്. *വീണപൂവി*ന്റെയും *ചിന്താവിഷ്ടയായ സീത*യുടെയും മൂലപാഠങ്ങളുമായി പരിഭാഷാകൃതികളെ തട്ടിച്ചുനോക്കിയാൽ അലക്സിന്റെ കാവ്യപരിഭാഷാശ്രമം കുമാരനാശാനെ പൂർണ്ണമായും മനസ്സിലാക്കുവാനുള്ള കവിഹൃദയം പരിഭാഷകനുണ്ടെന്ന് ബോദ്ധ്യപ്പെടും.

സ്വന്തം വീടും നാടും വിട്ട് വിദേശത്ത് കുടുംബം പോറ്റാൻ ഉഴറി നടക്കുന്ന ഒരു മനുഷ്യൻ ജീവിതത്തിന്റെ ഹർഷോന്മാദങ്ങൾ കണ്ടെത്തുന്നതിന് കുമാരനാശാന്റെ കവിതകളുടെ ആസ്വാദനത്തിലൂടെയും പരിഭാഷാശ്രമങ്ങളിലൂടെയുമാണെന്ന് അറിയുമ്പോൾ അലക്സ് കണ്ടത്തിലിനെ സ്നേഹിക്കാനും ആദരിക്കുവാനും തോന്നിപ്പോകുന്നു. കുമാരനാശാനെപ്പോലെ സങ്കീർണ്ണ സ്വഭാവമുള്ള കവിയെയും പേറി ഒരു മനുഷ്യൻ സാഹിത്യത്തിന്റെ പെരുവഴി നടന്നു കയറിയിരിക്കുന്നു എന്നത് നിസ്സാരമല്ല. നിസ്തന്ദ്രമായ കാവ്യോപാസനയും മലയാളഭാഷയോടും കവിതയോടുമുള്ള ഭക്തിസാന്ദ്രമായ സമീപനവും അലക്സ് കണ്ടത്തിലിന്റെ പരിഭാഷകളിൽ അങ്ങിങ്ങു കാണുന്ന കുറവുകൾ ക്ഷമിക്കുവാൻ പോന്നതാകുന്നു. അലക്സ് *മനോരമ*യുമായി ബന്ധപ്പെട്ട 'കണ്ടത്തിൽ കുടുംബ'ത്തിൽ നിന്നാണ് വരുന്നത് എന്നറിയുമ്പോൾ അലക്സിന്റെ കാവ്യോപാസന പാരമ്പര്യവഴിക്ക് ലഭിച്ചതാണെന്ന് മനസ്സിലാക്കാം. അദ്ദേഹത്തിന്റെ *നളിനി, ലീല* തുടങ്ങിയ ആശാൻകൃതികളുടെ പരിഭാഷയ്ക്കു വേണ്ടി നമുക്ക് കാത്തിരിക്കാം.

1. Alex Kandathil, *A fallen flower* (New Delhi: Authors press 2017)
2. Alex Kandathil, *Sita-Her untold story* (New Delhi: Authors press 2017)

അനുബന്ധം
കുമാരനാശാന്റെ ജീവിതവൃത്തം

ഒന്ന്

തിരുവനന്തപുരം ജില്ലയിൽ ചിറയിൻകീഴുതാലൂക്കിലുള്ള ഒരു ഗ്രാമമാണ് കായിക്കര. അറബിക്കടലും അഞ്ചുതെങ്ങുകായലും ചേർന്ന് ആ പ്രദേശത്തെ മനോഹരമാക്കുന്നു. അവിടെ കടലോരത്ത് 'തൊമ്മൻ വിളാകം' എന്ന പേരിലുള്ള ഒരു വീട് ഉണ്ടായിരുന്നു. ആ വീട്ടിലെ കാളിയമ്മയെ കായിക്കര പുത്തൻകടവത്തു നാരായണൻ വിവാഹം കഴിച്ചു. കാളിയമ്മയെ 'കൊച്ചുപെണ്ണെ'ന്നും നാരായണനെ 'നാരായണൻ പെരുങ്കുടി' എന്നുമാണ് നാട്ടുകാർ വിളിച്ചുപോന്നത്. അവർക്ക് ആറു ആൺമക്കളും രണ്ടു പെൺമക്കളും ഉണ്ടായി. അവരിൽ രണ്ടാമത്തെ പുത്രനാണ് പില്ക്കാലത്തു കുമാരനാശാൻ എന്ന പേരിൽ പ്രസിദ്ധനായി ത്തീർന്ന കുമാരു. ചിത്രപൗർണ്ണമിയും വിഷുവുംചേർന്നു വന്ന 1873 ഏപ്രിൽ 12-ാം തീയതിയാണ് കുമാരു ജനിച്ചത്.

കുടുംബാന്തരീക്ഷം കുമാരുവിൽ സാഹിത്യാഭിരുചി വളർത്താൻ പ്രേരകമായിരുന്നു. *രാമായണം, മഹാഭാരതം, ഭാഗവതം, ഭഗവദ്ഗീത* തുടങ്ങിയ മഹദ്ഗ്രന്ഥങ്ങൾ നിത്യവും പാരായണം ചെയ്തിരുന്ന അമ്മയ്ക്കു ധാരാളം പുരാണകഥകൾ അറിയാമായിരുന്നു. ആ കഥകൾ കേൾക്കാൻ കുമാരുവിനു വലിയ ഇഷ്ടമാണ്. വീട്ടുജോലികൾ ചെയ്തു കൊണ്ടുനില്ക്കുന്ന അമ്മയെ പിടിച്ചിരുത്തി കുമാരു കഥകൾ പറയിക്കും. ഈശ്വരകഥകൾ പറയുന്നതു മോക്ഷംകിട്ടാനുള്ള വഴിയായിട്ടാണ് ഭക്ത യായ ആ അമ്മ കരുതിയത്. മലയാളത്തിലും തമിഴിലും പണ്ഡിതനായി രുന്നു അച്ഛൻ. അദ്ദേഹം പാട്ടുകളും കവിതകളും എഴുതുകയും മനോ ഹരമായി പാടുകയും ചെയ്യുമായിരുന്നു. അച്ഛൻ ഈണത്തിൽ പാടുന്ന ഭക്തിഗാനങ്ങൾ കേൾക്കാൻ കുമാരുവിന് ആവേശമായിരുന്നു. കണ്ണാടി നോക്കി പല്ലുതേച്ചുകൊണ്ടിരുന്ന അച്ഛന്റെ മുതുകത്തു ചാരിക്കിടന്നു കൊണ്ട് അഞ്ചുവയസ്സുള്ള കുമാരു പറഞ്ഞു; "അച്ഛനു മീശ ഇല്ലാരുന്നെങ്കി

അച്ഛനും ഞാനും ഒരേപോലെ. അച്ഛനോളമാകുമ്പോൾ ഞാനും അച്ഛനെപ്പോലെ കൊച്ചുപാട്ടുകൾ ഉണ്ടാക്കും."

കുമാരു കുട്ടിക്കാലത്തു മഹാവികൃതിയായിരുന്നു. അവനിലെ അടങ്ങാത്ത ഊർജ്ജസ്വലതയും പ്രതിഭയും വ്യക്തമാക്കുന്ന ഒട്ടേറെ കഥകളുണ്ട്.

അയൽപക്കത്തുള്ള വീട്ടുപറമ്പിലെ മാവിൽ മാങ്ങ പഴുത്തുനില്ക്കുന്നതു കുമാരു കണ്ടു. ആ വീട്ടിൽ വസൂരിരോഗികൾ കിടപ്പുള്ളതിനാൽ അനുജൻ ശങ്കരൻ കൂടെ ചെല്ലാൻ വിസമ്മതിച്ചു. ഒടുവിൽ കുമാരുവിന്റെ നിർബന്ധത്തിനു ശങ്കരൻ വഴങ്ങി. ആരെങ്കിലും വരുന്നുണ്ടോ എന്നു നോക്കാൻ ശങ്കരനെ മാവിൻചുവട്ടിൽ കാവൽ നിറുത്തി. കുമാരു മാവിന്റെ ഉയർന്നകൊമ്പിൽ കയറി. കായ്ച്ചു പഴുത്തുനില്ക്കുന്ന മാവിന്റെയും അകലെ കാണുന്ന വൃക്ഷലതാദികളുടെയും ഭംഗി കണ്ടപ്പോൾ കുമാരുവിന്റെ ഭാവന ചിറകുവിടർത്തി. അവൻ മാവിൻകൊമ്പുകൾ പിടിച്ചുകുലുക്കി ആർത്തട്ടഹസിച്ചു. എല്ലാം കണ്ടുകൊണ്ട് അതുവഴിവന്ന അമ്മാവൻ രണ്ടുപേരെയും പൊതിരെ തല്ലി. ഇക്കാര്യം അറിഞ്ഞാൽ അച്ഛന്റെ കൈയിൽനിന്നും തല്ലുകൊള്ളുമെന്നതിനാൽ, വീട്ടിൽപ്പറയരുതെന്നു കുമാരു അനുജനെ വിലക്കി. രണ്ടുദിവസം കഴിഞ്ഞു വിവരം അറിഞ്ഞപ്പോൾ, വസൂരിപിടിച്ച വീട്ടിൽച്ചെന്ന് ബഹളം ഉണ്ടാക്കിയതിനു അമ്മ ശകാരിച്ചു. കുമാരു അമ്മയോടു പറഞ്ഞു: "എന്താ വസൂരി ചാടിപ്പിടിക്കുമോ? ഭയപ്പെടുന്നവന് ഒളിച്ചിരിക്കാൻ ഈ ലോകത്തു സ്ഥലമെവിടെ?" മകന്റെ യുക്തിവാദത്തിനുമുന്നിൽ അമ്മ നിശ്ശബ്ദയായി.

സ്വാർത്ഥിയായ ഒരാൾ അയൽപക്കത്തു താമസിച്ചിരുന്നു. പൂവൻവാഴകൾ കുലച്ചു പാകമാകുമ്പോൾ പഴുപ്പിച്ച് ഒരുപഴംപോലും ആർക്കും കൊടുക്കാതെ അയാൾ തിന്നുതീർക്കും. കുലയ്ക്കാറായി നിന്ന ഒരു വാഴ ഒരു ദിവസം ആരോ വെട്ടിമുറിച്ചിട്ടു. അതു ചെയ്തതു കുമാരു ആണെന്നു കണ്ടുപിടിച്ചു. ആ തെറ്റിനു അച്ഛൻ ശിക്ഷിച്ചു. ആ പാവത്തിന്റെ വാഴ വെട്ടിമുറിച്ചതെന്തിനെന്നു ചോദിച്ചു. കുമാരുവിന്റെ മറുപടി ഇതായിരുന്നു: "പാവമോ? ഒന്നുപോലും ആർക്കും കൊടുക്കാതെ തിന്നുതീർക്കുന്ന നീചൻ. ഈ കുല പഴുപ്പിച്ചു തിന്നുന്നതു ഒന്നു കാണട്ടെ."

ഉറക്കത്തിൽ മൂത്രമൊഴിക്കുന്ന ചീത്തസ്വഭാവം കുമാരുവിന് ഉണ്ടായിരുന്നു. അതിന് അച്ഛന്റെ ശകാരവും അടിയും അവനു ദിവസവും ഏൽക്കേണ്ടിവന്നു. ഒടുവിൽ ഒരു പോംവഴി അവൻ കണ്ടെത്തി. ഉറങ്ങാൻ കിടക്കുമ്പോൾ, വിളക്കണച്ചുകഴിഞ്ഞാൽ ഉടുത്തിരിക്കുന്ന മുണ്ടുരിഞ്ഞു തലയ്ക്കൽവെയ്ക്കും. രാവിലെ മറ്റുള്ളവരേക്കാൾ നേരത്തേ ഉണർന്ന് മുണ്ടുടുത്തു നല്ലകുട്ടിയായി പുറത്തുവരും. കുമാരുവിന്റെ അടുത്തു കിടന്നുറങ്ങിയ നിരപരാധികൾ മുണ്ടുനനഞ്ഞതിന്റെ പേരിൽ അച്ഛന്റെ തല്ലിന് ഇരയാകും. മുണ്ടുനനഞ്ഞവൻ ശിക്ഷാർഹനെന്നു കുമാരു ഉറക്കെ പറയുകയും ചെയ്യും.

കുമാരുവിനു ചൂണ്ടയിട്ടു മീൻപിടിക്കാൻ വലിയ കമ്പമായിരുന്നു. ഒരിക്കൽ അവൻ കൂട്ടുകാരുമൊത്തു കടലിൽ ചൂണ്ടയിടാൻ പോയി. ഒരു

മീൻ കുമാരുവിന്റെ ചൂണ്ടയും പൊട്ടിച്ചുകൊണ്ടു പാഞ്ഞു. ചൂണ്ടച്ചരടിൽ പൊങ്ങുതടി കോർത്തിരുന്നതിനാൽ മീനിന്റെ ഗതി അറിയാമായിരുന്നു. കുമാരുവും കൂട്ടുകാരും മീനിന്റെ പിന്നാലെ നീന്തി: കുറച്ചുകഴിഞ്ഞപ്പോൾ ക്ഷീണിതരായ സുഹൃത്തുക്കൾ അപകടമോർത്തു പിൻമടങ്ങി. കുമാരു തിരക്കുഴിയും കടന്നുചെന്നു മീനിനെ പിടിച്ചുകൊണ്ടേ കരയ്ക്കെത്തിയുള്ളു. കുമാരുവിന്റെ ഈ പ്രവൃത്തിയെപ്പറ്റി വീട്ടിൽ അറിഞ്ഞപ്പോൾ അച്ഛൻ ദേഷ്യംകൊണ്ടു ജ്വലിച്ചു. അദ്ദേഹം മകനെ ശാസിക്കുകയും ശിക്ഷിക്കുകയും ചെയ്തു. അച്ഛന്റെ ദേഷ്യം ഒന്നടങ്ങി എന്നറിഞ്ഞപ്പോൾ കുമാരു അച്ഛൻകൂടി കേൾക്കാനായി അമ്മയോടു പറഞ്ഞു: "ചൂണ്ട എറിയാൻ പോയതിനായിരുന്നു ശിക്ഷിച്ചതെങ്കിൽ സങ്കടമില്ലായിരുന്നു. നീന്താനിടയാക്കിയതു ചൂണ്ടലേറാണ്. ഒരു പ്രവൃത്തി ചെയ്യുന്നതിനുമുമ്പാണ് ആലോചിക്കേണ്ടത്. ആരംഭിച്ചാൽ അന്ത്യം കണ്ടേ മടങ്ങാവൂ. ചിലപ്പോൾ പരാജയമാവാം. ചിലപ്പോൾ ജീവഹാനിതന്നെ സംഭവിക്കാം. പ്രവൃത്തിധൈര്യവും മനഃസ്ഥൈര്യവും ഇല്ലാത്തവൻ മനുഷ്യനല്ല. വിജയത്തിൽ അമിതമായ സന്തോഷമോ പരാജയത്തിൽ അമിതമായ സന്താപമോ ഉചിതവുമല്ല."

ഇതുകേട്ടു കുമാരുവിന്റെ അച്ഛൻ അത്ഭുതപ്പെട്ടു. മകന്റെ ചിന്താഗതിയിലും ആത്മധൈര്യത്തിലും അദ്ദേഹം അഭിമാനിച്ചു.

കുമാരു പഠിക്കുന്ന കാര്യത്തിൽ മറ്റാരെക്കാളും മുന്നിലായിരുന്നു. കുമാരുവിന്റെ ബുദ്ധിസാമർത്ഥ്യത്തിലും പഠിത്തത്തിൽ അവനുള്ള താൽപര്യത്തിലും അദ്ധ്യാപകർക്കു നല്ല മതിപ്പായിരുന്നു. കുമാരു അഞ്ചാം വയസ്സിൽ കായിക്കരയ്ക്കടുത്തു നെടുങ്ങണ്ടയിലുണ്ടായിരുന്ന തുണ്ടയിൽ പെരുമാൾ ആശാന്റെ കുടിപ്പള്ളിക്കൂടത്തിൽ ചേർന്നു. ഒരു വർഷം അവിടെ പഠിച്ചു. പിന്നീടു സംസ്കൃതം അഭ്യസിക്കാൻ ഉടയാൻ കുഴിയിൽ കൊച്ചുരാമൻ വൈദ്യരുടെ അടുക്കലെത്തി. അദ്ദേഹമാണ് കുമാരുവിനെ *അമരകോശം, സിദ്ധരൂപം, ശ്രീരാമോദന്തം* എന്നീ സംസ്കൃതത്തിലെ പ്രാരംഭഗ്രന്ഥങ്ങളും *ശ്രീകൃഷ്ണവിലാസം, രഘുവംശം, മാഘം* എന്നീ കാവ്യങ്ങളും പഠിപ്പിച്ചത്. നാരായണൻ പെരുങ്കുടിയുടെ ഉത്സാഹത്താൽ 1884 ൽ 'ചക്കൻവിളാകം പ്രൈമറി സ്കൂൾ' സ്ഥാപിതമായി. കുമാരു ആ സ്കൂളിൽ രണ്ടാം ക്ലാസിൽ ചേർന്നു. അന്നു മലയാളം സ്കൂളുകളിൽ ഇംഗ്ലീഷ് പഠിപ്പിച്ചിരുന്നില്ല. കുമാരുവിൽ ഇംഗ്ലീഷ് പഠിക്കണമെന്ന ആഗ്രഹം തീവ്രമായിരുന്നു. ചില സുഹൃത്തുക്കളോടുചേർന്നു കുമാരു പ്രൈവറ്റായി ഇംഗ്ലീഷു പഠിച്ചുതുടങ്ങി. 1887 ൽ കുമാരു നാലാം ക്ലാസ് ജയിച്ചു. പ്രശസ്ത വിജയം വരിച്ച കുമാരുവിന് ആ സ്കൂളിൽത്തന്നെ അധ്യാപകജോലി കിട്ടി. അന്നു കുമാരുവിന് പതിന്നാലു വയസ്സേ പ്രായമുണ്ടായിരുന്നുള്ളൂ. ഗവൺമെന്റ് സർവ്വീസ് നിയമമനുസരിച്ചു പ്രായം തികഞ്ഞില്ലെന്ന കാരണത്താൽ ഏതാനും മാസം കഴിഞ്ഞു കുമാരുവിനെ ജോലിയിൽനിന്നു പിരിച്ചുവിട്ടു. അങ്ങനെ കുമാരു വീട്ടിൽ നില്ക്കുന്ന കാലത്തു രസകരമായ ചില സംഭവങ്ങളുണ്ടായി.

ഉറങ്ങാൻ കിടന്നാൽ കുമാരുവിനെ ഉണർത്തുക വിഷമമാണ്.

ഉണർന്നാലോ ഉറക്കപ്പിച്ചിൽ പല ഗോഷ്ഠികളും കാണിക്കും. നാരായണൻ പെരുങ്കുടിയെ കണ്ട് *രാമായണ*ത്തിലെ ഒരു സംശയം തീർക്കാൻ രണ്ടുപേർ ഒരുദിവസം രാത്രി വീട്ടിൽവന്നു. സുഖമില്ലാതെ കിടപ്പിലായിരുന്നതിനാൽ കുമാരുവിനെ വിളിച്ചു സംശയം തീർത്തുകൊള്ളാൻ പെരുങ്കുടി പറഞ്ഞു. വളരെ പണിപ്പെട്ടു കുമാരുവിനെ ഒരുവിധം വിളിച്ചുണർത്തി. ഉടുത്തിരുന്ന മുണ്ടാണെന്നു കരുതി കിടക്കാൻ ഉപയോഗിച്ച പായയെടുത്ത് ഉടുമുണ്ടായി ചുറ്റിക്കൊണ്ടുപുറത്തിറങ്ങിവന്ന കുമാരുവിനെ കണ്ട് എല്ലാവരും ചിരിച്ചു. അല്പനേരത്തെ വിഭ്രാന്തിക്കുശേഷം സംഗതി പിടികിട്ടിയ കുമാരു അകത്തുചെന്നു മുണ്ടെടുത്തുടുത്തു. കൈകാൽ മുഖം കഴുകി ശുദ്ധി വരുത്തിവന്നു കുമാരു അവരുടെ സംശയം തീർത്തു.

വീട്ടിൽനിന്നു കുറച്ചകലെയായി ഒരു ഭഗവതി ക്ഷേത്രമുണ്ടായിരുന്നു. പകൽസമയങ്ങളിൽ ഭജനം, പുരാണപാരായണം ഇവയിൽ ഏർപ്പെട്ട കുമാരു അവിടെത്തന്നെ കഴിച്ചു. ഒരു ദിവസം സൂര്യൻ അസ്തമിച്ചു വളരെക്കഴിഞ്ഞിട്ടും കുമാരുവിനെ കണ്ടില്ല. പലേ സ്ഥലങ്ങളിലും അന്വേഷിക്കാൻ ആൾക്കാർ പോയി. ഒടുവിൽ, ക്ഷേത്രപരിസരത്ത് ധ്യാനനിരതനായി ബോധരഹിതനായിരുന്ന കുമാരുവിനെ അച്ഛൻ കണ്ടെത്തി. വളരെ നേരം ഒരേ ഇരുപ്പിൽ ഇരുന്നതുകൊണ്ട് ഒരു കാലും ഒരു വശവും സ്തംഭിച്ചുപോയി. വളരെ വിഷമിച്ചാണ് അവിടെനിന്നു കുമാരു വീട്ടിൽ എത്തിയത്.

കുമാരുവിനെ ഇങ്ങനെ വിട്ടാൽ അപകടമാകുമെന്നു അച്ഛൻ ഭയന്നു. അദ്ദേഹം നെടുങ്ങണ്ടയിലെ ഒരു പ്രസിദ്ധ കച്ചവടക്കാരനായിരുന്ന പെരുന്തറ കൊച്ചാര്യൻ വൈദ്യന്റെ കടയിൽ കുമാരുവിനു കണക്കെഴുത്തു ജോലി ഏർപ്പാടാക്കി. കുമാരുവിന്റെ മനസ്സ് കണക്കെഴുത്തിൽ ഉറച്ചില്ല. 'പഠിക്കണം, പഠിക്കണം' എന്ന ഒരേയൊരു വിചാരമേ ആ ഇളം മനസ്സിൽ ഉണ്ടായിരുന്നുള്ളൂ. എങ്കിലും, ഏല്പിച്ച ജോലിയിൽ വീഴ്ച വരുത്താൻ കുമാരു ഇഷ്ടപ്പെട്ടില്ല. കിട്ടുന്ന ഒഴിവു സമയങ്ങളിൽ ഒറ്റശ്ലോകങ്ങൾ, സമസ്യാപൂരണങ്ങൾ, കവിതകൾ ഇവ എഴുതി പത്രങ്ങൾക്കു അയച്ചുകൊടുക്കുമായിരുന്നു. പരവൂർ കേശവനാശാൻ നടത്തിയിരുന്ന *സുജനാനന്ദിനി* എന്ന മാസികയിലും മറ്റും കുമാരു, കായിക്കര എൻ കുമാരൻ, കെ എൻ കുമാരൻ എന്നീ പേരുകളിൽ കവിതകൾ എഴുതി പ്രസിദ്ധപ്പെടുത്തിയിരുന്നു.

മകന്റെ മനസ്സും ജോലിയും തമ്മിലുള്ള അന്തരം അച്ഛൻ മനസ്സിലാക്കി. അദ്ദേഹം കുമാരുവിന്റെ ആഗ്രഹം അനുസരിച്ച് വിദ്യാഭ്യാസം തുടരാൻ അനുവദിച്ചു. കുമാരുവിനെ മണമ്പൂർ ഗോവിന്ദനാശാൻ നെടുങ്ങണ്ടയിൽ നടത്തിവന്ന 'വിജ്ഞാനസന്ദായിനി' സംസ്കൃതപാഠശാലയിൽ ചേർത്തു. ഗോവിന്ദനാശാൻ സ്ഥലത്ത് ഇല്ലാത്തപ്പോൾ മറ്റു കുട്ടികൾക്കു പാഠം പറഞ്ഞുകൊടുക്കുന്ന ചുമതല കുമാരുവിനെയാണ് ഏല്പിച്ചത്. പാഠശാലയിൽ ഇടയ്ക്കിടെ നടത്താറുണ്ടായിരുന്ന 'കവിതാപരീക്ഷ'യിൽ കുമാരുവായിരുന്നു ഒന്നാമൻ. ഏതു വൃത്തത്തിലും എത്ര ശ്ലോകം വേണമെങ്കിലും. എഴുതുവാൻ കുമാരുവിന് ഒരു വിഷമവുമു

ണ്ടായിരുന്നില്ല. ഇക്കാലത്ത് *വള്ളീവിവാഹം അമ്മാനപ്പാട്ട്, ഉഷാകല്യാണം നാടകം, സുബ്രഹ്മണ്യശതകം സ്തോത്രം* എന്നീ കൃതികൾ കുമാരു രചിക്കുകയുണ്ടായി. *സുബ്രഹ്മണ്യശതകം* കുഞ്ഞിക്കുട്ടൻ തമ്പുരാന്റെ പ്രശംസാപത്രത്തോടെ പ്രസിദ്ധപ്പെടുത്തി. കുമാരുവിന്റെ ആദ്യത്തെ അച്ചടിച്ചു പ്രസിദ്ധപ്പെടുത്തിയ ഗ്രന്ഥം അതായിരുന്നു. *വള്ളീവിവാഹവും ഉഷാകല്യാണവും* പുസ്തകരൂപത്തിൽ പ്രസിദ്ധീകരിച്ചിട്ടില്ല. അവയുടെ കൈയെഴുത്തുപ്രതികൾ കണ്ടുകിട്ടിയിട്ടുമില്ല.

കുമാരു ഗോവിന്ദനാശാന്റെ പാഠശാലയിൽ രണ്ടുവർഷം പഠിച്ചു. കാളിദാസന്റെ *ശാകുന്തളം* നാടകത്തിലെ ഒരു ഭാഗത്തെച്ചൊല്ലി ഒരു ദിവസം ഗുരുവും ശിഷ്യനും തമ്മിൽ തർക്കമുണ്ടായി. ശിഷ്യൻ പറഞ്ഞതാണ് ശരിയെന്നു ഗുരുവിനു ബോദ്ധ്യം വന്നപ്പോൾ അദ്ദേഹത്തിനു കുമാരുവിനെപ്പറ്റി അഭിമാനം തോന്നി. തന്നെക്കാൾ വലിയൊരു പണ്ഡിതന്റെ കീഴിൽ പഠിക്കേണ്ടവനാണ് ശിഷ്യനെന്നു മനസ്സിലാക്കിയ ഗുരു അനുഗ്രഹാശിസ്സുകളോടെ അവനെ യാത്രയാക്കി.

അക്കാലത്തു കുമാരുവിനെ വേദനിപ്പിച്ച ഒരു സംഭവമുണ്ടായി. പി ഗോവിന്ദപ്പിള്ള *ഭാഷാചരിത്രം* പരിഷ്കരിച്ചു എഴുതിക്കൊണ്ടിരിക്കുകയായിരുന്നു. അദ്ദേഹത്തെ സഹായിക്കുവാൻ ഒരാളുമുണ്ടായിരുന്നു. കവികളുടെ ജീവചരിത്രവും കൃതികളുടെ പേരുകളും എഴുതി അറിയിക്കണമെന്നു പരസ്യംചെയ്തതിനനുസരിച്ചു കുമാരു തന്നെ സംബന്ധിക്കുന്ന വിവരങ്ങൾ എഴുതി അറിയിച്ചു. ഗോവിന്ദപ്പിള്ള അറിയാതെ, സഹായി കുമാരുവിന് ഇങ്ങനെ എഴുതി: "ഇങ്ങനെയുള്ള പൊട്ടക്കവികളുടെ ജീവചരിത്രം ചേർക്കാൻ വേണ്ടിയല്ല ഭാഷാചരിത്രം പരിഷ്കരിക്കാൻ ഉദ്യമിക്കുന്നത്." ക്ഷോഭിച്ചുകൊണ്ട് കുമാരു അയാൾക്ക് എഴുതിയ മറുപടിയിൽ ഇപ്രകാരം പറഞ്ഞു: "പൊട്ടക്കവി എന്ന് എന്നെക്കുറിച്ചു പറഞ്ഞ നിങ്ങളെക്കൊണ്ടുതന്നെ ഒരിക്കൽ എന്നെ മഹാകവിയെന്നു പറയിപ്പിച്ചേക്കാം." കുമാരുവിന്റെ പില്ക്കാല കാവ്യ ജീവിതത്തിന്റെ ഗതി നിയന്ത്രിച്ച ഒരു ഉഗ്രശപഥമായിരുന്നു അത്.

ഗ്രന്ഥങ്ങൾ കുമാരുവിന്റെ ഉറ്റചങ്ങാതികളായിത്തീർന്നു. കടപ്പുറത്ത്, ഏകനായി വായനയിൽ ലയിച്ചിരിക്കുന്ന കുമാരുവിനെ കാണാം. സംസ്കൃതത്തിലും തമിഴിലുമുള്ള വേദാന്തഗ്രന്ഥങ്ങൾ നിഷ്കർഷിച്ചു പഠിച്ചു. ഒരുദിവസം ഒരു മുക്കുവത്തി വെള്ളം കുടിക്കാൻ വീട്ടിൽ വന്നു. കടപ്പുറത്തുനിന്നു കിട്ടിയതാണെന്നു പറഞ്ഞ് അവർ ഒരു ഗ്രന്ഥം കുമാരുവിന്റെ അമ്മയുടെ കൈയിൽ കൊടുത്തു. കുമാരു കടപ്പുറത്തു മറന്നിട്ടുപോയ *ഭഗവദ്ഗീത* ആയിരുന്നു അത്. മോക്ഷദായകമായ ആ ഗ്രന്ഥം മീൻകൊട്ടയിൽ വെയ്ക്കാനിടയായതിൽ അമ്മയ്ക്കു വലിയ കുണ്ഠിതമുണ്ടായി. തന്റെ മകൻ അതിനു കാരണക്കാരനായല്ലോ എന്നോർത്ത് അവർക്ക് അസ്വസ്ഥതയും തോന്നി.

'ഒരു ജാതി, ഒരു മതം, ഒരു ദൈവം മനുഷ്യന്,' 'മതമേതായാലും മനുഷ്യൻ നന്നായാൽ മതി' എന്നീ സന്ദേശങ്ങളുമായി ശ്രീനാരായണ ഗുരു ദേശംതോറും സഞ്ചരിക്കുകയായിരുന്നു. അദ്ദേഹത്തെ ഒരുദിവസം

കുമാരുവിന്റെ അച്ഛൻ വീട്ടിൽ കൂട്ടിക്കൊണ്ടുവന്ന് സൽക്കരിച്ചു. കുമാരു വീട്ടിൽ അസുഖമായി കിടക്കുകയായിരുന്നു. നാരായണഗുരു കുമാരുവിനോടു ചോദിച്ചു:

"നിനക്കു നമ്മുടെ കൂടെ വരാൻ സമ്മതമാണോ?"

"സമ്മതമാണ്." കുമാരു മറുപടി പറഞ്ഞു.

എന്നാൽ, അദ്ദേഹത്തോടൊപ്പം പോകാൻ കുമാരുവിന് അപ്പോൾ സാധിച്ചില്ല. അവർ ഇടയ്ക്കിടെ കണ്ടുമുട്ടിക്കൊണ്ടിരുന്നു. കുമാരുവിന്റെ സ്തോത്രകവിതകളിൽ ആകൃഷ്ടനായ നാരായണഗുരു ശൃംഗാരകവിതകൾ എഴുതരുതെന്ന് ഉപദേശിച്ചു. നാരായണഗുരുവിനെ കണ്ടുമുട്ടിയതു കുമാരുവിന്റെ ജീവിതത്തിലെ ഒരു പ്രധാന സംഭവമാണ്. ആ ദിവ്യസമാഗമം കുമാരുവിന്റെ പില്ക്കാലജീവിതത്തെയും കവിതയെയും സ്വാധീനിച്ചിട്ടുണ്ട്.

അവാച്യമായ ഒരസ്വസ്ഥത കുമാരുവിനെ നിരന്തരം ശല്യപ്പെടുത്തിക്കൊണ്ടേയിരുന്നു. ജീവിതം ക്ഷണികമാണെന്നും ഇക്കാണായതെല്ലാം മായയാണെന്നുമുള്ള ചിന്ത വർദ്ധിച്ചുകൊണ്ടിരുന്നു. ഈശ്വര സ്തോത്രങ്ങൾ എഴുതി മനസ്സിനെ ശാന്തമാക്കാൻ ശ്രമിച്ചു. കായിക്കരയ്ക്കടുത്തുള്ള വക്കത്ത്, നാരായണഗുരു സുബ്രഹ്മണ്യപ്രതിഷ്ഠ നടത്തിയ വേലായുധൻ കോവിലിൽ കുമാരു ചെന്നുകൂടി. മതഗ്രന്ഥപാരായണം, ധ്യാനം, യോഗാഭ്യാസം ഇവയിൽ അദ്ദേഹം മുഴുകി. അവിടെ ഒരു പാഠശാല ഉണ്ടാക്കി കുട്ടികളെ സംസ്കൃതം പഠിപ്പിക്കാനും ഒരുങ്ങി. സംസ്കൃതാദ്ധ്യാപകനായ അദ്ദേഹത്തെ നാട്ടുകാർ 'കുമാരു ആശാൻ' എന്നു വിളിച്ചുതുടങ്ങി. അതു പിന്നീടു 'കുമാരനാശാൻ' ആയി മാറി. വേലായുധൻ കോവിലിലെ ശാന്തിപ്പണിയും കുറേനാൾ ആശാൻ നോക്കി. അവിടത്തെ ഭക്തൻമാർക്കു നിത്യപാരായണത്തിനായി *സുബ്രഹ്മണ്യപഞ്ചകം* എന്നൊരു സ്തോത്രം എഴുതി.

പൂത്തുനില്ക്കുന്ന വൃക്ഷലതാദികൾ, പച്ചപിടിച്ച ഇടതൂർന്ന കാടുകൾ, ചിറ്റോളങ്ങളുയർത്തുന്ന ജലാശയങ്ങൾ, അനന്തമായ ആകാശം, അപാരമായ സമുദ്രം-ആരെയും ആകർഷിച്ചു നിറുത്തുന്നതായിരുന്നു ചുറ്റുമുള്ള പ്രകൃതി. പ്രകൃത്യാരാധന ഈശ്വരാരാധനയ്ക്കു തുല്യമാകുന്നു. ആശാൻ, പ്രകൃതിഭംഗികൾ ആസ്വദിച്ച് അലഞ്ഞുനടന്നു. കുന്നുകളിലും കാടുകളിലും വളരെനേരം കഴിച്ചുകൂട്ടി. സത്യാന്വേഷിക്ക് ഒരിടത്തും ഉറച്ചുനില്ക്കാനാവില്ല. ഒരു ദിവസം ആരോടും പറയാതെ ആശാൻ വേലായുധൻകോവിൽ വിട്ടുപോയി. നടന്നുനടന്ന് കുറ്റാലത്തെത്തി. വിശപ്പും ദാഹവുംകൊണ്ടു വലഞ്ഞു. മലേറിയാരോഗം ബാധിച്ച് അവശനായി. അവിടെനിന്ന് അദ്ദേഹം നാരായണഗുരുവിന്റെ സാന്നിദ്ധ്യം കൊണ്ട് പാവനമായ അരുവിപ്പുറത്തേക്കാണു പോയത്. അവിടെച്ചെന്ന് ആശാൻ നാരായണഗുരുവിന്റെ അന്തേവാസിയായിത്തീർന്നു. മതഗ്രന്ഥപാരായണം, യോഗധ്യാനങ്ങൾ, സ്വാമിയോടൊത്തുള്ള യാത്രകൾ എല്ലാം ആശാന്റെ മനസ്സിനു ശാന്തി നല്കി. 1893 ൽ തിരുവനന്തപുരത്തു കുളത്തൂർ കോലത്തുകരക്ഷേത്രത്തിൽ ശിവപ്രതിഷ്ഠ നടത്തിയ അവസ

രത്തിൽ നാരായണഗുരു ഒരു ശ്ലോകാർദ്ധം ചൊല്ലി:

കോലത്തുകരെക്കുടികൊണ്ടരുളും
ബാലപ്പിറചൂടിയ വാരിധിയേ!

അതു പൂരിപ്പിക്കാൻ കൂടെ ഉണ്ടായിരുന്ന ആശാനോട് അദ്ദേഹം പറഞ്ഞു. തൃപ്പാദങ്ങളുടെ അനുഗ്രഹമുണ്ടെങ്കിൽ എന്തും സാദ്ധ്യമാണെന്ന മട്ടിൽ ആശാൻ പൂരിപ്പിച്ചു:

കാലൻകനിവറ്റു കുറിച്ചുവിടു-
ന്നോലപ്പടിയെന്നെയയ്ക്കരുതേ.

ആശാന്റെ കാവ്യരചനാസാമർത്ഥ്യത്തിൽ നാരായണഗുരുവിനു തികഞ്ഞ വിശ്വാസമായി. അരുവിക്കരയിലെ ഭക്തൻമാർക്കുവേണ്ടി ആശാൻ *ശാങ്കരശതകം* രചിച്ചു. നാരായണഗുരുവിന്റെ ശിഷ്യനും സന്തതസഹചാരിയുമായ ആശാനെ 'ചിന്നസ്വാമി'യായി കരുതി ആളുകൾ ബഹുമാനിച്ചു.

ഉപരിപഠനം നടത്തണമെന്നു നാരായണഗുരു ആശാനെ നിർബന്ധിച്ചു. അതിനുള്ള മാർഗ്ഗവും അദ്ദേഹംതന്നെ ഒരുക്കി. നാരായണഗുരുവിനോട് ഭക്തിയും അധഃകൃത വർഗ്ഗത്തിന്റെ ക്ഷേമൈശ്വര്യങ്ങളിൽ താല്പര്യവും ഉണ്ടായിരുന്ന ഡോക്ടർ പല്പു അന്ന് ബാംഗ്ലൂരിൽ ഉയർന്ന ഉദ്യോഗത്തിലായിരുന്നു. ആശാനും മറ്റു ശിഷ്യൻമാരുമായി നാരായണഗുരു അവിടെ എത്തി. ആശാന്റെ വിദ്യാഭ്യാസകാര്യങ്ങൾ ഡോക്ടർ പല്പു ഏറ്റു. ബാംഗ്ലൂരിലെ 'ശ്രീ ചാമരാജേന്ദ്ര സംസ്കൃത കോളേജിൽ ആശാന് പ്രവേശനം ലഭിച്ചു. 'ന്യായശാസ്ത്രം' ആയിരുന്നു ഐച്ഛിക വിഷയം. എല്ലാ ക്ലാസുകളിലും ഒന്നാമനായിരുന്നതിനാൽ ആശാന് സ്കോളർഷിപ്പു ലഭിച്ചു. മൂന്നുവർഷം അവിടെ പഠിച്ചു. ശങ്കരാചാര്യരുടെ *സൗന്ദര്യലഹരി,* ശ്രീകൃഷ്ണമിശ്രന്റെ *പ്രബോധചന്ദ്രോദയം* നാടകം എന്നീ കൃതികൾ അവിടെ വെച്ചു അദ്ദേഹം പരിഭാഷപ്പെടുത്തി. മൈസൂരിൽ പ്ലേഗ് പടർന്നുപിടിച്ചതിനാൽ കോളേജ് വളരെനാൾ അടച്ചിട്ടു. ഈ അവസരത്തിൽ ഡോക്ടർ പല്പു ഉപരിപഠനത്തിനായി ഇംഗ്ലണ്ടിലേക്കു പോയി. വിദ്യാഭ്യാസം തുടരാനാവാതെ ആശാൻ ആ അവസരത്തിൽ മദ്രാസിലെത്തി കുറേനാൾ അവിടെ പഠിച്ചു. പിന്നീട് ഡോക്ടർ പല്പു ആശാന് കൽക്കട്ടയിൽ വിദ്യാഭ്യാസം തുടരാനുള്ള ഏർപ്പാടുകൾ ചെയ്തുകൊടുത്തു. ആശാൻ അവിടത്തെ സംസ്കൃതകോളജിൽ ചേർന്നു. മഹാപണ്ഡിതനായിരുന്ന മഹാമഹോപാദ്ധ്യായ കാമാഖ്യനാഥ തർക്കവാഗീശൻ ആയിരുന്നു ഗുരുനാഥൻ. ആശാന്റെ ബുദ്ധിസാമർത്ഥ്യത്തിലും സ്വഭാവസവിശേഷതകളിലും ഗുരുവിന് തികച്ചും വിശ്വാസമായിരുന്നു.

ഒരിക്കൽ, ആശാൻ താമസിച്ചിരുന്ന ഹോസ്റ്റലിലെ പാചകക്കാരന് വസൂരി പിടിപ്പെട്ട് മറ്റു സുഹൃത്തുക്കൾ ആ പരിചാരകനെ ഉപേക്ഷിച്ചു. എന്നാൽ, ആ രോഗിയെ വിട്ടയയ്ക്കുന്നതു പാപമാണെന്ന് ആശാനു തോന്നി. അദ്ദേഹം ഒരു സ്ഥലം കണ്ടെത്തി അയാളെ അവിടെക്കിടത്തി ശുശ്രൂഷിച്ചു. സുഹൃത്തുക്കളും അദ്ധ്യാപകരും ആ സാഹസത്തിൽനിന്ന്

പിന്തിരിപ്പിക്കാൻ ശ്രമിച്ചെങ്കിലും, ആശാൻ തന്റെ തീരുമാനത്തിൽ ഉറച്ചുനിന്നു. ആ രോഗിയെ ശുശ്രൂഷിച്ച് പൂർണ്ണമായി ഭേദമാക്കി. ആ സംഭവത്തിന്റെ സ്മരണയിൽ, ആശാൻ പിൽക്കാലത്ത് പലപ്പോഴും അസ്വസ്ഥനാകാറുണ്ടായിരുന്നു. കൽക്കട്ടയിൽ പ്ലേഗും വസൂരിയും പടർന്നുപിടിച്ചു. വിദ്യാലയങ്ങളെല്ലാം അടച്ചു. ആശാന് അവിടെ നില്ക്കാൻ കഴിയാതായി. തിരിയെ മടങ്ങാൻ നാരായണഗുരുവിന്റെ കല്പന കിട്ടി. 1900 ാം ആണ്ട് ജനുവരി മാസത്തിൽ അരുവിപ്പുറം ആശ്രമത്തിൽ ആശാൻ മടങ്ങിയെത്തി. വിദ്യാഭ്യാസം പൂർത്തിയാക്കാൻ സാധിച്ചില്ലെങ്കിലും മൈസൂർ, മദ്രാസ്, കൽക്കട്ട എന്നീ സ്ഥലങ്ങളിലെ ജീവിതം ആശാന് പലതരത്തിലും പ്രയോജനപ്പെട്ടു. വിവേകാനന്ദ സ്വാമികളുടെ തത്ത്വോപദേശങ്ങളും രവീന്ദ്രനാഥടാഗോറിന്റെ കവിതകളും ആശാനെ അഗാധമായി സ്വാധീനിച്ചു. ബംഗാളിസാഹിത്യത്തിലെ നവോത്ഥാനവും പാശ്ചാത്യസാഹിത്യത്തിലെ നവീനപ്രസ്ഥാനങ്ങളും അടുത്തറിയാൻ അദ്ദേഹത്തിനു അവസരമുണ്ടായി. ജീവിതത്തിന്റെ സങ്കീർണ്ണാനുഭവങ്ങൾ നേരിട്ടറിയാൻ സാധിച്ചു. കൽക്കട്ടയിൽനിന്നു തിരിച്ചെത്തിയ കുമാരനാശാൻ പുതിയൊരു മനുഷ്യനായിരുന്നു.

ആശാൻ അരുവിപ്പുറത്തുവെച്ച് കുട്ടികളെ സംസ്കൃതം പഠിപ്പിച്ചു തുടങ്ങി. *മൃത്യുഞ്ജയം, വിചിത്രവിജയം* എന്നീ നാടകങ്ങളും *ശിവസ്തോത്രമാല* തുടങ്ങിയ ഒട്ടേറെ കവിതകളും അക്കാലത്ത് അദ്ദേഹം രചിച്ചു. *വിചിത്രവിജയം* പിന്നീട് പ്രസിദ്ധപ്പെടുത്തി. *മൃത്യുഞ്ജയം* നാടകത്തിന്റെ ഏതാനും ഭാഗം കണ്ടുകിട്ടിയിട്ടുണ്ടെങ്കിലും പുസ്തകരൂപത്തിൽ പ്രകാശിപ്പിച്ചിട്ടില്ല.

ശ്രീനാരായണഗുരു, ഡോക്ടർ പല്പു-ഇവരുടെ ശ്രമഫലമായി 1903 ജൂൺ 4 ാം തീയതി 'ശ്രീനാരായണ ധർമ്മപരിപാലനയോഗം' (എസ് എൻ ഡി പി) എന്ന പേരിൽ ഒരു സംഘം രൂപീകരിച്ചു. കുമാരനാശാനെ അതിന്റെ സെക്രട്ടറിയായി നിയമിച്ചു. അതോടെ ആശാന്റെ ജീവിതത്തിൽ പുതിയൊരദ്ധ്യായം ആരംഭിക്കുകയായിരുന്നു. അധഃകൃതരായ ജനവിഭാഗങ്ങൾ ഉയർന്ന ജാതിക്കാരുടെയും ഭരണാധികാരികളുടെയും ക്രൂരമായ അനീതികൾക്ക് ഇരയായിക്കൊണ്ടിരുന്നു. തീണ്ടൽ, തൊടീൽ തുടങ്ങിയ അനാചാരങ്ങൾ, ഉയർന്ന സമുദായത്തിലെ കുട്ടികളോടൊപ്പം വിദ്യാലയങ്ങളിൽ പഠിക്കുവാനുള്ള അവകാശമില്ലായ്മ, ക്ഷേത്രപ്രവേശനമില്ലായ്മ- ഇതിനൊക്കെ എതിരായി പടപൊരുതേണ്ടിവന്നു. എസ് എൻ ഡി പി യുടെ ആദ്യകാലവർത്തനങ്ങളിൽ മുഖ്യം പ്രാഥമികമായ മനുഷ്യാവകാശങ്ങൾ സംരക്ഷിക്കുക എന്നതായിരുന്നു. സമുദായകാര്യങ്ങളും സാമൂഹികപ്രശ്നങ്ങളും ജനങ്ങളെയും ഭരണാധികാരികളെയും അറിയിക്കാൻ സ്വന്തമായി എസ് എൻ ഡി പിക്ക് ഒരു പത്രം ആവശ്യമാണെന്ന് കുമാരനാശാന് ബോദ്ധ്യമായി. 1904 മേയ് 13 ന് *വിവേകോദയം* മാസിക യുടെ ആദ്യലക്കം പുറത്തുവന്നു. 1913 ൽ ശ്രീമൂലം പ്രജാസഭയിലേക്ക് എസ് എൻ ഡി പി യോഗത്തിന്റെ പ്രതിനിധിയായി കുമാരനാശാൻ നാമനിർദ്ദേശം ചെയ്യപ്പെട്ടു. അതോടെ ഗവൺമെന്റുമായി നേരിട്ടു ബന്ധപ്പെ

ടാൻ അദ്ദേഹത്തിന് അവസരം ലഭിച്ചു. പത്രപംക്തികൾ, പ്രസംഗവേദികൾ, പ്രതിനിധിസഭകൾ, കവിതകൾ-ഈ മാർഗ്ഗങ്ങളിൽക്കൂടി അധഃകൃതവിഭാഗങ്ങളുടെ ഐക്യത്തിനും ഉന്നമനത്തിനുംവേണ്ടി ഫലപ്രദമായി പ്രവർത്തിക്കുവാൻ ആശാനു സാധിച്ചു. ഭരണാധികാരികളോട് സ്നേഹബന്ധത്തിൽ കഴിയുക; അതേസമയം സാമൂഹികവും രാഷ്ട്രീയവുമായ വസ്തുതകൾ ചൂണ്ടിക്കാട്ടി ക്രിയാത്മകമായ വിമർശനം നടത്തുക-അങ്ങനെയുള്ള മദ്ധ്യവർത്തിയുടെ നയമാണ് കുമാരനാശാൻ അനുവർത്തിച്ചത്. വിദ്യാഭ്യാസം, ഉദ്യോഗം എന്നീ കാര്യങ്ങളിൽ അധഃകൃത വിഭാഗങ്ങൾക്ക് ആശ്വാസപ്രദമായ പല തീരുമാനങ്ങളും കൈക്കൊള്ളുവാൻ ഗവൺമെന്റു തയ്യാറായി. അതിന്റെ പിന്നിൽ കുമാരനാശന്റെ നിരന്തരമായ നിവേദനങ്ങളും പരസ്യമായ വിമർശനങ്ങളും ഉണ്ടായിരുന്നു. 1903 ജൂൺ മുതൽ 1915 മേയ്‌വരെ അദ്ദേഹം എസ് എൻ ഡി പി സെക്രട്ടറിയായി പ്രവർത്തിച്ചു. ആ കാലത്തും തുടർന്നും ഈഴവസമുദായത്തിനു മാത്രമല്ല, കേരളത്തിലെ നിന്ദിതരും പീഡിതരുമായ എല്ലാ വിഭാഗത്തിന്റെയും അഭിവൃദ്ധിക്കുവേണ്ടി നിസ്തുലമായ സേവനമാണ് കുമാരനാശാൻ അനുഷ്ഠിച്ചത്.

കൽക്കട്ടയിൽനിന്നു തിരിച്ചെത്തിയതു മുതൽ കുമാരനാശാന്റെ മനസ്സിൽ തീവ്രമായ ഒരു സംഘട്ടനം നടന്നുകൊണ്ടിരുന്നു. നാരായണ ഗുരുവിന്റെ ശിഷ്യനായി സന്ന്യാസിയായി ജീവിക്കണമോ, വിവാഹം കഴിച്ചു ലൗകികനായി കഴിയണമോ എന്നതായിരുന്നു ആ സംഘട്ടനം. 'മനുഷ്യൻ പൂർണ്ണനാകണമെങ്കിൽ എല്ലാം അനുഭവിച്ചറിയണം' എന്ന വിശ്വാസക്കാരനായിരുന്നു ആശാൻ. ഒടുവിൽ, 1917 ആഗസ്റ്റു 23-ന് കുമാരനാശാൻ, തച്ചക്കുടിവീട്ടിൽ കുമാരു അവർകളുടെ പുത്രി ഭാനുമതിയെ വിവാഹം കഴിച്ചു. വളരെക്കാലം 'ചിന്നസ്വാമി'യായി ജീവിതം നയിച്ച ആശാൻ വിവാഹിതനാകാൻ പോകുന്നു എന്നറിഞ്ഞ് ബന്ധുക്കളും സമുദായനേതാക്കളും അദ്ദേഹത്തെ അതിൽനിന്നു പിൻതിരിപ്പിക്കാൻ ശ്രമിച്ചു. ആശാന്റെ വിവാഹം പരക്കെ ചർച്ചാവിഷയമായി. ഒരു കാപട്യക്കാരനായി ജീവിക്കാൻ ആശാൻ ഒരുക്കമായിരുന്നില്ല. ജീവിതത്തിനു വിവാഹം അനിവാര്യമാണ് എന്നുതന്നെ അദ്ദേഹം വിശ്വസിച്ചു. ആ ദമ്പതികൾക്ക് സുധാകരൻ എന്നും പ്രഭാകരൻ എന്നും രണ്ടു പുത്രന്മാർ ജനിച്ചു. ആശാന്റെ കുടുംബജീവിതം സന്തോഷവും സംതൃപ്തിയും നിറഞ്ഞതായിരുന്നു.

1918 മാർച്ച് മാസത്തിൽ ഗവൺമെന്റ് കുമാരനാശാനെ പഞ്ചായത്തുകോടതി ജഡ്ജിയായി നിയമിച്ചു. എസ് എൻ ഡി പി യോഗം സെക്രട്ടറിസ്ഥാനം ഒഴിഞ്ഞപ്പോൾ *വിവേകോദയ*ത്തിന്റെ പത്രാധിപസ്ഥാനത്തുനിന്നും ആശാൻ വിരമിച്ചിരുന്നു. ചെറായിയിലെ *വിജ്ഞാനവർദ്ധിനിസഭ പ്രതിഭ* എന്നൊരു മാസിക ആരംഭിച്ചു. അതിന്റെ പത്രാധിപച്ചുമതല കുമാരനാശാനെയാണ് ഏല്പിച്ചത്. മാസികയുടെ ആദ്യലക്കം 1919 സെപ്റ്റംബറിൽ പ്രസിദ്ധപ്പെടുത്തി. 1919 ൽ ഈഴവ പ്രതിനിധി എന്ന നിലയിൽ ഗവൺമെന്റ് കുമാരനാശാനെ നിയമസഭാമെമ്പറായി നിയമിച്ചു.

1921 ൽ നാരായണഗുരുവിന്റെ നിർദേശമനുസരിച്ച് ആശാൻ ആലുവാ അദ്വൈതാശ്രമത്തിന്റെ കാര്യദർശിയായി. കുറേനാൾ ആശാൻ, കുടുംബവുമൊത്ത് ആലുവായിൽ താമസിച്ചു. ആലുവായിൽനിന്നു മടങ്ങിവന്ന ആശാൻ തോന്നയ്ക്കൽ വാങ്ങിയിട്ടിരുന്ന സ്ഥലത്ത് ഒരു വീടുവെച്ചു കുടുംബസമേതം താമസമാക്കി. 1923 നവംബറിൽ കൊല്ലം നിയോജക മണ്ഡലത്തിൽ ഒരു ഉപതെരഞ്ഞെടുപ്പു നടന്നു. ആ തെരഞ്ഞെടുപ്പിൽ ആശാൻ സ്ഥാനാർത്ഥിയായി മത്സരിച്ചു തോറ്റു.

തലശ്ശേരിയിൽനിന്നു പുറത്തിറങ്ങിയിരുന്ന *മിതവാദി*യിൽ 1907 ഡിസംബറിൽ *വീണപൂവ്* പ്രസിദ്ധപ്പെടുത്തിയപ്പോൾ കവി എന്ന നിലയിൽ കുമാരനാശാന്റെ പ്രശസ്തി വളരെ ഉയർന്നുകഴിഞ്ഞിരുന്നു. *നളിനി, ലീല, പ്രരോദനം, ചിന്താവിഷ്ടയായ സീത* എന്നീ കാവ്യങ്ങൾ പ്രസിദ്ധപ്പെടുത്തിയതോടെ മലയാളകവിതയിൽ ഒരു പുതിയ കാലഘട്ടം ഉദയം ചെയ്തു. വെയിൽസ് രാജകുമാരൻ മദ്രാസിൽ വെച്ച് 1920 ജനുവരി 13-ാം തീയതി കുമാരനാശാനു നിസ്തുലമായ കാവ്യസേവനത്തിന്റെ പേരിൽ പട്ടും വളയും നല്കി ആദരിച്ചു. *ദുരവസ്ഥ, ചണ്ഡാലഭിക്ഷുകി, കരുണ* എന്നീ കൃതികൾ അതിനുശേഷം എഴുതിയവയാണ്. പത്രക്കാരുടെയും സുഹൃത്തുക്കളുടെയും ആവശ്യമനുസരിച്ചു പല കാലങ്ങളിലായി ആശാൻ അനേകം ഭാവഗീതങ്ങളും ലഘുകവിതകളും രചിച്ചിട്ടുണ്ട്. *വിവേകോദയ*ത്തിനും *പ്രതിഭ*യ്ക്കും വേണ്ടി എഴുതിയ മുഖപ്രസംഗങ്ങൾ പുസ്തകനിരൂപണങ്ങൾ, പരിഭാഷകൾ തുടങ്ങിയവ ഗദ്യസാഹിത്യകാരൻ എന്ന നിലയിലുള്ള ആശാന്റെ മികവിന് തെളിവാണ്.

ആശാൻ കൃതികളിൽ ബുദ്ധമതതത്വങ്ങൾക്ക് പ്രാധാന്യം ലഭിച്ചത് യാദൃച്ഛികമായിരുന്നില്ല. ശ്രീബുദ്ധനോടും അദ്ദേഹത്തിന്റെ തത്ത്വോപദേശങ്ങളോടും കുമാരനാശാന് പ്രത്യേക പ്രതിപത്തി ഉണ്ടായിരുന്നു. ഹിന്ദുമതത്തിലെ ജാതിവ്യവസ്ഥകളും അനാചാരങ്ങളും ആശാന്റെ മനസ്സിൽ മടുപ്പുണ്ടാക്കി. മറ്റു ചില പുരോഗമനവാദികളെപ്പോലെ ഹിന്ദുമതം ഉപേക്ഷിച്ച് ബുദ്ധമതം സ്വീകരിക്കണമെന്ന് ആശാൻ ആവശ്യപ്പെട്ടില്ല. ബുദ്ധമതത്തിലെ നന്മകൾ സ്വീകരിച്ച് ഹിന്ദുമതപരിഷ്കരണം നടത്തേണ്ടതിനെപ്പറ്റി അദ്ദേഹം പലപ്പോഴും ചിന്തിച്ചിട്ടുണ്ട്. സിലോണിലുള്ള ബുദ്ധമതകേന്ദ്രങ്ങളും കുമാരനാശാൻ സന്ദർശിച്ചിട്ടുണ്ട്. ബുദ്ധമതത്തെക്കുറിച്ചുള്ള ആധികാരികഗ്രന്ഥങ്ങൾ വായിച്ചു പഠിക്കുകയും ആവശ്യമായ നോട്ടുകൾ കുറിച്ചുവെയ്ക്കുകയും ചെയ്തിരുന്നു. എഡ്വിൻ ആർണോൾഡ് ഇംഗ്ലീഷിൽ എഴുതിയ *ദി ലൈറ്റ് ഓഫ് ഏഷ്യ ബുദ്ധചരിതം* എന്ന പേരിൽ ആശാൻ കിളിപ്പാട്ടുവൃത്തത്തിൽ പരിഭാഷപ്പെടുത്തിക്കൊണ്ടിരുന്നു. 1903 ൽ ആരംഭിച്ച ആ പരിഭാഷാ യത്നം മരണംവരെ തുടർന്നു.

1924 ജനുവരി 16 ഒരു ദുർദ്ദിനമായിരുന്നു! ആലുവായിലുള്ള ഓട്ടുകമ്പനിയുടെ ഒരടിയന്തരയോഗത്തിൽ ജനുവരി 18 ാം തീയതി ആശാന് പങ്കെടുക്കേണ്ടതുണ്ടായിരുന്നു. കോട്ടയത്ത് ആചന്ദ്രതാരപ്രശോഭിനിസഭയുടെ വാർഷികത്തിൽ സംബന്ധിക്കണമെന്ന് ഭാരവാഹികൾ നേരത്തേ അദ്ദേഹത്തെ അറിയിച്ചിരുന്നു. ജനുവരി 16 ന് തോന്ന

യ്ക്കൽ നിന്നു തിരിച്ച് ആലുവായിൽ എത്തി, മീറ്റിങ്ങിൽ സംബന്ധിച്ചിട്ട് കോട്ടയത്തേക്കു പോകാമെന്ന് ആശാൻ അവസാനം തീരുമാനിച്ചു. തോന്നയ്ക്കലിന് അടുത്തുള്ള 'പെരുങ്കുഴി' റെയിൽവേസ്റ്റേഷനിൽപോയി വേണം തീവണ്ടി കയറേണ്ടത്. യാത്രയ്ക്കു ഒരുങ്ങിക്കൊണ്ടിരുന്നപ്പോൾ ചില ദുർലക്ഷണങ്ങൾ കണ്ടു. അലക്കിത്തേച്ചു വച്ചിരുന്ന മുണ്ടുകളെല്ലാം പുഴുവെട്ടിയിരിക്കുന്നു. ഭൃത്യനെ പറഞ്ഞയച്ച് രണ്ടുപുതിയ മുണ്ട് വാങ്ങിപ്പിച്ചു. "വണ്ടിവരാൻ കാലമായി, വേഗം വരൂ" എന്നു പറഞ്ഞ്, ആശാൻ സ്റ്റേഷനിലേക്കു നടന്നു. ആശാൻ കൊല്ലത്ത് ഇറങ്ങി, ബോട്ടു ജട്ടിയിലേക്കുപോയി. അദ്ദേഹം ആദ്യം കയറിയത് ബ്ലണ്ടൻ എന്ന ബോട്ടിലായിരുന്നു. അത് സമയത്ത് എത്തുകയില്ല എന്നു കരുതി 'റഡീമർ' എന്ന ബോട്ടിൽ മാറിക്കയറി. ബോട്ടിൽ നല്ല തിരക്കുണ്ടായിരുന്നു. ചിലർ ആശാനെ തിരിച്ചറിഞ്ഞു. ആശാന്റെ *കരുണ* എന്ന കാവ്യത്തിലെ ചില ഭാഗങ്ങൾ വായിച്ചു കേൾക്കണമെന്ന് അവർ ആവശ്യപ്പെട്ടു. *കരുണ* എഴുതിയ നോട്ടുബുക്ക് അദ്ദേഹത്തിന്റെ കൈവശം ഉണ്ടായിരുന്നു. *ബുദ്ധചരിതം* ആ നോട്ടുബുക്കിൽ തുടർന്ന് എഴുതിക്കൊണ്ടിരിക്കുകയായിരുന്നു. കവിത എഴുതുന്ന നോട്ടുബുക്ക് ആശാൻ സഞ്ചരിക്കുമ്പോഴെല്ലാം കൊണ്ടുപോകുമായിരുന്നു. *കരുണ*യിലെ ചില ഭാഗങ്ങൾ ഈണത്തിൽ ചൊല്ലി കേൾപ്പിച്ചു. തണുത്ത കാറ്റ് വീശി അടിക്കുന്നുണ്ടായിരുന്നു. അർദ്ധരാത്രി ആയപ്പോൾ ആശാൻ ശ്രോതാക്കളോടു വിടപറഞ്ഞ് ഒന്നാം ക്ലാസ് മുറിയിൽ കയറി വാതിലടച്ചുമൂടിപ്പുതച്ച് ഉറക്കമായി. 'റഡീമർ' പല്ലനയാറ്റിൽ എത്തിയപ്പോൾ ഭയങ്കര ശബ്ദത്തോടെ ഇടിച്ചുമറിഞ്ഞു. കുമാരനാശാനെ വിളിച്ചുണർത്താൻ ആരും ഉണ്ടായില്ല. എല്ലാപേരും ആത്മരക്ഷയ്ക്കു ശ്രമിക്കുകയായിരുന്നു. ഒരുപക്ഷേ, തന്റെ അന്ത്യത്തെക്കുറിച്ചു കുമാരനാശാൻ യാതൊന്നും അറിഞ്ഞിട്ടുണ്ടാവില്ല. കായിക്കരക്കടലിലും ആലുവാപ്പുഴയിലും മത്സരിച്ചു നീന്താറുണ്ടായിരുന്ന ആശാൻ ഒരു ചെറുതോട്ടിൽവെച്ചുണ്ടായ അപകടത്തിൽ മരണപ്പെട്ടു എന്നതു വിധിവിഹിതം തന്നെ! പല്ലനയാറ്റിൽ താണുകൊണ്ടിരുന്നപ്പോൾ ആശാന്റെ ആത്മാവും ഇങ്ങനെ മന്ത്രിച്ചിട്ടുണ്ടാവാം:

അന്തമില്ലാതുള്ളൊരാഴത്തിലേക്കിതാ
ഹന്ത താഴുന്നു താഴുന്നു കഷ്ടം!
പൊന്താനുഴറുന്നു കാൽ നില്ക്കുന്നീലയെന്റെ
ചിന്തേ ചിറകുകൾ നൽകണേ നീ.

രണ്ട്

ലൗകികജീവിതത്തിന്റെ ക്ഷണികതയെയും നിഷ്ഫലതയെയും കുറിച്ച് കുമാരനാശാൻ അറിവുവച്ച നാൾ മുതൽ ചിന്തിച്ചിരുന്നു. ഈ ചിന്തകൊണ്ടുള്ള അസ്വസ്ഥത അടക്കാൻ മതഗ്രന്ഥങ്ങളും വേദാന്ത കൃതികളും അന്നേ അദ്ദേഹം വായിച്ചുപോന്നു, ക്ഷേത്രത്തിൽപോയി. ഭജനമിരുന്നും ഈശ്വരസ്തോത്രങ്ങൾ രചിച്ചും എല്ലാം ദൈവത്തിൽ സമർപ്പിക്കാൻ അദ്ദേഹം ശ്രമിച്ചു. അതിൽനിന്ന് അവാച്യമായ ആനന്ദമാണ് ആശാൻ അനുഭവിച്ചത്.

ലോകജീവിതം മനുഷ്യനിൽ ഉണ്ടാക്കുന്ന വ്യർത്ഥതാബോധ ത്തിൽനിന്ന് അവന് വിരക്തി ജനിക്കുന്നു. വിരക്തി സ്വന്തം രൂപം എന്താണെന്ന് അറിയാനുള്ള ആഗ്രഹത്തിലേക്കും ഭക്തിയിലേക്കും ബുദ്ധിയെ നയിക്കുന്നു. സൃഷ്ടിക്കു കാരണം പരമചൈതന്യമായ ബ്രഹ്മ മാണ്. സൃഷ്ടി കാര്യവും ബ്രഹ്മം കാരണവുമാണ്. ആത്യന്തികമായ കാര ണം ബ്രഹ്മമാകയാൽ അതിന്നപ്പുറത്ത് അന്വേഷണബുദ്ധി ചെല്ലുകയില്ല. ഇത് അനുഭവമുള്ളവർ വെളിപ്പെടുത്തിയ അറിവാണ്. ഈ അനുഭവമി ല്ലാത്തവർക്ക് ആപ്തൻമാരുടെ വാക്കിനെ വിശ്വസിക്കുകയാണ് വഴി. ഈ വിശ്വാസവും ഭക്തിയുമാണ് സ്തോത്രകാവ്യങ്ങളുടെ ഉറവിടം.

വേദാന്തികളുടെ മതമനുസരിച്ച് അറിവ്, അറിയപ്പെടുന്ന, വസ്തു, അറിയുന്നവൻ (ജ്ഞാനം, ജ്ഞേയം, ജ്ഞാതാവ്) ഇവ മൂന്നും ഒന്നാണ്. അവ വെവ്വേറെയാണെന്ന് തോന്നുന്നത് മായകൊണ്ടാണ്. ഈ മൂന്നും ഒന്നാണെന്നും അതു പരമസത്യമായ ബ്രഹ്മമാണ് എന്നും ഉള്ള അനുഭവ മാണ് അദ്വൈതം. കർമ്മഫലങ്ങളിൽനിന്ന് സ്വതന്ത്രനാകുമ്പോൾ ജന്മങ്ങ ളുടെ ആവർത്തനത്തിൽനിന്ന് മുക്തിനേടാൻ കഴിയും. ഇതത്രേ മോക്ഷം.

മോക്ഷപ്രാപ്തിയാണ് ജീവിതത്തിന്റെ പരമലക്ഷ്യം. അതിന് ഭക്തി, കർമ്മം, യോഗം, ജ്ഞാനം-ഇങ്ങനെ നാലുമാർഗ്ഗങ്ങൾ ഉണ്ട്. അതിൽ

ഏറ്റവും എളുപ്പമായിട്ടുള്ളത് ഭക്തിമാർഗ്ഗമാണ്. ഭക്തി ഹൃദയത്തിൽനിന്നു സ്വാഭാവികമായി വരണം. അതിനു ധ്യാനം നല്ലതാണ്. ഈശ്വരസ്തോത്ര പാരായണം അതിനു സഹായിക്കും. ആ ഉദ്ദേശ്യത്തോടുകൂടിയാണ് കുമാരനാശാൻ സ്തോത്രകാവ്യങ്ങൾ എഴുതിയിട്ടുള്ളത്. ജീവിതപ്രയാസങ്ങളിൽപ്പെട്ടു വിഷമിക്കുന്നവർക്ക് ഈശ്വരമാഹാത്മ്യം പ്രകീർത്തിക്കുന്ന സ്ത്രോത്രങ്ങൾ ആശ്വാസവും ആനന്ദവും നൽകുന്നു. സ്തോത്രം ഉരുവിടുമ്പോൾ ക്ഷീണിച്ചിരിക്കുന്ന ശരീരവും മനസ്സും ഉന്മേഷം കൊള്ളുന്നു.

കുമാരനാശാന്റെ സ്തോത്രകൃതികളിൽ പ്രധാനപ്പെട്ടവ *സുബ്രഹ്മണ്യശതകം, ശാങ്കരശതകം, നിജാനന്ദവിലാസം, ശിവസുരഭി, വിഭൂതി, പരമപഞ്ചകം, അനുഗ്രഹപരമദശകം, ഭക്തവിലാപം, ശിവസ്തോത്രമാല* എന്നിവയാണ്. ഈശ്വരനാമം ആവർത്തിച്ചു രക്ഷിക്കണേ എന്നു പ്രാർത്ഥിക്കുക; ഈശ്വരമാഹാത്മ്യം വെളിപ്പെടുത്തി ദൈവത്തെ നമിക്കുക; എന്തെങ്കിലും ആവശ്യം സാധിച്ചുതരാൻ ഈശ്വരനോട് അപേക്ഷിക്കുക; ഒന്നും ആഗ്രഹിക്കാതെ നിഷ്കാമമായി ഈശ്വരനെ സ്തുതിക്കുക- ഇത്തരത്തിലെല്ലാം തന്റെ ആരാദ്ധ്യ ദേവതകളെ ആശാൻ സ്തുതിച്ചിട്ടുണ്ട്. പിടിവിട്ടുപോകുന്ന മനസ്സിനെ അടക്കിനിറുത്തുവാനുള്ള വെമ്പൽ ഈ സ്തോത്രങ്ങളിൽ കാണാം. ലൗകികജീവിതത്തിന്റെ നശ്വരത, മനസ്സിന്റെ ചപലത, ഈശ്വരസങ്കല്പങ്ങൾ, ആത്മാന്വേഷണം- ഇതൊക്കെയാണ് കുമാരനാശാന്റെ സ്തോത്രങ്ങളിലെ പ്രതിപാദ്യം.

കുമാരനാശാന്റെ സ്തോത്രകാവ്യങ്ങളിൽ മിക്കതും ശിവപരങ്ങളാണ്. ശിവൻ, സുബ്രഹ്മണ്യൻ, ഗണപതി, സരസ്വതി, പാർവ്വതി എന്നിവരാണ് ആശാന്റെ ആരാധ്യദേവതകൾ. ശിവസ്തോത്രങ്ങളിൽ കൂടുതൽ ശ്രദ്ധിക്കാൻ നാരായണഗുരുവാണ് ആശാനു പ്രചോദനം നല്കിയത്. നാരായണഗുരു ശിവസ്തോത്രങ്ങൾ ആണ് എഴുതിയിട്ടുള്ളത്. പല സ്തോത്രങ്ങളിലും നാരായണഗുരുവിനെക്കൂടി ആശാൻ ദൈവമായി സങ്കല്പിച്ചിട്ടുമുണ്ട്.

അണകവിയുന്നഴലാഴിയാഴുമെന്നിൽ
പ്രണയമുദിച്ചു കവിഞ്ഞുപാരവശ്യാൽ
അണികരമേകിയണഞ്ഞിടുന്ന നാരാ-
യണഗുരുനായകനെന്റെ ദൈവമല്ലോ.

(*സുബ്രഹ്മണ്യശതകം, ഭക്തവിലാപം*)

മൂന്നുവർഷത്തോളം സുബ്രഹ്മണ്യനെ ഓർക്കാതെ കഴിഞ്ഞതിലുള്ള ദുഃഖം *സുബ്രഹ്മണ്യശതക*ത്തിൽ കവി പ്രകടിപ്പിച്ചിരിക്കുന്നു. തന്നെ രക്ഷിക്കണമെന്നു സുബ്രഹ്മണ്യനോടു കേണപേക്ഷിക്കുന്നു

നീറിടുന്ന മനതാരു നിൻപദം
തേറിടുന്നതിനശക്തമെങ്കിലും
കൂറിടുന്നു തിരുമേനിയെന്നിയേ.
വേറെനിക്കൊരുവരില്ല ദൈവമേ!

*ശാങ്കരശതക*ത്തിൽ ശിവന്റെ കാല്ക്കൽ വീണു കവി ശരണം തേടുന്നു; ശിവന്റെ മഹത്വങ്ങൾ പ്രകീർത്തിക്കുന്നു; ലോകജീവിതത്തിന്റെ നശ്വരതയെ സൂചിപ്പിക്കുന്നു. തന്നെ കൈവിടരുതെന്നു പ്രാർത്ഥിക്കുന്നു;

നിൻകാലുതന്നെ ശരണം ശിവനേ? മലപ്പെൺ-
പങ്കാർന്ന ദേവ! മമ മറ്റൊരു പറ്റുമില്ലേ.
പങ്കംകെടുത്തു പരബോധമതും കെടുത്തെൻ-
തങ്കക്കുടം തടവിയേഴയെയാണ്ടുകൊള്ളേ.

ബ്രഹ്മത്തിനുപകരം ശിവനെ പരംപൊരുളായി *ശിവസുരഭി*യിൽ സങ്കല്പിച്ചിരിക്കുന്നു. സനാതനസത്യത്തെക്കുറിച്ച് വേദങ്ങളും വാദങ്ങളും ഉണ്ടെങ്കിലും ദുഃഖത്തിനു കുറവില്ലെന്നും അങ്ങയുടെ പാദങ്ങളല്ലാതെ തനിക്ക് മറ്റ് അവലംബം ഇല്ലെന്നും കവി പറയുന്നു:

വേദങ്ങളോ ബഹുവിധം പറയുന്നു, നാനാ-
വാദങ്ങളോ വെളിയിലിട്ടു വിരട്ടിടുന്നു;
ഖേദങ്ങളോ കരകടന്നു വരുന്നു, നിന്റെ
പാദങ്ങളെന്നിയിനി മറ്റവലംബമില്ലേ.

*ശിവസ്തോത്രമാല*യിൽ ശിവനെ സ്തുതിച്ചുകൊണ്ട് ആശാൻ പാടുന്നു;

ത്വല്പാദചിന്തനകൾ ദേവായിനിക്കുയോഗ.-
ശില്പങ്ങളായ് വരിക നിൻ ചരിതാമൃതങ്ങൾ
കല്പങ്ങളായ് വരികയെൻ കരണേന്ദ്രിയങ്ങൾ
പുഷ്പങ്ങളായ് വരിക നിൻപദപൂജ ചെയ്വാൻ.

ഈ ലോകത്തിൽ യാതൊന്നും സ്ഥിരമല്ല. അവിടത്തെ പാദസരോരുഹത്തിൽ വന്നുചേരാതെ അടിയന്നു ആശ്വാസവുമില്ല:

ഈ വാടിപോലെയെതിരറ്റ പുരന്ദരന്റെ
പൂവാടിപൂണ്ട പുരവും സ്ഥിരമല്ലയെന്നാൽ
ദേവാധിദേവ! തവപാദസരോരുഹത്തി-
ലാവാതെയാശ്വസനമേതടിയന്നു ശംഭോ!

കുമാരനാശാൻ അനേകം ദേവതകളെ ആരാധിക്കുന്നതായി കാണുന്നുണ്ടല്ലോ. എന്നാൽ, ഓരോ ദേവതയെയും സർവ്വാധാരമായ സച്ചിദാനന്ദവസ്തുവായി മാത്രമേ അദ്ദേഹം ദർശിക്കുന്നുള്ളു. അത് അദ്വൈതവാദിയുടെ രീതിയാണ്.

കുമാരനാശാന്റെ സ്തോത്രകാവ്യങ്ങളുടെ സ്വാധീനം അദ്ദേഹത്തിന്റെ പില്ക്കാലകൃതികളിൽ കാണാം.

മൂന്ന്

മഹാകാവ്യം, ഖണ്ഡകാവ്യം, ഭാവഗീതം-ഇങ്ങനെ കാവ്യങ്ങളെ വിഭജിക്കാറുണ്ട്. ജീവിതത്തെ എല്ലാ സങ്കീർണ്ണതകളോടുംകൂടി മഹാകാവ്യം അവതരിപ്പിക്കുന്നു. ഏറെ ദീർഘമല്ലാത്തതും ജീവിതത്തെ സമഗ്രമായി ആവിഷ്കരിക്കുന്നതുമാണ് ഖണ്ഡകാവ്യം. ഭാവഗീതം ഒരു പ്രമേയത്തിന്റെ ഏകാഗ്രമായ ചിത്രീകരണമാണ്. ഒരു അനുഭവം, ഒരു ചിന്ത, ഒരു വികാരം-അതിന്റെ തീവ്രമായ ആവിഷ്കാരം ഭാവഗീതത്തിൽ കാണാം.

കുമാരനാശാൻ മഹാകാവ്യം എഴുതിയിട്ടില്ല. *വീണപൂവ്, നളിനി, ലീല, പ്രരോദനം, ചിന്താവിഷ്ടയായ സീത, ദുരവസ്ഥ, ചണ്ഡാലഭിക്ഷുകി, കരുണ* എന്നിവയാണ് ആശാന്റെ ഖണ്ഡകാവ്യങ്ങൾ.

ഒരു പൂവിന്റെ ജനനം, ശൈശവം, ബാല്യം, യൗവനം, സ്നേഹ ബന്ധങ്ങൾ, മരണം-എന്നിവയെല്ലാം പടിപടിയായി വർണ്ണിച്ചിരിക്കുന്ന ഒരു കവിതയാണ് *വീണപൂവ്.*

ഹാ! പുഷ്പമേ, അധികതുംഗപദത്തിലെത്ര
ശോഭിച്ചിരുന്നിതൊരു രാജ്ഞികണക്കയേ! നീ
ശ്രീ ഭൂവിലസ്ഥിര-അസംശയം-ഇന്നു നിന്റെ-
യാഭൂതിയെങ്ങു,പുനരെങ്ങുകിടപ്പിതോർത്താൽ.

അല്ലയോ പൂവേ, നിന്നെ പ്രസവിച്ച ലത, വാത്സല്യത്തോടെ വളർത്തി. ആലോലവായു പല്ലവപുടങ്ങളിൽവെച്ചു നിന്നെ തൊട്ടിലാട്ടി. ദലമർമ്മരങ്ങൾ നിന്നെ താരാട്ടുപാടി ഉറക്കി. പാലുപോലുള്ള നിലാവിൽ കുളിച്ചും ബാലാതപത്തിൽ വിളയാടിയും നീ ദുഃഖമറിയാതെ ഇളംമൊ ട്ടുകളോടുചേർന്നു ബാല്യകാലം കഴിച്ചു. പ്രഭാതത്തിൽ ഉണർന്നു പാടുന്ന കിളികളിൽനിന്നു മൗനമായ് നീ പാടാൻ പഠിച്ചു. രാത്രിയിൽ പ്രകാശി ക്കുന്ന നക്ഷത്രങ്ങളിൽനിന്നു നീ ലോകതത്വവും പഠിച്ചു. ഇങ്ങനെ

വളർന്നുവന്ന "നിന്റെ ശരീരത്തിൽ കാലം മോഹനഭംഗികൾ ആവിഷ്കരിച്ചു. നിന്റെ മുഖഭാവം മാറി. കവിൾ കാന്തിയാർന്നു. പുഞ്ചിരിക്കു പുതുമയുണ്ടായി. അഴക്, ശുദ്ധി, മൃദുത്വം, ആഭ, സാരള്യം ഇവ നിന്നിൽ സമ്മേളിച്ചു. വൈരാഗ്യമേറിയ വൈദികനോ, ശത്രുവിനെ ഭയന്നോടുന്ന ഭീരുവോ ആരായാലും ശരി, കണ്ണുള്ളവർ വിടർന്നുവിലസുന്ന നിന്നെ നോക്കി നിന്നുപോകും. വളരെ കുറഞ്ഞതായിരുന്നു നിന്റെ ജീവിതകാലമെങ്കിലും അതു അർത്ഥദീർഘമായിരുന്നു. ദുഃഖം ഏറെയായിരുന്നെങ്കിലും മനോഭിരാമമായിരുന്നു. നിന്നെ വരിക്കുവാൻ വേണ്ടി ചിത്രശലഭങ്ങൾ വന്നിട്ടുണ്ടാവാം: വിരുതനായ ഒരു വണ്ട് അനുരാഗവും പറഞ്ഞു നിന്റെ സമീപത്ത് എത്തിയിരിക്കാം. ശലഭങ്ങളുടെ ശരീരഭംഗികൾ മാനിക്കാതെ നീ വണ്ടിനെത്തന്നെ വരിച്ചിട്ടുണ്ടാവും. അല്ലെങ്കിൽ ഈ വണ്ടു നിന്റെ അരികിൽ വന്നു വട്ടമിട്ടു നിലവിളിക്കുമായിരുന്നില്ല. "എന്റെ ശരീരം മറ്റൊരാളിനു കൊടുത്തുപോയി എന്നു ചൊല്ലി നീ അന്യകാമുകരെയെല്ലാം മടക്കി അയച്ചല്ലോ. എന്നോമലേ, ഇത്രപെട്ടെന്ന് എന്നെ വിട്ടുപോകരുതേ"- എന്നൊക്കെയാവാം വണ്ടു പുലമ്പുന്നത്. നിത്യശോകാർത്തനായി ഈ വണ്ടു ജീവിച്ചിരിക്കുന്നതു നിഷ്ഫലംതന്നെ. മരത്തിലും കല്ലിലും ചെന്ന് അതു തലയറഞ്ഞു തല്ലുന്നു. ഒരുപക്ഷേ, നീ ഹൃദയം തുറന്നു സ്നേഹിച്ച വണ്ട്, മറ്റു പൂക്കളിൽ തല്പരനായതു കണ്ടു ദുഷ്ടൻ എന്നെച്ചതിച്ചു എന്നോർത്ത് ആ ആധിയിൽ മരിച്ചതാവാം. പ്രവർത്തിക്കും മുമ്പ് ആലോചിക്കാതെ ചെയ്തുപോയ തെറ്റിൽ പശ്ചാത്തപിക്കുന്ന സാഹസികൻ എവിടെയുണ്ട്? അതൊക്കെ പോകട്ടെ, അപവാദം പണ്ഡിതനെപ്പോലും ദുഃഖിപ്പിക്കുന്നു. ആ സ്ഥിതിക്കു പഴി പറയുന്നതു നന്നല്ല. പുതുദീപം എണ്ണവറ്റിപ്പുകഞ്ഞ് വാടിയണഞ്ഞപോലെ നിന്റെ ദേഹകാന്തിയും മുഖകാന്തിയും നശിച്ചു നീ ഞെട്ടറ്റുതാഴെപ്പതിക്കുന്നതു കണ്ടവർ താരം ആകാശത്തു നിന്നടർന്നു വീഴുകയാണെന്നു തെറ്റിദ്ധരിച്ചു; ഭൂമിപോലും അധീരയായി.

ചിലന്തികൾ വലനെയ്തു നിന്റെ ദേഹത്തിനു ചരമാവരണം ഇട്ടിരിക്കുന്നു. സ്നേഹാർദ്രയായ ഉഷസ്സ് നിന്റെ മേൽ 'നീഹാരശീകര മനോഹരമന്ത്യഹാരം' അർപ്പിച്ചിരിക്കുന്നു. നിന്റെ പതനമോർത്തു ദുഃഖിച്ച താരങ്ങൾ കണ്ണീരായി മഞ്ഞുതുള്ളികൾ പൊഴിക്കുന്നു. ചടകങ്ങൾ ചാരത്തു വീണു പുലമ്പുന്നു. നിന്റെ ചരിത്രം ഓർത്ത് ആരുതന്നെ ഹൃദയം ഉരുകിക്കരയുകയില്ല!

വിധി എന്തിനാണ് ഇത്രയധികം ഗുണഗണങ്ങൾ നിനക്കുതന്നത്, എന്തിനുവേണ്ടിയാണ് അവ അപഹരിച്ചത്? സൃഷ്ടിരഹസ്യം അറിയുക വിഷമംതന്നെ. 'ഗുണികളൂഴിയിൽ നീണ്ടുവാഴാ.' നിന്റെ വിയോഗമോർത്തും കരുണമായ കിടപ്പുകണ്ടും എനിക്കും ദുഃഖമുണ്ട്. കാരണം,

ഒന്നല്ലിനാമയി സഹോദരരല്ലി? പൂവേ!
ഒന്നല്ലി കൈയിഹ രചിച്ചതു നമ്മെയെല്ലാം?

ഉണ്ടായതെല്ലാം നശിക്കും; അണുക്കൾമാത്രം നിൽക്കും; ഉടൽ വെടിഞ്ഞ ദേഹി കർമ്മഗതിപോലെ വീണ്ടും ജഗത്തിൽ ജനിക്കും-വേ

ദങ്ങൾ ഇങ്ങനെ കല്പിക്കുന്നു. പൂവേ, നീ ഒരുപക്ഷേ ഇവിടെ മറഞ്ഞു സുമേരുപർവ്വതത്തിൽ കല്പദ്രുമത്തിന്റെ കൊമ്പിൽ വിടരാം. ശോഭയോടെ നിൽക്കുന്ന നിന്നെ എടുത്തണിയുന്ന യുവതികളിൽക്കൂടി നിനക്കു പൂർവ്വാധികം സുകൃതംനേടാം. അല്ലെങ്കിൽ, അമരർഷിമാർക്കു ബലിപുഷ്പമായിത്തീർന്നു നിനക്കു മോക്ഷമാർഗ്ഗത്തിലെത്താം. ദുഃഖിക്കുക എന്നത് ആത്മപരിപീഡനവും അജ്ഞന്മാർക്കുമാത്രം യോജിക്കുന്നതുമാണ്. ആശമുഴുവനും വേദങ്ങളിൽ അർപ്പിക്കുക. പിന്നെയെല്ലാം വിധിപോലെ ആകട്ടെ.

കണ്ണേ മടങ്ങുക, കരിഞ്ഞുമലിഞ്ഞുമാശു
മണ്ണാകുമീമലരു, വിസ്മൃതമാകുമിപ്പോൾ
എണ്ണീടുകാർക്കുമിതുതാൻ ഗതി, സാദ്ധ്യമെന്തു
കണ്ണീരിനാൽ? അവനിവാഴ്‌വുകിനാവുകഷ്ടം!

സ്വഭാവമഹിമയുള്ള ഒരു വ്യക്തിയുടെ മരണമാണ് *വീണപൂവി*ന്റെ ഇതിവൃത്തം എന്നു പറയാം. മനുഷ്യജീവിതത്തിന്റെ നശ്വരതയാണ് ആ കവിതയുടെ സാരം. പ്രതിരൂപാത്മകമായ ഒരർത്ഥം *വീണപൂവി*നുണ്ട്. പാലക്കാട് ഒരാശുപത്രിയിൽ വിഷൂചിക ബാധിച്ചുകിടന്ന ശ്രീനാരായണ ഗുരുവിനെ ശുശ്രൂഷിച്ചുകൊണ്ടിരുന്ന അവസരത്തിലാണ് കുമാരനാശാൻ ഈ കവിത എഴുതിയത്.

*നളിനി*യുടെയും ദിവാകരന്റെയും അസാധാരണമായ സ്നേഹ ബന്ധത്തിന്റെ കഥയാണ് *നളിനി*. കല്പിതമായ ഒരു കഥ പ്രതിപാദി ക്കുന്ന ഈ കാവ്യത്തിനു 'നളിനി അഥവാ ഒരു സ്നേഹം' എന്നായിരുന്നു ആശാൻ ആദ്യം പേരുനൽകിയിരുന്നത്.

നളിനിയും ദിവാകരനും ബാല്യകാലസുഹൃത്തുക്കളായിരുന്നു. സത്യാന്വേഷിയായ ദിവാകരൻ നാടുവിട്ടുപോയി. അയാളോടു ഗൂഢമായ അനുരാഗമുണ്ടായിരുന്ന നളിനി ദിവാകരന്റെ ഈ പ്രവൃത്തിയിൽ ദുഃഖിച്ചു. അവൾക്കു ജീവിതംതന്നെ വെറുത്തു, വിവാഹത്തിനുവേണ്ടി വീട്ടുകാർ നിർബന്ധിച്ചു തുടങ്ങിയപ്പോൾ അവളും നാടുവിട്ടു. കാട്ടിലെ ത്തി ആത്മഹത്യയ്ക്കു ശ്രമിച്ച നളിനിയെ ഒരു തപസ്വിനി രക്ഷപ്പെടുത്തി. ആ തപസ്വിനിയോടൊത്തു തപോനിഷ്ഠയിൽ ജീവിച്ചുവരവേ, യാദൃച്ഛി കമായി ഒരു ദിവസം യുവയോഗിയായ ദിവാകരനെ അവൾ കണ്ടുമുട്ടി. അദ്ദേഹം നളിനിയെ തിരിച്ചറിഞ്ഞില്ല. കുണ്ഠിതത്തോടുകൂടിയാണെ ങ്കിലും താൻ ആരാണെന്നു നളിനി ബോദ്ധ്യപ്പെടുത്തി. എങ്ങനെയാണ് തന്റെ അഭിമതം അദ്ദേഹത്തെ അറിയിക്കേണ്ടത് എന്നറിയാതെ അവൾ കുഴങ്ങി. അവൾ പറഞ്ഞു:

തന്നതില്ല പരനുള്ളുകാട്ടുവാ-
നൊന്നുമേ നരനുപായമീശ്വരൻ
ഇന്നു ഭാഷയതപൂർണ്ണമിങ്ങഹോ!
വന്നുപോം പിഴയുമർത്ഥശങ്കയാൽ.

നളിനി പഴയ കാര്യങ്ങൾ ദിവാകരനെ ഓർമ്മിപ്പിച്ചു. തന്നെ സ്വീകരി ക്കണമെന്ന് അവൾ അപേക്ഷിച്ചു. അവളുടെ പരിശുദ്ധസ്നേഹത്തെ

ദിവാകരനു വാഴ്ത്താതിരിക്കാൻ കഴിഞ്ഞില്ല. പക്ഷേ, വിശ്വസ്നേഹത്തിനു വേണ്ടി വ്യക്തിഗതമായ സ്നേഹബന്ധങ്ങളെ ഉപേക്ഷിച്ചിരിക്കുന്ന ദിവാകരൻ നളിനിയെ സ്വീകരിക്കാൻ കൂട്ടാക്കിയില്ല. അദ്ദേഹം പറഞ്ഞു:

സ്നേഹമാണഖിലസാരമൂഴിയിൽ
സ്നേഹസാരമിഹസത്യമേകമാം;
മോഹനം ഭുവനസംഗമിങ്ങതിൽ
സ്നേഹമൂലമമലേ വെടിഞ്ഞുഞാൻ...

ദിവാകരൻ നളിനിക്കു ധർമ്മോപദേശം നല്കി. ആ മുഹൂർത്തത്തിൽ അവൾ ബോധരഹിതയായി ദിവാകരന്റെ മാറിൽ വീണു സായൂജ്യം അടഞ്ഞു. അപ്പോഴേക്കും നളിനിയെത്തേടി തപസ്വിനി അവിടെ എത്തി. യോഗ്യമായ രീതിയിൽ അവർ നളിനിയുടെ ശവസംസ്കാരം നിർവ്വഹിച്ചു. ദിവാകരൻ ലോകക്ഷേമാർത്ഥം ജീവിച്ചു. ശോകം അദ്ദേഹത്തെ കീഴടക്കിയില്ല. നളിനിയെക്കുറിച്ചുള്ള ചിന്തയാൽ അദ്ദേഹത്തിന്റെ മനസ്സിൽ ശുദ്ധി വർദ്ധിച്ചു. ഒരു നൂറ്റാണ്ടുകാലത്തിനു ശേഷം ദിവാകരനും മോക്ഷം പ്രാപിച്ചു.

കാവ്യം, നളിനീദിവാകരൻമാരുടെ പുനഃസമാഗമത്തോടടുത്ത് ആരംഭിച്ച് ഒറ്റ രംഗംകൊണ്ടുതന്നെ അവസാനിക്കുന്നു. നളിനിയുടെയും ദിവാകരന്റെയും സംഭാഷണത്തിൽക്കൂടിയാണ് പൂർവ്വകഥകൾ സൂചിപ്പിച്ചിട്ടുള്ളത്. കഥാഘടനയുടെ ഒതുക്കം, നാടകീയത, കഥാപാത്രങ്ങളുടെ വ്യക്തിത്വം, കാവ്യകല്പനകളുടെ നൂതനത്വം ഇവ 'നളിനി'യെ ശ്രേഷ്ഠമായ ഒരു കാവ്യമാക്കിത്തീർക്കുന്നു.

പേർഷ്യൻകവിയായ 'നിസാമി'യുടെ *ലൈലാമജ്നു*വിന്റെ ഇതിവൃത്തം സ്വീകരിച്ച് ആശാൻ രചിച്ചകാവ്യമാണ് *ലീല.* ലീലയും മദനനും ബാല്യകാലസഖാക്കളായിരുന്നു. യൗവനത്തിൽ ആ സ്നേഹം അനുരാഗമായി വളർന്നു. ലീലയുടെയും മദനന്റെയും അനുരാഗത്തെക്കുറിച്ചു ലീലയുടെ മാതാപിതാക്കൾക്ക് അറിവില്ലായിരുന്നു. കച്ചവടപ്രമാണിയായ അച്ഛനുമൊത്ത് ദൂരദേശസഞ്ചാരം നടത്തുമ്പോൾ, വിജയനഗര നിവാസിയായ ഒരു കച്ചവടക്കാരനെ കണ്ടുമുട്ടി. അദ്ദേഹം ലീലയെ തന്റെ പുത്രവധുവായി സ്വീകരിച്ചു. ലീലയുടെ ആഗ്രഹത്തിനു വിപരീതമായി നടന്ന ആ വിവാഹം അവൾക്കു ദുഃഖപൂർണ്ണമായ ജീവിതമാണ് നൽകിയത്. അവളുടെ ഭർത്താവ് ആകസ്മികമായി മരിച്ചു. അതോടെ ലീല സ്വതന്ത്രയായി. അവൾ തിരിയെ വീട്ടിലെത്തി. അപ്പോഴേക്കും അവളുടെ അച്ഛനും അമ്മയും മരിച്ചുകഴിഞ്ഞിരുന്നു. അവൾ സഖിയായ മാധവിയെ മദനനെ അന്വേഷിക്കാൻ പറഞ്ഞയച്ചു. വിന്ധ്യപർവ്വതസാനുവിൽ 'ലീല, ലീല' എന്നു പാടിക്കൊണ്ട് ഭ്രാന്തനായി അലയുന്ന മദനനെക്കുറിച്ച് മാധവി അറിഞ്ഞുവന്നു. അവളോടൊത്തു ലീല മദനനെ അന്വേഷിച്ചുപോകുന്നു. ആ പ്രവൃത്തിയുടെ അനൗചിത്യം സൂചിപ്പിച്ച സഖിയോട് ലീല പറയുന്നു;

ഉടലോർക്കുക ബാഹ്യമായതിൽ
തടവും ലോകമതീവ ബാഹ്യമാം;

സ്ഫുടസൗഹൃദമാന്തരാത്മികം
വെടിയുന്നെങ്ങനെ തോഴി! ദേഹികൾ?

മദനനെ അന്വേഷിച്ച് അലയുന്ന ലീല അയാളെ കാണാതെ വശംകെട്ടു. ഹൃദയവ്യഥ അടക്കാനാവാതെ അവൾ വിലപിക്കുന്നു:

കരുതുവതിഹ ചെയ്യവയ്യ, ചെയ്യാൻ
വരുതിലഭിച്ചതിൽനിന്നിടാ വിചാരം;
പരമഹിതമറിഞ്ഞുകൂട, യായു-
സ്ഥിരതയുമി, ല്ലതിനിന്ദ്യമീനരത്വം!

ഒടുവിൽ ലീലയും മദനനും കണ്ടുമുട്ടുന്നു. മദനൻ ഒരു ഭ്രാന്തനായി ത്തീർന്നിരിക്കുന്നു. അവൾ മദനനെ ആലിംഗനം ചെയ്യാൻ തുടങ്ങുമ്പോൾ പിടിവിടുവിച്ച് അയാൾ രേവാനദിയിൽ ചാടി ആത്മഹത്യചെയ്യുന്നു. ലീല മദനനെ പിൻതുടരുന്നു. ഇതെല്ലാം കണ്ടുനിന്ന മാധവി ദുഃഖിതയായി, മണ്ണിൽ പതിച്ചു. ഉറക്കത്തിൽ, ലീലാമദനന്മാർ സ്വപ്നദർശനം നൽകി മാധവിയെ സമാശ്വസിപ്പിച്ചു:

"ആരും തോഴീ! യുലകിൽ മറയുന്നില്ല; മാംസം വെടിഞ്ഞാൽ
തീരുന്നില്ലീ പ്രണയജടിലം ദേഹിതൻദേഹബന്ധം;
പോരും ഖേദം; പ്രിയസഖി ചിരംവാഴ്ക മാഴ്കാതെ; വീണ്ടും
ചേരും നാം കേൾ; വിരതഗതിയായില്ല സംസാരചക്രം."

മാധവി മരവുരി ധരിച്ച് സന്ന്യസിച്ചു. ലൗകികസുഖം അല്പം പോലും അവൾ ആഗ്രഹിച്ചില്ല. ജീവിതം അന്യർക്കു പ്രയോജനകരമാക്കി അവൾ സംതൃപ്തിയോടെ കഴിഞ്ഞു.

*നളിനി*യിലെ നായികാനായകന്മാർ സാത്വികാവസ്ഥയിൽ എത്തിയ പുണ്യാത്മാക്കളാണ്. അതിനു താഴത്തെപടിയിൽ നില്ക്കുന്ന രജോഗുണ പ്രധാനരായ മനുഷ്യരുടെ ജീവിതമാണ് *ലീല*യിൽ ആവിഷ്കരിച്ചിട്ടുള്ളത്. ജീവിതസംഘർഷങ്ങൾ, നാടകീയ മുഹൂർത്തങ്ങൾ, കല്പനാഭംഗികൾ- ഇവ ലീലാകാവ്യത്തിന്റെ മേന്മ വർദ്ധിപ്പിക്കുന്നു.

എ ആർ രാജരാജവർമ്മയുടെ ചരമത്തിൽ അനുശോചിച്ചുകൊണ്ട് എഴുതിയ വിലാപകാവ്യമാണ് *പ്രരോദനം*. ജീവിതം, മരണം, മരണാനന്തരജീവിതം-ഇവയെക്കുറിച്ചുള്ള തത്ത്വചിന്താപരമായ ഒരന്വേഷണമാണ് ആ കാവ്യത്തിൽ നടത്തിയിരിക്കുന്നത്.

കഷ്ടം! സ്ഥാനവലിപ്പമോ പ്രഭുതയോ സജ്ജാതിയോ വംശമോ
ദൃഷ്ടശ്രീതനുധാടിയോ ചെറുതുമിങ്ങോരില്ല ഘോരാനലൻ
സ്പഷ്ടം മാനുഷഗർവ്വമൊക്കെയിവിടെപ്പുക്കസ്തമിക്കുന്നിതി-
ങ്ങിഷ്ടൻമാർ പിരിയുന്നു! ഹാ! ഇവിടമാണദ്ധ്യാത്മവിദ്യാലയം.
ജ്ഞാനംതാൻ ക്ഷണവൃത്തി; ബുദ്ധിയിമവെട്ടുമ്പോളിടയ്ക്കാത്തമ-
സ്ഥാനം കാണുവതില്ലലാതവലയത്തോടൊത്ത വേഗത്തിനാൽ
നൂനം ഹാ! ക്ഷണമൃത്യുവിങ്ങനുദിനംനിദ്രാഖ്യമായ് ദീർഘമാ-
മൂനം വിട്ടതു നീണ്ടനന്തരമിതാം വിശ്രാന്തി ജന്തുക്കളിൽ.

ഇങ്ങനെയുള്ള അനേകം തത്ത്വചിന്തകൾ *പ്രരോദന*ത്തിൽ കാണാം.

മലയാളത്തിൽ സർവ്വസാധാരണമായി പ്രയോഗിച്ചു കാണുന്ന ഒട്ടേറെ ചിന്താശകലങ്ങളും ശൈലികളും *പ്രരോദന*ത്തിൽ നിന്നെടുത്തിട്ടുള്ളതാണെന്നു ശ്രദ്ധിച്ചാൽ മനസ്സിലാകും: 'കൂറ്റുകാരെയൊരുമിപ്പിപ്പൂ കുടുംബാധികൾ' (ശ്ലോകം 17), 'ഭാവത്തിൻ പരകോടിയിൽ സ്വയമഭാവത്തിൻ സ്വഭാവംവരാം' (ശ്ലോകം 26), 'സ്ഥിരസ്നേഹത്തെക്കരുതി സ്വയം കഴികിൽ നൂറാവൃത്തി ചത്തീടുവിൻ' (ശ്ലോകം 49), 'വണ്ടേ നീ തുലയുന്നു; വീണയി വിളക്കും നീ കെടുക്കുന്നുതേ' (ശ്ലോകം 53), 'ഉണ്ടൂഴിയിൽ പൂങ്കോഴിപ്രകരത്തിനും സ്ഥലമഹോ! പുംസ്കോകിലങ്ങൾക്കുമേ' (ശ്ലോകം 54), 'സാഹിതീലോകത്തിന്റെ ദുഷിച്ചുപോയ രുചിയെ പ്രത്യാനയിപ്പാൻ' (ശ്ലോകം 56), 'ഹാ! വിധി വിനോദിക്കുന്നു' (ശ്ലോകം 58), 'ഹാ! മർത്യൻ സുരഭാവമാർന്നിടുകിലും ഭൂസ്നേഹി' (ശ്ലോകം 70), ''നിർഹേതുകപ്രേമംതന്നെ ജയിപ്പൂ' (ശ്ലോകം 70), 'ലോകം നിത്യചലം' (ശ്ലോകം 93), 'പകലും രാവാണുഞങ്ങൾക്കിനി' (ശ്ലോകം 98), 'ക്ഷീണിക്കും ഹൃദയത്തെ മൂടിയൊടുവിൽച്ചേർക്കുന്നു സൗഖ്യം മൃതി' (ശ്ലോകം 134), 'നക്ഷത്രങ്ങളെ നോക്കിയിപ്പുഴു പറന്നീടുന്നു' (ശ്ലോകം 144), 'ഏകാന്താദ്വയശാന്തിഭൂവിനുനമസ്കാരം, നമസ്കാരമേ!' (ശ്ലോകം 147).

കീറ്റ്സ് എന്ന ആംഗലകവി മരിച്ചപ്പോൾ അദ്ദേഹത്തിന്റെ സുഹൃത്തായ ഷെല്ലി എഴുതിയ *അഡണെയിസ് (Adonais)* എന്ന വിലാപകാവ്യത്തോട് *പ്രരോദന*ത്തെ സാദൃശ്യപ്പെടുത്താം. കുമാരനാശാന്റെ കൃതികളിൽ തത്വചിന്തകൾ ഏറ്റവും അധികം കാണുന്നത് *പ്രരോദന*ത്തിലാണ്. മലയാളത്തിലെ വിലാപകാവ്യങ്ങളിൽ അതിന് വിശിഷ്ടമായ സ്ഥാനമാണുള്ളത്.

ഇംഗ്ലീഷിൽ ഡ്രമാറ്റിക് മോണോലോഗ് (Dramatic Monologue) എന്നു പറയുന്ന സാങ്കേതികരീതിയസരിച്ച് എഴുതിയിട്ടുള്ള കാവ്യമാണ് *ചിന്താവിഷ്ടയായ സീത*. ആ സാങ്കേതികരീതിക്ക് മലയാളത്തിൽ *നാടകീയ സ്വഗതോക്തി* എന്നു പറയും. ആത്മഗതത്തിന്റെ സ്വഭാവമാണ് അതിനുള്ളത്. ശ്രീരാമൻ നടത്തുന്ന അശ്വമേധത്തിൽ പങ്കെടുക്കാൻ വാല്മീകി മഹർഷിയോടൊത്തു പുത്രന്മാർ അയോദ്ധ്യയിലേക്കു പോയിക്കഴിഞ്ഞു. സന്ധ്യാസമയമായി. സീത സ്വന്തം ജീവിതം മുഴുവൻ 'ഹിമബിന്ദുവിൽ കാനനംപോലെ' ഒരു നിമിഷത്തിൽ നിഴലിച്ചുകാണുന്നു. സീതയുടെ മനസ്സിന്റെ അപ്പോഴത്തെ വിചാരപ്രവാഹത്തെയാണ് കവി ആവിഷ്കരിച്ചിരിക്കുന്നത്. സ്ത്രീയുടെ മുറിവേറ്റ അഭിമാനം, അമർഷം, ഭർത്തൃസ്നേഹം, ജീവിതനിരീക്ഷണം-ഇങ്ങനെ പല പടവുകളിലൂടെ ആ ചിന്ത പ്രവഹിക്കുന്നു. *വാല്മീകിരാമായണ*ത്തിലെ പ്രഖ്യാതമായ പല രംഗങ്ങളും സീതയുടെ ചിന്തയിലൂടെ കടന്നുവരുന്നു. ഭൂതം, ഭാവി, വർത്തമാനം ഈ മൂന്നു കാലങ്ങളും അവിടെ സമ്മേളിക്കുന്നു:

കരളിന്നിരുൾ നീക്കുമുള്ളലിയി-
ച്ചൊരു മന്ദസ്മിതരശ്മികൊണ്ടവർ
നരജീവിതമായ വേദന

യ്ക്കൊരുമട്ടർഭകരൗഷധങ്ങൾതാൻ.
സ്ഫുടതാരകൾ കൂരിരുട്ടിലു-
ണ്ടിടയിൽ ദ്വീപുകളുണ്ടു സിന്ധുവിൽ
ഇടർതീർപ്പതിനേക ഹേതു വ-
ന്നിടയാമേതു മഹാവിപത്തിലും.
ഒരു വേള പഴക്കമേറിയാ- :
ലിരുളും മെല്ലെ വെളിച്ചമായ്വരാം
ശരിയായ് മധുരിച്ചിടാം സ്വയം
പരിശീലിപ്പൊരു കയ്പുതാനുമേ.

ജീവിതത്തെക്കുറിച്ചുള്ള ഇത്തരം പൊതുവിചാരവിമർശനങ്ങളിൽ നിന്നു സീതയുടെ ചിന്ത സാവധാനം സ്വന്തം ജീവിതത്തിലേക്കു തിരിയുന്നു. പതുക്കെപ്പതുക്കെ ചൂടുപിടിച്ചു കത്തിയമരുന്ന ആ ചിന്തകൾ കുടുംബജീവിതത്തിന്റെ പരിശുദ്ധിയെയും സ്ത്രീയുടെ നരകതുല്യമായ ജീവിതത്തെയും കുറിച്ച് നമ്മെ ബോധവാന്മാരാക്കുന്നു. കവിയുടെ അനുഭവബോധവും പക്വതയും ജീവിതാവിഷ്കാരത്തിനു തെളിമയും ചിന്തകൾക്കു ഋജുത്വവും നൽകിയിരിക്കുന്നു. അഭിമാനക്ഷതമേറ്റ സ്ത്രീയുടെയും, അപമാനിതയായ പത്നിയുടെയും, സ്നേഹത്തിന്റെ ഉറവായ മാതാവിന്റെയും നിത്യപ്രതീകമായിട്ടാണ് ആശാൻ സീതയെ അവതരിപ്പിച്ചിരിക്കുന്നത്.

മാപ്പിളലഹളക്കാലത്ത് ആത്മരക്ഷാർത്ഥം പുലയക്കുടിലിൽ അഭയം തേടിയ സാവിത്രി എന്ന അന്തർജ്ജനത്തിന്റെ ജീവിതകഥയാണ് *ദുരവസ്ഥ.* തന്നെ ലഹളക്കാരിൽനിന്നു ഒളിപ്പിക്കുകയും പരിചരിച്ചു പുലർത്തുകയും ചെയ്ത ചാത്തൻപുലയനെ സാവിത്രി ഭർത്താവായി സ്വീകരിക്കുന്നു. താൻ ജീവിച്ചിരുന്ന കാലത്തെ ഒരു സംഭവം ഒരു കാവ്യത്തിന്റെ ഇതിവൃത്തമായി ആശാൻ സ്വീകരിച്ചിട്ടുള്ളത് *ദുരവസ്ഥ*യിൽ മാത്രമാണ്. കഥാഖ്യാനവും. സാമൂഹ്യവിമർശനവും ഇടചേർത്താണ് കാവ്യം രചിച്ചിട്ടുള്ളത്. സാമൂഹ്യാനീതികളോടുള്ള അമർഷം, സമൂഹത്തോടുള്ള ഉപദേശം, ആഹ്വാനം ഇവ സന്ദർഭത്തിനു യോജിച്ചവിധം കവി ഉൾപ്പെടുത്തിയിട്ടുണ്ട്:

അന്തണനെച്ചമച്ചുള്ളൊരു കൈയല്ലോ
ഹന്ത നിർമ്മിച്ചു ചെറുമനെയും
ബാഹുവീര്യങ്ങളും ബുദ്ധിപ്രഭകളും.
സ്നേഹമൊലിക്കുമുറവകളും

ആഹന്തയെത്ര വിഫലമാക്കിത്തീർത്തു
നീ ഹിന്ദുധർമ്മമേ 'ജാതി' മൂലം!
എത്ര പെരുമാക്കൾ ശങ്കരാചാര്യൻമാ-
രെത്രയോ തുഞ്ചൻമാർ കുഞ്ചൻമാരും
ക്രൂരയാം ജാതിയാൽ നൂനമലസിപ്പോയ്
കേരളമാതാവേ, നിൻവയറ്റിൽ.

സ്നേഹത്താൽ നിത്യം തടം നനപ്പിൻ ദയാ-
ദോഹളം നൽകുവിൻ പൂവിനെല്ലാം.
സാഹസമറ്റ കാലോചിതധർമ്മമാം
മോഹനപ്പൊൻനൂലാൽ വേലികെട്ടിൻ.

കാലം വൈകിപ്പോയി, കേവലമാചാര-
നൂലുകളെല്ലാം പഴകിപ്പോയി.
കെട്ടിനിറുത്താൻ കഴിയാതെ ദുർബ്ബല-
പ്പെട്ട ചരടിൽ ജനതനില്ക്കാ.
മാറ്റുവിൻ ചട്ടങ്ങളെ സ്വയമല്ലെങ്കിൽ
മാറ്റുമതുകളീ നിങ്ങളെത്താൻ.

കുമാരനാശാന്റെ ഏറ്റവും നീണ്ട കാവ്യം *ദുരവസ്ഥ*യാണ്. "*ദുരവസ്ഥ* എന്റെ മറ്റു കൃതികളെ അപേക്ഷിച്ച് വിലക്ഷണരീതിയിൽ ഉള്ള ഒരു കാവ്യമാണ്?" എന്ന് മുഖവുരയിൽ ആശാൻതന്നെ പറഞ്ഞിട്ടുണ്ട്. കാവ്യപരമായി ചില ദോഷങ്ങൾ *ദുരവസ്ഥ*യിൽ കണ്ടെത്താൻ സാധിക്കും. അതുകൊണ്ടായിരിക്കും ആശാൻ അങ്ങനെ പറഞ്ഞത്. എന്നാൽ, മഹത്തായ ഒരു ലക്ഷ്യം സാക്ഷാൽക്കരിക്കുന്നതിനുവേണ്ടിയാണ് ആശാൻ ആ കാവ്യം എഴുതിയത്. ആ പ്രാധാന്യം കണക്കിലെടുത്തുവേണം *ദുരവസ്ഥ*യെ വിമർശിക്കേണ്ടത്.

ബുദ്ധമതസംബന്ധമായ ഒരു കഥ സ്വീകരിച്ച് എഴുതിയ കാവ്യമാണ്! *ചണ്ഡാലഭിക്ഷുകി*. താണജാതിയിൽ ജനിച്ച ഒരു യുവതിയാണ് മാതംഗി. വഴിയരികിലുള്ള കിണറ്റിൽനിന്നു വെള്ളം കോരുന്ന അവളുടെ അരികിലേക്കു ദാഹാർത്തനായ ആനന്ദൻ എന്ന ബുദ്ധഭിക്ഷു വന്നു. ചണ്ഡാലിയാണെന്നറിയിച്ചിട്ടും അവളിൽനിന്ന് അദ്ദേഹം വെള്ളം വാങ്ങിക്കുടിച്ചു. അദ്ദേഹത്തോട് അവൾക്ക് സ്നേഹാദരം തോന്നി. മനസ്സ് അസ്വസ്ഥമായി. അവൾ ബുദ്ധഭിക്ഷുവിനെ പിൻതുടർന്നു ബുദ്ധവിഹാരത്തിൽ എത്തി, ബുദ്ധഭഗവാൻ അവളെ അവിടത്തെ അന്തേവാസിയാക്കി. ഈ പ്രവൃത്തിയിൽ വിഷമം തോന്നിയ ഉന്നതകുലജാതർ രാജാവായ പ്രസേനജിത്തിനോടു പരാതിപ്പെട്ടു. രാജാവ് ബുദ്ധഭഗവാനെ നേരിൽക്കണ്ടു. ജാതിയുടെ അർത്ഥശൂന്യത, സ്നേഹത്തിന്റെ മഹത്വം ഇവയെപ്പറ്റി അദ്ദേഹം രാജാവിനു ധർമ്മോപദേശം നല്കുന്നു:

സ്നേഹത്തിൽനിന്നുദിക്കുന്നു- ലോകം
സ്നേഹത്താൽ വൃദ്ധിതേടുന്നു
സ്നേഹംതാൻ ശക്തിജഗത്തിൽ - സ്വയം
സ്നേഹം താനാനന്ദമാർക്കും
സ്നേഹം താൻ ജീവിതം ശ്രീമൻ-സ്നേഹ-
വ്യാഹതിതന്നെ മരണം.
സ്നേഹം നരകത്തിൻ ദ്വീപിൽ-സ്വർഗ്ഗ
ഗേഹം പണിയും പടുത്വം

അമ്മതൻ നെഞ്ചുഞരമ്പിൽ- തങ്ങി.
ച്ചെമ്മെ ചെഞ്ചോരയെത്തന്നെ,
അമ്മിഞ്ഞത്തൂവമൃതാക്കും മൈത്രി-
നമ്മോടതോതുന്നു രാജൻ!
ചൊല്ലിനേനീർഷ്യയല്ലാതെ-മർത്ത്യർ-
ക്കില്ലതാനില്ലതാൻ ജാതി.

രാജാവും സംഘവും സത്യം മനസ്സിലാക്കി ആനന്ദബാഷ്പം ചൊരിയുന്നു.

ആദ്യത്തെ മൂന്നു ഭാഗങ്ങളുമായി താരതമ്യപ്പെടുത്തുമ്പോൾ നാലാം ഭാഗം കാവ്യഭംഗി കുറഞ്ഞതാണ്. അവിടെ ബുദ്ധന്റെ ഉപദേശത്തിലൂടെ സാമൂഹ്യപുരോഗതി ലക്ഷ്യമാക്കിയിരിക്കുന്നതിനാൽ കവിതയ്ക്കു പ്രചാരണസ്വഭാവം വന്നുപോയിട്ടുണ്ട്.

ബുദ്ധമതകഥയെ ഉപജീവിച്ച് എഴുതിയ മറ്റൊരു കാവ്യമാണ് *കരുണ*. വേശ്യയായ വാസവദത്തയ്ക്കു ബുദ്ധശിഷ്യനായ ഉപഗുപ്തനോട് അനുരാഗം തോന്നുന്നു. വാസവദത്ത തന്റെ തോഴിയെ പറഞ്ഞയച്ച് ഉപഗുപ്തനെ ഭവനത്തിലേക്കു ക്ഷണിച്ചു. എന്നാൽ, സമയമായില്ല എന്നു പറഞ്ഞ് അദ്ദേഹം ആ ക്ഷണം നിരസിച്ചു. ഒരു കൊലപാതകക്കുറ്റത്തിനു ശിക്ഷിക്കപ്പെട്ട് കരചരണാദികൾ ഛേദിച്ച വാസവദത്തയെ ശ്മശാനത്തിൽ തള്ളിയിരിക്കുന്ന സമയത്ത് ഉപഗുപ്തൻ അവിടെ എത്തുന്നു. അദ്ദേഹം വാസവദത്തയോടു പറയുന്നു:

ഇല്ല, ഞാൻ താമസിച്ചുപോയില്ലെടോ സരളശീലേ-
യല്ലൽ നീയിന്നെന്നെച്ചൊല്ലിയാർന്നിടായ്കെടോ.
ശോഭനകാലങ്ങളിൽ നീ ഗമ്യയായില്ലെനിക്കുനിൻ
സൗഭഗത്തിൽ മോഹമാർന്ന സുഹൃത്തല്ല ഞാൻ.

അദ്ദേഹം അവൾക്കു ബുദ്ധമതതത്വം ഉപദേശിക്കുന്നു. ഹൃദയപരിവർത്തനം വന്ന അവൾ മനഃശാന്തിയോടെ മരിക്കുന്നു. ചുടുകാട്ടിൽ നിന്നു ചിന്തപൂണ്ടു സാവധാനം മടങ്ങിപ്പോകുന്ന ഉപഗുപ്തനോടു കവി പറയുന്നു;

നമസ്കാരമുപഗുപ്ത, വരിക ഭവാൻനിർവ്വാണ-
നിമഗ്നനാകാതെ വീണ്ടും ലോകസേവയ്ക്കായ്;
പതിതകാരുണികരാം ഭവാദൃശസുതന്മാരെ
ക്ഷിതിദേവിക്കിന്നുവേണമധികം പേരേ!

നാടകീയത, വർണ്ണനയിലുള്ള തന്മയത്വം, കഥാപാത്രങ്ങളുടെ സ്വഭാവചിത്രീകരണം, കല്പനകളുടെ ഔചിത്യം, സന്ദർഭോചിതമായ ജീവിതനിരീക്ഷണങ്ങൾ ഇവയാൽ അത്യന്തം മനോഹരമാണ് *കരുണ*. ആശാൻകൃതികളിൽ ഏറ്റവും മുഖ്യമായസ്ഥാനം ചില നിരൂപകന്മാർ ഈ കാവ്യത്തിനു നൽകിയിട്ടുണ്ട്.

നാല്

കുമാരനാശാന്റെ ഭാവഗീതങ്ങളും ലഘുകവിതകളും *പുഷ്പവാടി, മണിമാല, വനമാല* എന്നീ കൃതികളിൽ സമാഹരിച്ചിരിക്കുന്നു. സ്തോത്രകാവ്യങ്ങളുടെ സ്വഭാവമുള്ള ചില കവിതകൾ കുമാരനാശാന്റെ ഭാവഗീതങ്ങളിൽ ഉണ്ട്. അവ എല്ലാ വിഭാഗത്തിൽപ്പെട്ടവർക്കും നിത്യ പാരായണത്തിന് ഉപയോഗിക്കാവുന്നവയാണ്. അവയിൽ ഒരു പ്രത്യേകദേവതയെ സ്തുതിക്കുന്നില്ല; എകദൈവവിശ്വാസത്തിൽ ഊന്നിയ ചിന്തകളാണ് കാണുന്നത്:

സകലാശ്രയമായി രാത്രിയും
പകലും നിന്നെരിയും പ്രദീപമേ,
ജഗദീശ, ജയിക്ക; ശാശ്വതം.
നിഗമം തേടിന നിൻ പദാംബുജം. (പ്രഭാതപ്രാർത്ഥന)
ജഗതിക്കു സമൃദ്ധികൂടണം
ഭഗവൻ, ത്വൽകൃപയെന്നിൽ വായ്ക്കണം
അഘമൊക്കെയകന്നുദിക്കണം
സുഖമിങ്ങെന്റെ വിരോധികൾക്കുമേ. (നിശാപ്രാർത്ഥന)
ഭവബന്ധമൊടു സത്യരൂപനാം,
ദേവ, നിൻമഹിമയാർന്ന കോവിലിൽ
പാവനപ്രഭയെഴും വിളക്കിതാ
സാവധാനമടിയൻ കൊളുത്തിനേൻ. (ദീപാർപ്പണം)
സചേതനാചേതനമിപ്രപഞ്ചം
സർവ്വം വിളക്കുന്ന കെടാവിളക്കേ,
സമസ്തഭവ്യങ്ങളുമുള്ളിലാഴ്ത്തും
സ്നേഹപ്പരപ്പിൻ കടലേ, തൊഴുന്നേൻ. (ആത്മാർപ്പണം-ഒരു പ്രാർത്ഥന)

വമ്പിച്ചനിൻ മഹിമയും കൃപയും നിനച്ചു
കുമ്പിട്ടിടാത്ത തലയും ശിലയും സമം താൻ
എൻപിച്ചുതീർക്ക, യറിവായ്മനമാം. വിളക്കിൻ-
തുമ്പിൽ ജ്വലിക്കുമഖിലേശ്വര, കൈതൊഴുന്നേൻ. (ഈശ്വരൻ).
ചന്തമേറിയ പൂവിലും ശബളാഭമാം ശലഭത്തിലും
സന്തതം കരതാരിയന്നൊരു ചിത്രചാതുരികാട്ടിയും
ഹന്ത! ചാരുകടാക്ഷമാലകളർക്കശരശ്മിയിൽ നീട്ടിയും
ചിന്തയാം മണിമന്ദിരത്തിൽ വിളങ്ങുമീശനെ വാഴ്ത്തുവിൻ!.
(സങ്കീർത്തനം)

സകല മനുഷ്യരുടെയും ഈശ്വരനായ പരംപൊരുളിനെയാണ് ആശാൻ വാഴ്ത്തുന്നത്. ആ സത്യസ്വരൂപനെ വാഴ്ത്തുവാനാണ് അദ്ദേഹം നമ്മോട് ആവശ്യപ്പെടുന്നത്; ആ കവിതകൾ ആവർത്തിച്ചു ചൊല്ലുമ്പോൾ നമ്മുടെ ഹൃദയത്തിൽ തേൻ നിറയുന്നു; മനസ്സിലെ കാർമേഘങ്ങൾ ഒഴിയുന്നു; ദുഃഖങ്ങൾ മറഞ്ഞേ പോകുന്നു.

മനുഷ്യൻ പ്രപഞ്ചവസ്തുക്കളിൽനിന്ന് അന്യമല്ല. പ്രകൃതി കുടുംബത്തിലെ ഒരംഗമാണ് അവൻ. ഈ പ്രപഞ്ചത്തിലെ രഹസ്യങ്ങളിൽ ഒരല്പം മാത്രമേ അവൻ അറിയുന്നുള്ളൂ. മനുഷ്യന്റെ നിസ്സഹായത, ഈശ്വരന്റെ മഹത്വം- ഇവയെപ്പറ്റി കുട്ടിയുടെ ചോദ്യത്തിനുത്തരമായി അമ്മ പറഞ്ഞുകൊടുക്കുന്നു.

കുട്ടി: ഈ വല്ലിയിൽനിന്നു ചെമ്മേ-പൂക്കൾ
പോവുന്നിതാപറന്നമ്മേ!
അമ്മ: തെറ്റീ! നിനക്കുണ്ണി ചൊല്ലാം-നൽ
പൂമ്പാറ്റകളല്ലേയിതെല്ലാം?
കുട്ടി: മേല്ക്കുമേലിങ്ങിവ പൊങ്ങീ-വിണ്ണിൽ
നോക്കമ്മേ, യെന്തൊരു ഭംഗി!
അയ്യോ! പോയ്ക്കൂടികളിപ്പാൻ-അമ്മേ!
വയ്യേയെനിക്കു പറപ്പാൻ!
അമ്മ: ആകാത്തതിങ്ങനെ എണ്ണീ- ചുമ്മാ
മാഴ്കൊല്ലയെന്നോമലുണ്ണീ!
പിച്ചനടന്നു കളിപ്പൂ -നീയിപ്പിച്ചകമുണ്ടോ നടപ്പൂ?
കുട്ടി: അമ്മട്ടിലായതെന്തെന്നാൽ -ഞാനൊ
രുമ്മതരാമമ്മ ചൊന്നാൽ
അമ്മ: നാമിങ്ങറിയുവതല്പം - എല്ലാ
മോമനേ, ദേവസങ്കല്പം (കുട്ടിയും തള്ളയും)

'കൊച്ചുകിളി' ആകാൻ സാധിക്കാത്തതിലാണ് മറ്റൊരു കുട്ടിക്കു ദുഃഖം. കൊച്ചുകിളി കൊച്ചുശാഖകളിൽ ആഞ്ഞിരിക്കുന്നതും പിച്ചുപാടുന്നതും ഇച്ഛപോലെ ഉയർന്നു പറക്കുന്നതും കാണാൻ എന്തുരസം! തനിക്ക് അതൊന്നും സാധിക്കുന്നില്ലല്ലോ. അവനു ചില സംശയങ്ങളുണ്ട്.

ചൊല്ലുകെന്തു ചെറുപക്ഷി നീ കളി

ച്ചുല്ലസിപ്പതിതുപോലെയെപ്പോഴും
അല്ലൽ നീയറികയില്ലയോ? നിന-
ക്കില്ലയോ പറകെഴുത്തുപള്ളിയും?

കിളിയുടെ സ്വതന്ത്രമായ ലീലകൾ കണ്ടപ്പോൾ കുട്ടിക്കു കിളിയോടൊപ്പം കൂടാൻ ആഗ്രഹമുണ്ടായി. പക്ഷേ, അവനു പഠിക്കുവാൻ പോകണം.

മറ്റൊരു ബാലൻ മരക്കൊമ്പിൻമേൽ കോലോളം ദൂരത്ത് ഉയർന്നു നില്ക്കുന്ന അമ്പിളിഅമ്മാമനെ പിടിക്കാൻ കൈയുയർത്തി ഓടുന്നു. അമ്പിളിയുടെ മനോഹാരിത ആരെയാണ് ആ സാഹസത്തിന് പ്രേരിപ്പിക്കാത്തത്? നോക്കൂ.

തുമ്പപ്പൂവിലും തൂമയെഴും നിലാ-
വൻപിൽത്തൂവിക്കൊണ്ടാകാശവീഥിയിൽ
അമ്പിളി പൊങ്ങിനില്ക്കുന്നിതാമര-
ക്കൊമ്പിൻമേൽനിന്നു കോലോളം ദൂരത്തിൽ..

പക്ഷേ, കുന്നേറി അമ്പിളിയെ പിടിക്കാൻ അവനു സാധിച്ചില്ല. അതിനുമുമ്പു ഗൃഹപാഠം ചെയ്യാൻ സമയമായെന്നറിയിച്ചു ജ്യേഷ്ഠൻ തടഞ്ഞുനിറുത്തി.

പൂക്കാലം വന്നണഞ്ഞിരിക്കുന്നു. പുഷ്പഗന്ധം പരത്തി വായുമെല്ലെ തെക്കുനിന്നു വീശുന്നു. പാടങ്ങൾ പൊന്നിൻനിറം, പൂണ്ടുഴിഞ്ഞു. തത്തകളെല്ലാം എങ്ങുനിന്നോ വന്നണഞ്ഞു. ഈശ്വരൻ സ്വർഗ്ഗത്തിൽനിന്ന് വസന്തത്തെ പറഞ്ഞയച്ച് ഈ ലോകത്തിനു ആനന്ദം നല്കുന്നതാവാം:

പൂക്കുന്നിതാമുല്ല, പൂക്കുന്നിലഞ്ഞി
പൂക്കുന്നു തേന്മാവു, പൂക്കുന്നശോകം
വായ്ക്കുന്നു വേലിക്കു വർണ്ണങ്ങൾ, പൂവാൽ
ചോക്കുന്നു കാടന്തിമേഘങ്ങൾ പോലെ

അതു കാണുമ്പോൾ പൂക്കാലത്തോടു കുട്ടി പറഞ്ഞുപോയി. "പോകൊല്ല പോകൊല്ല പൂക്കാലമേ നീ!" പക്ഷേ, ഈശ്വരേച്ഛ അനുസരിച്ചല്ലേ അതിനു പ്രവർത്തിക്കാനാവൂ?

ഇരുട്ടുകീറുന്ന വജ്രസൂചിപോലെ സഞ്ചരിക്കുന്ന മിന്നാമിനുങ്ങിനെ കണ്ടപ്പോൾ കുട്ടിക്ക് അത്ഭുതം തോന്നി. ആ തീയ് ഒന്നിനേയും ചുടുന്നില്ല. മഴയത്തുപോലും കെടുന്നുമില്ല. ഒരു ചെറുനക്ഷത്രത്തെ വളർത്തുന്നതാവാം. അതിന്റെ തള്ള ആകാശത്തുനില്ക്കുന്നുണ്ടാവാം.

ഇതെന്തൊരാനന്ദമിതെന്തു കൗതുകം!
സ്വതന്ത്രമായ് സുന്ദരമിപ്രഭാകണം!
ഇതാ പറന്നെത്തിയടുത്തു ഹാ! പറ
ന്നിതാ -തൊടുമ്മുമ്പിതു വിണ്ണിലായിതേ!

മിന്നിമങ്ങുന്ന ചൊടിയാർന്ന മിന്നാമിനുങ്ങും തന്റെ മനസ്സും കൂടപ്പിറപ്പോ എന്നാണ് കുട്ടിക്ക് സംശയം!

ഈ ലോകത്ത് ഓരോ ജീവിക്കും അതിന്റേതായ നിലനില്പ്

ആവശ്യമാണ്. അതിന്റേതായ കർത്തവ്യങ്ങളുമുണ്ട്. ഒന്നു മറ്റൊന്നാന്നായിത്തീരാൻ മോഹിക്കുന്നതിൽ അർത്ഥമില്ല. താൻ എന്താണോ അതായിരുന്നുകൊണ്ടു സ്വന്തം കർത്തവ്യം; പിഴകൂടാതെ ചെയ്തു തീർക്കുക. അതാണ് ഓരോ ജീവിയുടെയും കടമ. അതിനു വീഴ്ച വരുത്തുന്നവൻ മനുഷ്യരുടെയും ദൈവത്തിന്റെയും മുന്നിൽ തെറ്റുകാരനാവും. അവന് ഇഹത്തിലും പരത്തിലും സുഖം ലഭിക്കുകയില്ല. പ്രകൃതിയിലെ ജീവികളെ നോക്കൂ, സൂര്യചന്ദ്രൻമാരെയും - നക്ഷത്രങ്ങളെയും ജന്തുക്കളെയും നോക്കൂ, എല്ലാം മനുഷ്യനോട് ഒരേയൊരു കാര്യം തന്നെ പറയുന്നു: "നീ നിന്റെ കർമ്മം ചെയ്യൂ; ഫലത്തെക്കുറിച്ചു ചിന്തിക്കാതിരിക്കൂ."

പ്രകൃതിയിലെ മനോഹാരിതകൾ അനുഭവിക്കാനും പ്രകൃതിയുടെ സന്ദേശം ചെവിക്കൊള്ളാനും അധികം മനുഷ്യരും തയ്യാറാവുന്നില്ല. അവർ സ്വന്തം സഹോദരങ്ങളെ ചവിട്ടിത്താഴ്ത്താനും ദ്രോഹിക്കാനും അവസരം പാർത്തു നടക്കുകയാണ്. സമൂഹത്തിൽ എവിടെയും ഉച്ചനീചത്വങ്ങൾ നടമാടുന്നു. ഇതെല്ലാം കണ്ടും അനുഭവിച്ചും കഴിയുന്ന ചിലർക്കെങ്കിലും പ്രതിഷേധം തോന്നാം. കുമാരനാശാൻ അതൊക്കെ അനുഭവിച്ചിട്ടുണ്ട്. അതുകൊണ്ടുതന്നെ അദ്ദേഹം ദുഃഖിതനാകുന്നു; ധർമ്മരോഷംകൊണ്ടു ജ്വലിക്കുന്നു:

ചിന്തിച്ചിടുന്നെളിമകണ്ടു ചവിട്ടിയാഴ്ത്താൻ
ചന്തത്തിനായ് സഭകളിൽ പറയുന്നു ഞായം;
എന്തോർക്കിലും കപടവൈഭവമാർന്ന ലോകം
പൊന്തുന്നു, സാധുനിര താണുവശംകെടുന്നു.
(ഒരു തീയക്കുട്ടയുടെ വിചാരം)

ഉണരിനുണരിനുള്ളിലാത്മശക്തി-
പ്രണയമെഴും സഹജാതരേ ത്വരിപ്പിൻ
രണപടഹമടിച്ചു ജാതിരക്ഷ-
സ്സണവൊരിടങ്ങളിലൊക്കെയെത്തിനേർപ്പിൻ. (സിംഹനാദം)
ചട്ടറ്റനിൻ കരവാളിൻ ചലൽപ്രഭ
തട്ടുമാറാകെ ഞങ്ങൾക്കു കണ്ണിൽ
വെട്ടിമുറിക്കുക കാൽച്ചങ്ങല വിഭോ
പൊട്ടിച്ചെറികയിക്കൈവിലങ്ങും. (സ്വാതന്ത്ര്യഗാഥ)

പ്രതിഷേധം, അഭ്യർത്ഥന; താക്കീത്; ഉപദേശം; ഉദ്ബോധനം-ഇതെല്ലാം ആശാൻകവിതകളിൽ കാണാം.

കുമാരനാശാന്റെ ലക്ഷ്യം സമൂഹത്തിന്റെ ഉന്നമനമായിരുന്നു. അതിന്റെ അടിസ്ഥാനം സ്വാതന്ത്ര്യാഭിവാഞ്ഛയായിരുന്നു:

സ്വാതന്ത്ര്യംതന്നെയമൃതം
സ്വാതന്ത്ര്യംതന്നെജീവിതം
പാരതന്ത്ര്യം മാനികൾക്കു
മൃതിയെക്കാൾ ഭയാനകം... (ഒരു ഉദ്ബോധനം)

വെറും സ്വാതന്ത്ര്യമല്ല; ജീവിതത്തിൽ സ്നേഹമാകുന്ന നിലാവ് പരത്തുന്ന സ്വാതന്ത്ര്യമാണ് കുമാരനാശാൻ അഭിലഷിച്ചത്. അതുകൊണ്ടാണ് അദ്ദേഹത്തിന്റെ സ്വാതന്ത്ര്യഗാഥകളെല്ലാം സ്നേഹഗീതകങ്ങളായി മാറിയത്.

ഈശ്വരൻ സ്നേഹസ്വരൂപനാണ്. ഈ പ്രപഞ്ചവസ്തുക്കളെല്ലാം ആ ശക്തിയിൽനിന്നാണ് ഉൽഭവിച്ചത്. എല്ലാപേരും സഹോദരങ്ങളാണ്; പരസ്പരം വിശ്വസിക്കുക, സ്നേഹിക്കുക എന്നതാണ് ജീവിതത്തിലെ ഏറ്റവും വലിയ കർത്തവ്യം. സ്നേഹം നിസ്വാർത്ഥമായിരിക്കണം. മറ്റുള്ളവർക്കുവേണ്ടി നന്മചെയ്തു ജീവിതത്തെ അർത്ഥപൂർണ്ണമാക്കിത്തീർക്കണം. ഒരാൾ മറ്റൊരാൾക്കുവേണ്ടി ചെയ്യുന്ന ത്യാഗം രണ്ടു പേരുടെയും സുഖം വർദ്ധിപ്പിക്കുകയേയുള്ളൂ. താൻ നിഘണ്ടു എഴുതുകയാണെങ്കിൽ 'സ്നേഹം' എന്ന പദത്തിന് 'ആത്മസുഖം' എന്നുകൂടി അർത്ഥം നൽകുമെന്ന് ആശാൻ പറയുന്നുണ്ട്.

ആഹന്ത! കോശമിഹ ഞാനെഴുതീടിലേകും
സ്നേഹത്തി'നാത്മസുഖ'മെന്നൊരു സംജ്ഞകൂടി (ഒരു വനയാത്ര)

സ്നേഹിക്കുക, -സ്നേഹിക്കപ്പെടുക- അതുരണ്ടും ഇല്ലാത്ത ജീവിതം അർത്ഥശൂന്യമാണ്. മനുഷ്യൻ സ്നേഹസ്വരൂപനായിത്തീരുമ്പോൾ അവൻ ഈശ്വരപദം പ്രാപിക്കുന്നു. അങ്ങനെ ഈ ലോകം സ്വർഗ്ഗമായിത്തീരട്ടേ എന്ന് ആശാൻ അഭിലഷിക്കുന്നു:

സത്യം ശ്വസിച്ചും സമത്വം, കണ്ടും സ്നേഹ-
സത്തുനുകർന്നും കൃതാർത്ഥരായി
സദ്ധർമത്തൂടെ നടക്കട്ടെ മാനവ-
രിദ്ധര സ്വർഗ്ഗമായ്ത്തീർന്നിടട്ടെ. (സ്വാതന്ത്ര്യഗാഥ)

മനുഷ്യജീവിതം ക്ഷണികമാണ്. അതോർത്തു ദുഃഖിക്കേണ്ടതില്ല. ആഗ്രഹങ്ങൾ കുറയുംതോറും ജീവിതത്തിൽ സന്തോഷവും സംതൃപ്തിയും വർദ്ധിക്കും. നിസ്വാർത്ഥമായ സ്നേഹം ജീവിതത്തിന് അർത്ഥവും മഹത്വവും നൽകും:

ഊഹത്തിനുണ്ടവധി ജീവിതകാലമല്പം,
ദേഹിക്കു ശാന്തിസുഖമേകുക കേണിടാതെ
മോഹം കുറയ്ക്ക സുഖദങ്ങളിലേവരേയും
സ്നേഹിക്കയാമ്പൽനിരയെക്കുളിർതിങ്കൾപോലെ (എന്റെ പ്രമാണം)

ഇതാണ് ആശാന്റെ ജീവിതപ്രമാണം, അദ്ദേഹത്തിന്റെ കൃതികളെല്ലാം ഈ ദർശനത്തിന്റെ വ്യാഖ്യാനങ്ങളാണ്.

അഞ്ച്

കുമാരനാശാനു കാവ്യകലയെപ്പറ്റി ഉന്നതമായ ആദർശങ്ങളാണ് ഉണ്ടായിരുന്നത്. കാവ്യകലയുടെ വ്യാപ്തിയും മഹത്വവും അസാധാരണമാണ്. കൊടുംവിഷത്തെ അത് അമൃതാക്കി മാറ്റുന്നു. ഉന്നതപർവ്വതശിഖരങ്ങൾ, ഉയർന്ന തിരമാലകളടിക്കുന്ന സമുദ്രം, പൂത്തുനില്ക്കുന്ന വനഭൂമി, താരാമണ്ഡലം, സൗരയൂഥം എല്ലാം കാവ്യകല സ്പർശത്താൽ ധന്യമായിത്തീരുന്നു. മാനഞ്ചുംമിഴിയുടെ ചാഞ്ഞചില്ലയിലും ധ്യാനസ്ഥൻമുനിയുടെ ഹസ്തമുദ്രയിലും കലാദേവിയുടെ മധുരഭാഷിതങ്ങൾ കലാഭക്തന്മാർക്ക് ആസ്വദിക്കാം. നിത്യകന്യകയായ കവിതാദേവിയുടെ സൗന്ദര്യം ദർശിക്കാൻ കലാഭഗവതി കുടികൊള്ളുന്ന രസമയരാജ്യത്തിൽത്തന്നെ എത്തണം. അതിന് ഒരു പുതിയ ഇന്ദ്രിയം-ഏഴാം ഇന്ദ്രിയം- ആവശ്യമാണ്. കവികൾ കാവ്യരസം പകർത്തുന്നു; ജീവിത ദുഃഖത്തെ ലഘൂകരിക്കുന്നു.

കാവ്യകലയെക്കുറിച്ച് ഉയർന്ന ആദർശങ്ങൾവെച്ചുപുലർത്തുകയും അതു കാവ്യരചനയിൽ പ്രായോഗികമാക്കിത്തീർക്കാൻ ശ്രമിക്കുകയും ചെയ്ത കവിയാണ് ആശാൻ. നേരമ്പോക്കിനുവേണ്ടി അദ്ദേഹം ഒരുവരി കവിതപോലും എഴുതിയിട്ടില്ല. തോന്നിയതുപോലെ എഴുതിയിടാൻ അദ്ദേഹത്തിന് ഇഷ്ടമുണ്ടായിരുന്നില്ല. എളുപ്പത്തിൽ തൃപ്തിപ്പെടാത്ത ഭാഷാനിഷ്കർഷ, തികഞ്ഞ ഔചിത്യദീക്ഷ- ഇവ ആശാൻ എപ്പോഴും പാലിച്ചിട്ടുണ്ട്. ജന്മവാസനയും പ്രയത്നവും കവി എന്ന നിലയിൽ ആശാനെ അദ്വിതീയനാക്കിത്തീർത്തു.

വളരെക്കാലം സന്യാസിയായി ജീവിച്ച് ഒടുവിൽ ലൗകികനായി ത്തീർന്ന കവിയാണ് ആശാൻ. കുട്ടിക്കാലം മുതലേ യോഗിയായിത്തീരണമെന്ന് അദ്ദേഹം ആഗ്രഹിച്ചിരുന്നു. എന്നാൽ സാഹചര്യങ്ങൾ ലൗകി

കനായിത്തീരാനാണ് അദ്ദേഹത്തെ പ്രേരിപ്പിച്ചത്. സന്ന്യാസിയും ലൗകികനും തമ്മിലുള്ള മത്സരം എന്നും ആശാന്റെ മനസ്സിൽ ഉണ്ടായിരുന്നു. ഈ മത്സരത്തിൽ അന്തിമവിജയം സന്യാസിക്ക് ആയിരിക്കണം എന്നും ആശാൻ ആഗ്രഹിച്ചിരുന്നു. അതിന്റെ പ്രതിഫലനം ആശാൻകവിതകളിൽ പ്രകടമാണ്. തനിക്കു നേടാൻ സാധിക്കാതെപോയ സന്ന്യാസജീവിതത്തിന്റെ ധന്യത കാവ്യങ്ങളിൽ ആവിഷ്കരിച്ച് തൃപ്തിപ്പെടുന്ന കവിഹൃദയത്തെയാണ് അവിടെ കാണുന്നത്.

കുമാരനാശാന്റെ കാവ്യങ്ങളിലെ നായികമാരായ നളിനി, ലീല, സീത, മാതംഗി, വാസവദത്ത എന്നിവരും നായകന്മാരായ ദിവാകരൻ, ആനന്ദൻ, ഉപഗുപ്തൻ എന്നിവരും അദ്ദേഹത്തിന്റെതന്നെ വ്യക്തിത്വത്തിന്റെ രണ്ടു മുഖങ്ങളാണ്. തന്നിലെ സന്ന്യാസിയെ തോല്പിച്ച ലൗകികജീവിതത്തിന്റെ പ്രതീകങ്ങളാണ് നായികമാർ. താൻ എന്നും ആഗ്രഹിച്ചിരുന്ന സന്ന്യാസിജീവിതം നായകന്മാരായ കഥാപാത്രങ്ങളിലൂടെ സാക്ഷാൽക്കരിക്കുന്നു.

കുമാരനാശാൻ ദുഃഖോപാസകനാണെന്നും അദ്ദേഹത്തിന്റെ കവിത വിഷാദാത്മകമാണെന്നും പറയാറുണ്ട്. "ഉപാസിക്കുന്നു ദുഃഖത്തെ ഞാൻ," "അവനിവാഴ്‌വു കിനാവു കഷ്ടം," "നരജീവിതമായ വേദന," "അതിനിന്ദ്യമീനരത്വം" ഇങ്ങനെ ജീവിതത്തിന്റെ ക്ഷണികതയെ ആവർത്തിച്ചുപാടുന്ന കവി ശുഭാപ്തിവിശ്വാസി അല്ലെന്നു തോന്നാം. പക്ഷേ, ഈ ലോകജീവിതത്തിനപ്പുറം മറ്റൊരു ജീവിതം ഉണ്ടെന്ന് ആശാൻ വിശ്വസിച്ചിരുന്നു. *വീണപൂവ്* സുമേരുവിൻമേൽ കല്പദ്രുമത്തിന്റെ കൊമ്പിൽ വിടരുമെന്നും അത് മോക്ഷം പ്രാപിക്കുമെന്നും ആശാൻ പറയുന്നുണ്ടല്ലോ. എല്ലാ കാവ്യങ്ങളിലും ഇങ്ങനെ ഒരു വെളിച്ചം അദ്ദേഹം കാണിച്ചുതരുന്നുണ്ട്. ദിവാകരൻ മോക്ഷം പ്രാപിച്ചു. ലീലാമദനൻമാർ സ്വപ്നത്തിൽവന്നു തോഴിക്കു ദർശനം നല്കി. "വീണ്ടും ചേരും നാം" എന്നു പറഞ്ഞു, ജനമദ്ധ്യത്തിൽ ശ്രീരാമനെക്കണ്ട് തന്റെ ദുഃഖം മുഴുവൻ മറന്നു സീത ലോകം വെടിഞ്ഞു. മാതംഗിക്കും സാവിത്രിക്കും ഈ ലോകത്തുതന്നെ സമാധാനം ലഭിച്ചു. വാസവദത്തയ്ക്കു ഉപഗുപ്തന്റെ ഉപദേശത്താൽ മോക്ഷം കിട്ടി. ഉപഗുപ്തൻ മോക്ഷം പ്രാപിക്കാതെ ലോകനന്മയ്ക്കായി വീണ്ടും അവതരിക്കണമെന്ന് കവി പ്രാർത്ഥിക്കുന്നു. തികഞ്ഞ അശുഭാപ്തിവിശ്വാസിയായിരുന്നു ആശാൻ എങ്കിൽ ഇങ്ങനെയുള്ള ചിന്താഗതികൾ ഉണ്ടാകുമായിരുന്നില്ല.

ഭൗതികജീവിതത്തെ നശ്വരമായും അലൗകികജീവിതത്തെ അനശ്വരമായും സങ്കല്പിക്കുന്ന ഒരു ജീവിതദർശനമാണ് കുമാരനാശാന് ഉള്ളത്. അതു ദുഃഖവും സുഖവും ഇടകലർന്ന ജീവിതത്തിന്റെ യാഥാർത്ഥ്യം വെളിപ്പെടുത്തുന്നു.

ഭക്തനും തത്ത്വചിന്തകനും കവിയുമായിരുന്നു കുമാരനാശാൻ. അതുകൊണ്ടുതന്നെ അദ്ദേഹത്തിന്റെ കൃതികൾ സ്തോത്രങ്ങളും തത്വശാസ്ത്രങ്ങളും കാവ്യങ്ങളുമാണ്. അതാണ് അവയുടെ മഹത്വം.

www.ingramcontent.com/pod-product-compliance
Lightning Source LLC
LaVergne TN
LVHW090413051026
849518LV00006B/2337
9789348009142